சாட்சரதா!

சாட்சரதா!

கா.சு. வேலாயுதன்

எழுத்து
பிரசுரம்

Title: Satcharatha
Author's Name: Ka.Su. Velayuthan

Published by Ezutthu Prachuram

Ezutthu Prachuram
(An imprint of Zero Degree Publishing)
No. 55(7), R Block, 6th Avenue,
Anna Nagar,
Chennai - 600 040

Website: www.zerodegreepublishing.com
E Mail id: zerodegreepublishing@gmail.com
Phone: 89250 61999

Ezutthu Prachuram First Edition: December 2022
ISBN: 978-93-95511-26-1
TITLE NO EP: 391

Cover Design & Layout: Vijayan, Creative Studio

‘ஆற்றலை ஆக்கவோ அழிக்கவோ முடியாது; ஓர் ஆற்றல் சேதமின்றி மறையுமாயின் பிறிதொரு வகையில் வெளித் தோன்றும்...!’

–ஆற்றல் மாறாக் கோட்பாடு

Energy can neither be created nor be destroyed it can only be changed from one form to another.

– Law of Conservation of Energy

மயக்கம் தரும் பானங்களில் வேதகால மக்களிடையே மிக விரிவாகப் பரவி இருந்தது சோமபானம். சந்திரக் கடவுளாகிய சோமன் வருகின்ற நள்ளிரவில் இந்தப் பானத்தைத் தயாரித்து அருந்தி ஆடிப்பாடினார்கள் மக்கள். இந்தப் பானம் தயாரிக்கப் பயன்படுவது சோமக்கொடி என்பதாலேயே இது சோமபானம் என்று அழைக்கப்பட்டது.

1

அந்த ஊர்வலம் தாறுமாறாகப் புறப்பட்டிருந்தது. ஒரு நீரூற்று பொங்கிப் பிரவாகித்து சிற்றருவிகளாக, பேரருவிகளாக மாறி, சிற்றாறுகளாக, கிளைக்கிளையாக புறப்பட்டு பேராறுகளாக மாறினால் எப்படியிருக்கும்? அதுபோலத்தான் அந்த ஊர்வலமும் அட்டப்பாடி பிரதேசத்தில் அணி, அணியாகத் திரண்டிருந்தது.

அதில் நடந்தவர்கள் நடுத்தர வயது பெண்கள், சிறுமிகள், இளைஞிகள், வயோதிகப் பாட்டிகள் கூட நிறைந்திருந்தார்கள்.

பெரும்பாலான பெண்கள் பச்சை வண்ண பார்டரில் வெள்ளை நிறச் சேலை தரித்திருந்தார்கள். ஒவ்வொரு குழுவின் முதல் வரிசைப் பெண்கள், 'தாய்க்குலச் சங்கம்' என்ற கொட்டை எழுத்துகளிலான பெரிய, பெரிய பேனர்களைப் பிடித்திருந்தனர். அவர்களைப் பின்தொடர்ந்த மற்ற பெண்கள் கோரிக்கை வாசகங்கள் அடங்கிய அட்டைகளை ஏந்தியிருந்தார்கள். அதனூடே சிலேட்டு, பென்சில் கார்ட்டூனாக வரையப்பட்ட 'சாட்சரதா' என்று எழுதப்பட்ட பதாகைகளும் காணப்பட்டன.

"கெடுக்காதே... கெடுக்காதே... ஆம்பிளைகளைக் கெடுக்காதே..!"

"ஆம்பிள்ளைகளை... சாராயத்தைக் கொடுத்துக் கெடுக்காதே!"

"ஓடிப் போ... ஓடிப் போ... சாராய மாஃபியாவே ஓடிப் போ...!"

"போலீஸே போலீஸே... கள்ளமாரு போலீஸே!"

"காக்கிச் சட்டை போடறதுக்குப் பதிலா... நீ, கள்ளச்சாராயம் காய்ச்சப்போ..!"

"மாமூல் மாமூல்ன்னு வாங்கித் தின்னு... மானங்கெட்டுப் போவாதே!"

"ஒழிக.. ஒழிக... ஒழிகவே.. கேடுகெட்ட கள்ளச்சாராயப் பேர்வழிகள் ஒழிகவே..!"

"போடாதே... போடாதே... ஊறல் மொடாவைப் போடாதே...!"

"நீ ஊறல் மொடா போட்டாலும்... சட்டிபானையில் காய்ச்சினாலும்... ஓடி ஓடி உடைப்போம்... உடைத்து உடைத்து கொட்டுவோம்!"

ஊர்வலக்காரர்களின் உச்சரிப்பில் கடுங்கோபமும், ஆவேசமும் நிறைந்திருந்தது. நஞ்சி, வடுகி, பூச்செண்டு, மருதி ஆகியோர் ஆக்ரோஷத்தின் எல்லையையே கடந்திருந்தனர். அவர்கள் கண்களில் கோபாக்னி கொட்டியது.

முக்காலியிலிருந்து கிழக்கே அகழி பத்து மைல் தூரம். தாசனூரிலிருந்து மேற்கே அதே பத்து மைல் தொலைவு. அகாட்ஸ் எனப்படும் அட்டப்பாடி ஆதிவாசிகள் சொசைட்டி. அதன் தலைமைச் செயலகம் அங்குதான் இருந்தது.

முக்கோண வடிவிலான ஏராளமான மஞ்சள், சிவப்பு வண்ணக் கட்டடங்கள். பழங்குடிகளின் வாழ்வாதாரத்திற்கான திட்டங்களைப் பரிபாலிக்கும் திட்ட அலுவலர்கள் அங்கே இருந்தார்கள். அதை நோக்கித்தான் இந்த ஊர்வலம் புறப்பட்டிருந்தது.

முக்காலியிலிருந்து வந்த ஊர்வலத்தைப் பொறுத்தமட்டில் பத்து மீட்டருக்கு இரண்டிரண்டு போலீஸ். அதில் பெண் போலீஸ்களும் அடக்கம். நாலு மைல் நீண்ட ஊர்வலத்திற்கு முன்னும், பின்னும் பஸ், லாரி, கார்கள் மெதுவாக ஊர்ந்து கொண்டிருந்தன.

பிரதானச் சாலையிலிருந்து பிரியும் கிராமத்துச் சாலைகள். தாவளம், தேக்குவட்டை, மஞ்சிக்கண்டி, சிட்டூர், சிறுவாணி, புதூர் இப்படியான ஊர்களிலிருந்தும் பெண்கள் சின்னச் சின்ன ஊர்வலமாகப் புறப்பட்டு வந்து பெரிய ஊர்வலத்தில் சங்கமமாகினர்.

இப்படி வந்துசேருகிறப் பெண்களிடம் பேனர்கள், பதாகைகளோடு தீப்பந்தமும், குண்டாந்தடிகளும், வெட்டரிவாள்களும் இருந்தன.

அவர்கள் வரும் வழியெங்கும் ஊருக்கு ஒதுக்குப்புறமாய் இருந்த காடுகளில் உட்புகுந்திருந்தார்கள். அங்கே மண்ணுக்கடியில் இருந்த சாராய ஊறல் மொடாக்கள், மண் பானைகள் எல்லாவற்றையும் உடைத்து நொறுக்கினார்கள்.

அதே கையோடு சாராயம் காய்ச்சிகளை நையப் புடைத்து ஓட்டம் பிடிக்க வைத்தார்கள். அதில் பொங்கிய உணர்ச்சிக் கலவைதான் அவர்கள் முகங்களில் நிறைந்திருந்தது. இது போலீஸிற்கும் தெரிந்தே இருந்தது. அவர்களால் என்ன செய்ய முடியும்?

சில இடங்களில் போலீஸே வந்து அவர்களின் கையில் இருந்த குண்டாந்தடிகளைப் பிடுங்கினர். தீப்பந்தங்களைப் பறித்தனர். அப்போதும் அஞ்சவில்லை தாய்க்குலப் பெண்கள்.

“யேய் எந்தடா நீ? போலீஸா இல்லே, காட்டுமிராண்டியா? நீ செய்யற வேலையத்தன்னே நாங்கள் செய்கிறோம். நீ இதைச் செரியா செஞ்சிருந்தா நாங்க ஏனடா இப்படி ஊர்வலம் வரப் போறோம். இங்ஙன போராடப் போறோம்?” என்று ஒன்று சொன்ன மாதிரி கேள்விகள் கேட்டனர்.

அப்படி ஆக்ரோஷமாய்க் கேள்வி கேட்பவர்களை- போலீஸையே எதிர்ப்பவர்களை நோட் செய்து வைத்துக்கொள்வதற்கென்றே உளவுப் போலீஸ் ஊர்வலத்தில் சீருடை இல்லாமல் வேலை செய்வதைக் காண முடிந்தது. அவர்களின் கையடக்க டைரியில் குழிக்கூர் மருதி, கக்குப்பாடி லட்சுமி, சிட்டூர் ராணி, கூழிக்கடவு ஜானகி, புதூர் நஞ்சி என்ற பெயர்கள் ஏறிக்கொண்டே இருந்தது.

முக்காலியிலிருந்து அகழி வரை கிழக்கு நோக்கி நீண்ட ஊர்வலத்தின் உணர்ச்சிக்குக் கொஞ்சமும் சளைத்ததல்லாததாகவே இருந்தது தாசனூரிலிருந்து மேற்கு நோக்கி வந்த ஊர்வலப் பெண்களின் கோபமும். தாசனூர், கோட்டத்துறை, மட்டத்துக்காடு தொடங்கி அகழி வரை ஒரே மாதிரி உணர்ச்சிப் பொங்கல்தான். இந்த ஊர்வலமும் கோட்டத்துறையில் சில கடைகளை அடித்து நொறுக்கியது.

“அது மாஃபியா குன்னிக்கண்ணன் கடை. அடிச்சு சாத்து. உடைச்சுத்தள்ளு. தட்டி நொறுக்கு!' என்ற குரல்கள் ஒலித்தன.

அந்த ஆவேசக்குரலுக்கு அஞ்சிய கடைக்காரர்கள் தம் கடை சட்டர்களை இழுத்துப் பூட்டிக்கொண்டு ஓட்டம் பிடித்தனர்.

இப்படி காலையில் ஒன்பது மணிக்கு தொடங்கிய ஊர்வலம் பதினோரு மணிக்கு அகாட்ஸை அடைந்தது. அங்கே பெரியதொரு வெட்ட வெளி. வந்தவர்கள் நிற்க இடமில்லை.

அங்கே இருப்பதிலேயே 'ரெட் பிளாக்' கட்சியின் பெரிய பேனர் ஒன்றைத் தூக்கிக்கொண்டு அலைந்தாள் நஞ்சி. அவளுடன் செண்டு, மருதி, வடுகி.

அவர்களும் இந்தப் பெரிய ஒற்றைப் பேனரைத் தாங்கிப் பிடித்திருந்தனர். அந்த பிரம்மாண்ட பேனரில் மலையாளத்திலும், தமிழிலும் மாறி மாறி எழுதப்பட்டிருந்தது.

'அட்டப்பாடி அட்டூழியங்கள்' எனும் சிகப்பு வண்ணத் தலைப்பில் அடுத்தடுத்த வரிகள் நீல வண்ணத்தில் பொடி எழுத்துக்களில் நீண்டன.

'1996 முதல் 2001 வரை அட்டப்பாடியில் நடந்த மதுகுடி சாவுகள் 532' 'நடந்த கொலைகள் 106' 'நடந்த மர்ம மரணங்கள்:117" 'தற்கொலைகள் 431' 'கற்பழிக்கப்பட்டு கொல்லப்பட்ட ஸ்தீரிகள் 46' காணாமல் போன பெண் குட்டிகள் எண்ணிக்கை 112.

'இது எங்கள் கணக்கெடுப்பில் கிடைச்ச தகவல் மட்டுமே. போலீஸ் ஒத்தழைச்சு உண்மையாக விசாரித்தால் இதுபோல பத்து மடங்கு கொலைகளும், கொள்ளைகளும், கற்பழிப்புகளும் வெளிவரும் - இப்படிக்கு ரெட் பிளாக் பார்ட்டி!' என்று எழுதப்பட்டிருந்தது.

அந்த மெகா பேனரைப் பிடிக்க பெண்களுக்குத் துணையாக ஆம்பிளையாட்களும் இருந்தனர். அதில் மாதவனும் இருந்தான். பழனியப்பனும் இருந்தார்.

இவர்கள் தலைமையில் உள்ள ஆம்பிளை ஆட்கள்தான் அவ்வளவு பெரிய தட்டியை அகழி பஸ் ஸ்டாண்டில் தூக்கி நிறுத்தினர்.

அங்குள்ள பஸ் ஷெல்டரில் ஒரு முனையையும், கரண்ட் மரத்தில் இன்னொரு முனையை வைத்துக் கட்டினர். கட்டி முடித்துவிட்டு அந்த பேனரின் உச்சியில் வரிசையாக ஏழு சிவப்பு வண்ணக் கொடியைக் கட்டிப் பறக்கவிட்டனர்.

அதைப் பார்த்துக் கூட்டம் ஆரவாரித்தது. கூட்டம் அந்த பேனருக்குக் கீழே குழுமித் ததும்ப, ஒரு மைக் கட்டிய வேனில் நின்றபடி பேச ஆரம்பித்தாள் நஞ்சி.

"இந்த அட்டப்பாடி கேந்திரம் வந்தேறிகளின் கூடாரமாகி விட்டது. அவனவன் கள்ளச்சாராயம் காய்ச்சறதுக்கும், கஞ்சா வளர்த்தறதுக்கும் நம்மையும், நம் மண்ணையும்தான்

பயன்படுத்தறான். புகையிலையும், போத்தாலையும், பாக்கும் கொடுத்து நம்ம மூப்பன்மார்களிடம் நிலங்களை வாங்கின மாஃபியாக்கள் இப்ப கஞ்சாவும், சாராயமும் கொடுத்து ஏமாத்துது.

இப்படித்தான் ஏழெட்டு வருஷம் முன்னால வரைக்கும் கள்ளைக் கொடுத்து ஏமாத்தினான் கீழ்நாட்டுக்காரன். அவனை அழித்தொழிக்க பெரிய போராட்டத்தை எடுத்தோம். அதுலதான் இந்த அட்டப்பாடிக்கு மட்டும் கள், சாராயத்திலிருந்து விதிவிலக்கு கிடைச்சது. அப்ப இருந்த கலெக்டர் நல்லவர். ஸ்பெஷல் ஆர்டர் போட்டு அட்டப்பாடி சீமையில் அம்பதுக்கு அம்பது மைல்தூரத்துக்கு கள்ளு வாசமே கூடாதுன்னு மதுவிலக்கு அமல்படுத்தினார். அதுவே இப்போ இப்படி கள்ளச்சாராய மாஃபியாக்களுக்கு வசதியாப் போகும்ன்னு நம்ம நினைச்சுப் பார்க்கலை. அவங்க கள்ளச்சாராயந்தான் கள்ளை விட நம் மக்களைக் கொல்லுது. இதுல நம்ம ஆதிவாசி மக்கள் செத்த கணக்கு மட்டும் ஆயிரக்கணக்குல.

இப்படியே போனா இன்னும் பத்து வருஷத்துல ஊர்ல ஆதிவாசி ஆம்பிளைக ஒருத்தர் கூட உசிரோட இருக்க மாட்டாங்க. எல்லோரும் அரை ஆயுசுல குடிச்சே செத்துப்போவாங்க. இப்ப ஸ்கூலுக்குப் போற குட்டிக கூட குடிக்குது. இந்த அளவுக்கு சாராய மாஃபியா கை ஓங்கியிருக்கு. போலீஸ் இங்கே அந்த மாஃபியா கும்பலுக்காகவே வேலை செஞ்சிட்டிருக்கு.

கொலைக் கேஸை தற்கொலை கேஸா எழுதிக்குது. ரேப் அண்ட் மர்டர் கேஸை சந்தேக மரணம்னு எழுதறது. சாராய மொடாவை அடிச்சு உடைச்சுப் பொருட்களை எல்லாம் பிடிச்சுக் கொடுத்தா அந்த சாராயக்காரன்கிட்டவே நம்ம ஒப்படைச்ச பொருளைத் திருப்பி விற்கறது. இது மக்களோட போலீஸ் இல்ல. கள்ளனோட போலீஸ். மாஃபியாக்களோட போலீஸ்.

இந்த போலீஸை நம்பிட்டு பிரயோஜனமில்லை. மாஃபியாக்களை நம்மளே ஒழிச்சாத்தான் ஈ போலீஸிற்கு பாடம் கிடைக்கும். நம்ம தாய்க்குலம்னு ஒரு சங்கமாச் சேர்ந்ததனால இது சாத்தியமாச்சு.

இதை உருவாக்கின அகாட்ஸ் கன்வீனர் உமாமேனனுக்குத்தான் நம்ம நன்றி சொல்லணும்!"

நஞ்சி பேசிக்கொண்டேயிருந்தாள்.

முன்னே நின்ற வடுகி, செண்டு, மருதி போன்ற பெண்கள் கரகோஷம் எழுப்பும்போதெல்லாம், பின்னாடி நின்ற பெண்கள் கைதட்டலோடு, ஆரவாரமும் செய்து கூக்குரல் இட்டார்கள். ஒரு வழியாக மாலை மங்கும் நேரம் இந்தப் போராட்டம் ஓய்ந்தது. அகாட்ஸ் அதிகாரிகளுடன் முக்கியத் தலைவர்கள் பேச்சுவார்த்தையாடினர். அதில் எந்த முடிவும் எட்டப்படவில்லை. அதற்குப் பிறகு மெல்ல மெல்லக் கூட்டம் கலைந்தது.

அன்றிரவு கூழிக்கடவிலிருந்து அகழிக்கு நண்பர் ஒருவருடன் வரும்போது மாதவன் வழிமறிக்கப்பட்டான். கத்தியால் குத்தப்பட்டான்.

"எங்க முதலாளியவாடா எதிர்க்கிறே. பன்னிண்டா நாயே. சாவுடா!" என்று சத்தமிட்டுக்கொண்டே கொலையாளிகள் நால்வர் குத்தியதாக அடுத்தநாள் முழுக்க அட்டப்பாடி ஜனங்கள் அச்சத்துடன் பேசிக்கொண்டனர்.

மொத்தம் பதினாறு இடங்களில் கத்திக்குத்துகள். ஆழமாகவே பதிந்திருந்தன. 'பொழைச்சதே மறுபிறவி' என்று அங்கிருந்த ஆஸ்பத்திரி மருத்துவர்கள் சொல்லும்போது மாதவன் நினைவிழந்தே கிடந்தான்.

★

சோம பானம் அமரத்துவத்தைத் தர வல்லதாகவும், மயக்கம் தர வல்லதாகவும் சித்தரிக்கப்படுகிறது. இப்பானம் தயாரிக்கின்ற முறைகள் சாம வேதத்தில் குறிப்பிடப்பட்டுள்ளன. ரிக்வேதம் 9-ஆம் அத்தியாயம் முழுமையும், மற்ற அத்தியாயங்களில் நூற்றுக்கணக்கான செய்யுட்களிலும் இந்தப் பானம் தயாரிக்கும் முறை பற்றிக் குறிப்புகள் உள்ளது. 'சோம பானம் அருந்தி நாங்கள் அமரர் ஆனோம்' என்று ரிக்வேதம் குறிப்பிடுகிறது.

2

தீ கொளுந்து விட்டு எரிந்தது. 'இந்தத் தீ திக்கெட்டும் பரவ வேணும்' என்று சூளுரைக்காமல் சூளுரைப்பது போல் சிறுவர், சிறுமிகள் சுள்ளிகள், கட்டைகளைக் கொண்டு வந்து அதில் அடுத்தடுத்து, அடுக்கடுக்காக போட்டுக் கொண்டிருந்தார்கள்.

அவர்களில் பலருக்கு மேல் சட்டை இல்லை. சிலருக்கு கீழ் சட்டையும் இல்லை. மேலும் சிலர் வெற்றுக் கோவணத்தோடு இருந்தார்கள்.

சிறுமிகள் யாரும் அம்மணமாக இல்லை என்றாலும் அச்சிறுமிகள் அணிந்திருந்த துணிமணிகள், அவலட்சணயாய், அழுக்காய், கந்தலாய்த் தெரிந்தன. அதையெல்லாம் தாண்டி அவர்கள் அந்தத் தீப்பிழம்பின் ஒளியில் கருப்புத் தங்கமாய் மிளிர்ந்தார்கள்.

அவர்கள் நெருப்புக் குழியில் கட்டைகளைப் போடப்போட தீ மேலும், மேலும் ஜுவாலை விட்டது. அதற்கேற்ப சிறுவர், சிறுமிகள் மேலும், மேலும் ஜொலித்தார்கள்.

“லே லே லேலக் கரடி...
பிட்டுக்கு வந்தா கரடிதா
லே லே லேலக் கரடி!”

“சோ தோ சோதோ... தோ... தோ...
லாலே லாலே லா லாலே லா
மேக்கு மரவொய்தி சோதோ...
கொடெ பிடுத்து வந்தாளோ?
சோதோ சோதோ... தோ...தோ... தோ...!”

சிறுமிகளுக்குள் ஒரே ஆட்டம் பாட்டம், கொண்டாட்டம். சிறுவர்கள் சிலர் கைகளில் பறை, தாரை தப்பட்டை இருந்தது. ஒரு சிலரின் தோள்களில் கொம்பு, கொலாலு, ஊதல் தொங்கியது. உற்சாகம் வரும்போதெல்லாம் அதை எடுத்து இசைத்தார்கள்.

சற்று தூரத்திலிருந்து அந்த ஏரியாவைப் பார்க்கும்போது அவ்வனாந்திரமே ஒரு தீக்காடு போல் தோன்றியது. அதில் நிழலுருவாய் இவர்கள் எல்லாம் ஆடினர். பாடினர்.

வனாந்திரத்தைக் கிழித்துக்கொண்டு வந்த இவர்கள் இசைக்கருவிகளின் ஓசை அவர்கள் இருந்த இடத்தில் மட்டும் காதடைக்கும் சப்தத்தை எழுப்பி, தூரம் செல்லச் செல்லச் சின்னதொரு ஒலியாகக் காணாமல் போவதாக இருந்தது.

உச்சபட்ச மலைக்குன்றில் அந்த இடம் அமைந்திருந்ததால் அதீத தூரத்திலிருந்து பார்க்கும்போதும் அந்தக் காட்சி சிறுவெளிச்சமாய் தெரிந்தது.

அதைத் தழுவியபடி தென்மேற்கிலிருந்து வடகிழக்காக அடித்த கூதல் காற்று அங்கே எழுந்த சன்னமான தாள தப்பட்டை, கொலாலு இசையை மெல்லிசாக அந்தப் பரந்த காடுகளில் சிதற விட்டது.

அதை தூரத்தே கவனித்தவர்கள் பகல் முழுக்க பாங்காடுகளில் பாடாய்பட்டு உழைத்துக் களைத்த காட்டுவாசிகள், தம் உடல் சடவு, மனச்சடவு போக்கிட தம் பாரம்பரிய இசைக்கருவிகளை இசைத்து சுகம் கண்டுகொண்டிருக்கிறார்கள் என்றுதான் எண்ணக்கூடும்.

அவர்கள் இன்னும் கூடுதலாக யோசித்து அவர்கள் சோமபானம், சுராபானம் உட்கொண்டு கூட தன்னை மறந்து ஆடிக் கொண்டிருக்கவேண்டும் என்று கூட எண்ணுவதற்கு வாய்ப்புகள் உண்டு.

ஆனால் அவர்கள் செய்த காரியமே அந்த சோமபானம், சுராபானத்திற்கு எதிரானது என்பதை அப்படி எண்ணம் கொண்டவர்கள் அறிந்திருக்க நியாயமில்லை.

அவர்கள் சற்றுநேரம் வாத்தியக் கருவிகளை இசைத்து ஆடல் பாடல் நடத்திவிட்டு இயல்பு நிலைக்கு வருகிறார்கள்.

இசைக்கருவிகளை அங்கே இருந்த மண்மூங்கில் கட்டடத்தின் ஓரமாய் வைத்துவிட்டு மெல்ல, மெல்ல வட்ட வடிவில் அமர்கிறார்கள்.

நடுவில் பெரியதொரு தீ வட்டம் பெருவெளிச்சம் பாய்ச்சிக் கொண்டிருக்கிறது. அந்த வட்டமிட்டவர்களை உற்றுப் பார்த்தால்தான் தெரிகிறது. அதிலும் நிறைய பெண்களே நிறைந்திருக்கின்றனர்.

முண்டு கட்டின இடைவெட்டு எனப்படும் நடுவாந்தட்டு பெண்கள், தாவணி போட்ட குமரிகள், சுருக்கம் விழுந்த பாட்டிகள், கண்கள் இடுங்கின மூதாட்டிகள் கூட அதில் இருந்தார்கள்.

அவர்களை நெருங்குகிறோம்.

அந்தத் தீவட்டி வெளிச்சத்தில் இப்போது அவர்களுக்கு நடுவே தொங்கவிடப்பட்ட வெண்ணிற அட்டை தெரிகிறது.

அதில் கொட்டை எழுத்துகளில் எழுதப்பட்ட அந்த எழுத்துகள் தெரிகிறது. ஏற்கனவே நமக்கு அறிமுகமான வார்த்தைதான். ஊர்வலத்தில் சின்னதாகத் தென்பட்ட வாசகம். இங்கே பெரியதாக ஒரு கரும்பலகையில் ஒளிர்ந்தது. அதுவும் எப்படி? மூன்று மொழிகளில்...

'சாட்சரதா.'

மலையாளம், தமிழ் கூடவே கோடுகோடாய் இன்னுமொரு மொழி. நிச்சயமாக அது ஆங்கிலமும் அல்ல, இந்தியும் அல்ல, சமஸ்கிருதமும் அல்ல.

அவர்களில் தமிழ் மட்டுமே தெரிந்தவர்கள் மலையாளத்தில் எழுதப்பட்ட வார்த்தையும் அதுதான் என மனதில் கொள்கிறார்கள். அதேபோல் மலையாளம் மட்டும் தெரிந்தவர்கள் தமிழில் அதே வார்த்தைதான் எழுதப்பட்டிருக்கிறது என்பதைப் புரிந்துகொள்கிறார்கள்.

இந்த இரண்டு மொழிகளிலும் சாட்சரதாவை வாசித்துத் தெரிந்து கொண்டவர்கள் மூன்றாவதாக எழுதப்பட்ட அந்த மொழி என்ன என்று புரியாமல் விழிக்கும் நிலை இருந்தாலும், அதுவும் 'சாட்சரதா' என்ற வார்த்தைதான் என்று அனுமானத்தில் உணர்ந்திருக்கலாம்.

ஆனாலும் அது என்ன பாஷை என்று வெளிப்படையாகவே அறிந்து கொள்ளும் ஆவல் பீறிடவே காத்திருப்பார்கள். அவர்களுக்காகவே அதைப்பற்றித்தான் அங்கே விரிவாக வகுப்பு நடந்துகொண்டிருக்கிறது.

"இது தமிழு... இது மலையாளம். இந்த ரெண்டுமே நமக்கு தாய்மொழி அல்ல. இதோ, இந்த கோடு, கோடா இருக்கே. இதுதான் நம்ம தாய் மொழி. தமிழுக்காரன் தன் மொழியை 'மொழி'ங்கிறான். மலையாளக்காரன் 'பாஷா'ங்கிறான். நம்மளும் 'பாஷெ'ன்னுதான் சொல்றோம். ஒவ்வொன்னிலும் உச்சரிப்பு

வேறுபடுது. அதுபோலவே 'எழுத்து'ங்கிறான் தமிழன். மலையாளி 'கட்'டங்கிறான்.

நம்ம ஆளுக 'எமுத்து' ன்னுதான் சொல்லுவோம். நம்ம பேச்சு ஒரு மொழியாயிருக்க, எமுத்து பாஷெயில வேற மொழிய கத்துக்கணும். இப்படியிருந்தா நம்ம ஆளுக தமிழு கத்துக்க முடியுமா? இல்லே, நம்ம மலையாளம் கத்துக்க முடியுமா? முடியாதில்ல. அதுதான் நம்ம குழந்தைக பள்ளிக்கூடம் போக மாட்டேங்குது. போனாலும் படிப்பு ஏற மாட்டேங்குது. அங்கே தங்க மாட்டேங்குது. மாடு மேய்க்க ஆடுமேய்க்க வந்துடுதுக.

இன்னைய கணக்குப்படி இந்த அட்டப்பாடி சீமையில நம்ம நூற்றி எண்பத்தி மூணு ஆதிவாசி ஊருகளிலே வசிக்கிற அம்பதனாயிரம் ஆதிகுடிகள்ல கையெழுத்துப் போடற அளவு படிச்ச மக்களோட கணக்கு வெறும் 100-க்கும் குறைவுதான். அப்படிப் பார்த்தா ஊருக்கு ஒருத்தர் ரெண்டு பேர். பல ஊருல ஒண்ணாம் வகுப்பு படிச்சவங்க கூட இல்லை. எத்தனை நாளைக்கு நம்ம கைநாட்டுத் தற்குறிகளா இருக்கிறது.

அது மாற வேணும். நமக்கு நம்ம பாஷெயில படிப்புக் கத்துக்க வேணும். அதனாலதான் நமக்குன்னு ஒரு பாஷெயை நாமே உருவாக்கியிருக்கோம். அதுதான் இந்த எழுத்து பாஷெ. இந்த ஆதிவாசி பாஷெயின் பேரு ஆதின். மத்த மொழியில வார்த்தைக அழுத்தமா இருக்கும். நம்ம மொழி வார்த்தைக பெரிசா இருக்காது. சைகைதான்.

அந்த மலையிலிருந்து இந்த மலைக்கு நம்ம ஒருத்தரைக் கூப்பிடும்போது சத்தம் பெரிசா கேட்காது. 'இங்கே பா' என்று அழைக்கும்போது நம்ம சைகைதான் முக்கியம் பெறும். அதுதான் சைகைக்கு ஏத்தபடி இந்த பாஷெ உருவாகியிருக்கு. உலகத்திலேயே ஆதிவாசிக்குன்னு ஒரு பாஷெ உருவாகியிருக்குன்னா அது இந்த அட்டப்பாடி சீமையிலதான்.

இதை உருவாக்கியவர் நம்ம தாசனூர் நாராயணன். இதுக்கு நேஷனல் அந்தஸ்து பெற வேண்டி நம்ம ஜனாதிபதிக்கே பிராது அனுப்பியிருக்கிறார். கொச்சரில் ராமன் நாராயணன்

ராஷ்டிரபதி நம்ம நாட்டிலோட ஆளுதான். ஆனா ஏனோ ராஷ்டிரபதி பவனம் இன்னும் கண்ணு தொறக்கலை. ஆனாலும் அதுக்கு முன்னே நமக்கு நாமே நம்ம கல்விக் கண்ணை திறந்தாகணும். அதுக்குத்தான் இந்த ஏற்பாடு...!"

வட்டத்துக்கு நடுவே சிற்றுரை அல்ல. பேருரையே ஆற்றிக் கொண்டிருந்த மருதியை நாம் ஏற்கனவே அகழி ஊர்வலத்தில் பார்த்திருக்கிறோம்.

அவளுக்கு இருபத்தி நாலு வயசுதான். 16 வயது சிறுமி போல் இருந்தாள். உயரம் கட்டையாக இருந்தாள். அநியாயத்திற்கு ஒல்லியான உடம்பு. அணிந்திருந்த ரவிக்கை அவள் உடம்புக்கு சற்றும் பொருந்தாது தொளாபுளா என்றிருந்தது. சேலையை இறுக்கிக் கட்டியிருந்தாள். வயிறு ஒட்டியாணம் போல் இருந்தது.

குண்டு, குண்டு கண்கள் நெருப்புச் ஜுவாலைக்கு ஏற்ப உருண்டு சுடர் விட்டது. அவள் கையில் ஒரு தாளும், ஒரு சிலேட்டுப் பலகையும் இருந்தது. தாளை மடித்து தன் இடுப்புக்கும் சேலைக்கும் இடையே செருகி விட்டு சிலேட்டுப் பலகையில் எழுத்தை எழுதிக் காண்பிக்கிறாள்.

"த...ரா... தரா...!"

தரையில் அமர்ந்திருந்தவர்களும் அவள் சொன்னதையே திரும்பச் சொல்லிக்கொண்டு தம் கைகளில் இருந்த சிலேட்டில் எழுத ஆரம்பித்தார்கள்.

"அ... ர... ணை..., அரணை!"

மற்றவர்களும் சொல்லி எழுதினார்கள்.

"றண்ணே!"

இந்த மூன்றாவது வார்த்தையை உற்சாகமாக எழுதினார்கள்.

"நீங்கள் எழுதியிருக்கற மூணு பாஷையில எது நமக்கு சுலபமா இருக்கு?"

என்று மருதி உரக்கக் கேட்கிறாள்.

"றண்ணே...!' என அனைவரும் கோரஸாய் ஒன்று சொன்ன மாதிரி கத்துகிறார்கள்.

"ஏன் அந்த பாஷை மட்டும் சுலபமா இருக்கு?"

திரும்பக் கேட்கிறாள் அவள்.

"அதுதான் நம்ம பாஷை. நம்ம எழுத்து பாஷெ!' மீண்டும் கோரஸாய் குரல்கள்.

"ஆமாம். அதுதான் நம்ம எழுத்து பாஷை. 'தரா'ங்கறது மலையாளம். அரணைங்கிறது தமிழு. 'றண்ணே' நம்ம ஆதின் மொழி, இருளர் மொழி!" விளக்கிச் சொல்லும் போது மருதியின் கண்கள் ஒளிர்கின்றன.

இந்தக் கூட்டத்திலேயே பத்தாவது வரை படித்த பெண் மருதி. அவளைப்போல இல்லாவிட்டாலும் ஐந்து முதல் எட்டு வரை படித்த பெண்கள் நான்கைந்து பேர் இருந்தார்கள். சுத்துப் பட்டு பதினெட்டு ஊர்களில் இவர்களைத் தவிர படித்தவர்கள் கிடையாது.

'சாட்சரதா' என்ற இந்த வகுப்புகள் இன்றைய தேதிக்கு அட்டப்பாடி சீமையில் நூற்றிப் பனிரெண்டு ஊர்களில் நடந்து கொண்டிருந்தது.

அதில் மருதியைப் போல் பத்தாவது படித்த பெண்கள் மொத்தம் நால்வர் மட்டுமே. இவர்களும் இடைநின்று ஆடு, மாடு மேய்த்துக் கொண்டிருந்து கானகத்தின் மூலம் கல்வி மீட்டெடுக்கப்பட்டு, திரும்பப் பள்ளிக்குச் சென்று படித்தவர்கள்.

இப்படி ஒவ்வொரு ஊரிலும் ஐந்து, ஆறு, ஏழு வகுப்புகள் படித்த பெண்களை வைத்துத்தான் இந்த வகுப்புகளை நடத்திக் கொண்டிருந்தார்கள் கானகம் அமைப்பினர்.

இந்தக் கானகத்தை உருவாக்கியது நாராயணன். ஆதின் பழங்குடிகளின் முக்கியத் தாவரமான மூங்கிலால் இழைத்து, இழைத்துக் கட்டப்பட்டு, மண் பூச்சு பூசப்பட்ட குடிலுக்குள், சப்பை, கொம்பு, கொகாலு, ஊதல், தாரை, தப்பட்டை என இசைக்கருவிகள் இடம் பிடித்தன.

முதலில் தன் சொந்த ஊர் தாசனூரில் சொந்தச் செலவில் கானகத்தை உருவாக்கினார் நாராயணன். பிறகு அதை அப்படியே நாலு, எட்டு, பதினாறு என ஊர்களுக்கு சென்று கொண்டேயிருந்தார்.

ஒவ்வொரு ஊரிலும் உருவான கானகம் இரவு நேரங்களில் ஆடிப்பாடும் கூடமாக மட்டுமல்ல, முதியவர் முதல் இளையவர் வரை ஆதிபழங்குடிகளுக்குக் கல்வி கற்பிக்கும் மடமாக மாறியது. ஆதிப் பழங்குடிகளின் மடம்.

ஆடு, மாடு மேய்க்கும் சிறுவர், சிறுமிகளுக்கு பகலிலே வகுப்பு. சாப்பாடு, தங்கும் வசதி. அந்தந்த ஊரில் பெரியவங்களுக்கு அந்தப் பிள்ளைகள் மூலமே முதியோர் கல்வி எனப்படும் சாட்சரதா சொல்லித் தரமுடிகிறது.

இந்த மருதி மட்டுமல்ல ஊரு ஊருக்கு கல்வி வாசமே அறியாத நஞ்சிகள், வடுகிகள், பூச்செண்டுகள் அடிப்படை கல்வி கற்க ஆரம்பித்தார்கள்.

இதைத் தனிமனிதன் நடத்துவது முடியாது. ஒரு பழங்குடி பள்ளி ஹாஸ்டலின் வார்டனாக பணிபுரியும் ஓர் ஆளும், ஒரு பள்ளியில் ஆசிரியையாக இருக்கும் அவர் மனைவியும் தமது வருமானத்தில் எத்தனை பிள்ளைகளுக்குச் சோறு போட்டு படிப்பு கத்துக் கொடுத்துவிட முடியும்?

முதலில் தன்னால் இயன்றதைச் செய்தார் நாராயணன். பிறகு தன் மனைவியிடம் கடனாகப் பெற்றார். அதுவும் போதவில்லை. தான் சார்ந்த மக்களிடம் அரிசி, பருப்பு, மண்ணெண்ணெய் என நன்கொடைகள் வாங்கினார்.

வயிறார உணவு கிடைத்து, பாடத்தோடு, ஆடலும், பாடலும் சேரும்போது கல்வி கற்பதன் சிரமம் சிரமமாயிருப்பதில்லை. இதை இனியும் விரிவுபடுத்த வேண்டும் என்ற எண்ணம் ஏற்பட்டபோது கைகொடுத்தது அகாட்ஸ். ஹில் ஏரியா டெவலப்மெண்ட் ஸ்கீம் மலைப்பகுதி மேம்பாட்டு திட்டம் எனப்படும் அகாட்ஸ். ஆதிவாசிகள் நலனுக்கென்றே உருவாக்கப்பட்ட சொசைட்டி.

குடிசையில் வாழும் ஆதின் மக்களுக்குத் தொகுப்பு வீடுகள். வேலையில்லாத அவர்களுக்கு காடு வளர்ப்புத் திட்டம், நாற்று நடவுத்திட்டம். தரிசு நில மேம்பாட்டுத் திட்டம் இப்படி நிறைய திட்டங்கள் இதில் இருக்கிறதுதான். அதன் மூலம் இப்போதைக்குக் காசு வரும். வயிறார ஒரு வேளை உணவாவது உண்பார்கள். இதெல்லாம் தற்காலிக ஏற்பாடுதான். சில ஆண்டுகள் கழித்துக் கொடுக்கப்பட்ட புராஜக்ட் முடிந்து அகாட்ஸ் கலைக்கப்பட்டால் அவர்கள் எங்கே போவார்கள்?

'எம் மக்களுக்கு உழைப்பு சொல்லிக் கொடுக்க யாரும் தேவையில்லை. சோறு போடவும் யாரும் தேவையில்லை. இங்கே 'எம் மக்களுக்குத் தேவை கல்வி. அதைச் செய்யாமல் இதைச் செய்து யாது பயன்?' என்று அதன் கன்வீனர்களிடம் நாராயணன் நின்றார்.

'மீன் சுட்டுத் தராதீர்கள். மீன் பிடிக்கக் கற்றுக் கொடுங்கள். அவர்கள் சுட்டுச் சாப்பிட்டுக் கொள்வார்கள்!' என்ற பழமொழியை அதில் அடிநாதமாக நிறுத்தினார்.

"நீங்கள் சொல்வது நிஜந்தண்ணே. ஞாங்கள் அதை மாற்ற யாது செய்யணும்?" என்று அகாட்ஸ் கன்வீனர்கள் கேட்டபோதுதான் தன் கானகத்தையும் அதில் படிக்கும் குழந்தைகளையும் பற்றிச் சொன்னார்.

தனக்கு அதில் கிடைக்கும் அனுபவத்தை விவரித்தார். அங்கே எழுத்துக்கூட்டிப் படிக்கும் குழந்தைகளே படிப்பறிவற்ற முதியவர்களுக்கு படிப்பு சொல்லிக் கொடுக்கும் அதிசயத்தையும் விளக்கினார்.

அதை நாமும் ஏன் செய்யக்கூடாது என்று அகாட்ஸ் கன்வீனர்கள் யோசித்த போது, 'நாம் செய்தே ஆக வேண்டும்!' என்ற கட்டாயத்தை நாராயணனின் வார்த்தைகளே திரும்ப ஏற்படுத்தின.

"அட்டப்பாடியில் கள்ளச்சாராயம் பெருக்கெடுத்து ஓடுகிறது. கீழ் நாட்டிலிருந்து வந்த வந்தேறிகள் கள்ளைக் கொடுத்துக் கெடுத்தார்கள்,

மேல்நாடு மன்னார்காடு, மாஹியிலிருந்து வந்த மாஃபியாக்கள் கள்ளச்சாராயத்தைக் கொடுத்துக் கொல்றாங்க. கோட்டத்துறையையே குட்டி மாஹி ஆக்கிவிட்டார்கள்.

அங்கேதான் குடிகேடுகளின் கூடாரமே இயங்குகிறது. அறியாமையில் இருந்த எம் மக்களைக் குடிக்கு அடிமைப்படுத்துகிறார்கள்.

இன்னொரு பக்கம் கீழ்நாட்டிலிருந்து வந்த தமிழன்மார்கள் எம் மக்களின் நிலங்களை எல்லாம் சுருட்டுக்கும், பீடிக்கும், ஒரு சொப்பு கள்ளுக்கும், ஒரு வேளை சோத்துக்கும் எழுதி வாங்கிவிட்டார்கள்.

ஆதிவாசிகளை ஏமாற்றுவதில் மலையாளி, தமிழன் பாகுபாடு இல்லை. மேற்கத்துக்காரன், கிழக்கத்துக்காரன்னு வித்தியாசம் இல்லை. அவங்க எல்லாமே எங்களுக்கு ஒண்ணுதான். ஆதிவாசி சொத்தை அபகரிக்கிறதுல எல்லோருமே ஒண்ணுதான்.

ஒரு பாவமும் அறியாத சின்னஞ் சிறுமிகளை ஆத்து மேட்டுக்குக் கூட்டிப் போய் மிட்டாயும், பிஸ்கெட்டும் கொடுத்து உடல் உறவு வைக்கிறார்கள். அதனால் வயதுக்கு வராத சிறுமிகள் கூட பால்ய வயசிலேயே வயதுக்கு வந்துவிடுகின்றனர். சிறுமியாய் இருக்கும்போதே பிள்ளை பெற்று விடுகிறார்கள்.

இப்படி அனுபவிக்கப்பட்ட பெண்களைக் கைவிட்டு அந்த வஞ்சகன் ஓடிப் போகிறான். இந்தப் பெண்ணின் அப்பன், அண்ணன், தம்பி, சிற்றப்பன், பெரியப்பன் எல்லாமே சாராயத்துக்கு அடிமை. கஞ்சா குடிக்கு அடிமை. பெத்தவள்தான் கூலி நாழிக்குப் போய் தன் பிள்ளையையும், அதுக்குப் பிறந்த இந்தக் குழந்தைகளையும் காப்பாத்துகிறாள்.

இப்படி மட்டும் அட்டப்பாடி சீமையிலே ஐநூறு, ஆயிரம் பெண்கள் உள்ளார்கள். அவர்களுக்கு அவளைக் கெடுத்தவன் பேர் தெரியாது. அவளுக்கு தம் புள்ளைக்கு அப்பா யார்ன்னு தெரியாது.

அவளுக்குப் புள்ளையைப் பள்ளிக்கூடத்துல சேர்க்கவும்

தெரியாது. பள்ளிக்கூடத்துல சேர்த்தாலும் அப்பா பேர் கேட்டா என்னன்னு சொல்லுவா?

அப்பா பேர் தெரியாத ஆதிவாசிக் குழந்தைகளுக்கு ஜாதிச் சான்றிதழ் எப்படி கிடைக்கும். ஆதிவாசிப் பொண்ணுக்குப் பொறந்தாலும், ஆதிவாசி ஆணுக்குப் பொறக்காததால ஆதிவாசிகளுக்கான படிப்பு, சலுகை அந்தக் குழந்தைகளுக்குக் கிடைக்கறதில்லை.

இத்தனை பாவக்கறையெல்லாம் துடைக்கணும்னா எங்க பிள்ளைக படிக்கணும். அதுவும் எம் தாய் மொழியில் படிக்கணும்...!"

நாராயணனிடமிருந்து புறப்பட்ட அந்த ஒளி வெளிச்சம் அகாட்ஸ் உதவி இயக்குநர் உமாமேனனை நிமிர்ந்து பார்க்க வைத்தது. 'நாம் எதிர்பார்த்ததற்கும் மேலாக இந்த ஏரியாவில் நாம் செய்யவேண்டிய பணிகள், நம் பெண்களுக்காகச் செய்ய வேண்டிய வேலைகள் நிறைய இருக்கிறது...'

அதில் உருவானதுதான் தாய்க்குலச் சங்கம். அந்த அமைப்பின் உட்கட்டமைப்பாகப் புறப்பட்டதே 'சாட்சரதா'.

'எழுது, படி... எழுத்தறி, எழுந்திரு!' என்பதுதான் அதன் ஸ்லோகம்.

குழந்தைகளுக்கு மட்டுமல்ல, முதியோர்களுக்கும் எழுத்தறிவித்தல். இந்தக் கல்வியால் அறியாமை போகும். கள்ளச்சாராயம் போகும். கஞ்சா காடுகள் ஒழியும். ஆதிவாசி ஆண்கள் மனம் திருந்தி வர வாய்ப்பும் உண்டு.

அட்டப்பாடி தாசனூரில் அன்று இட்ட நெருப்பு குலுக்கையூரில் சுடர்விட்டு எரிகிறது. மருதிகள் போதித்துக் கொண்டிருக்கிறார்கள். அவளால் கல்வி கற்ற சின்னஞ்சிறுசுகள் தன் தாய்க்கு, தன் பாட்டிக்குக் கைப்பிடித்து எழுதக் கற்றுக்கொடுத்துக் கொண்டிருக்கிறார்கள்.

அவர்கள் இரவில் எழுதியது மட்டுமே எழுத்தாணி கொண்டு. பகலில் அந்த எழுத்தாணி கொடுத்த உத்வேகத்தில் பெரிய

ஆயுதம் எல்லாம் எடுக்கிறார்கள். குண்டாந்தடி, கட்டை, இரும்பு ராடு எனக் கிடைத்த ஆயுதங்களை எல்லாம் பற்றுக் கோல் ஆக்குகிறார்கள்.

இரவில் சாட்சரதாவில் கல்வி கற்ற பெண்கள் எல்லாம் தாய்க்குலச் சங்கத்தின் அங்கத்தினர். புறப்படுகிறார்கள். அதுவே அட்டப்பாடியில் அகழி, கோட்டத்துறை தொடங்கி, முக்காலி வரைக்கும் பெண்கள் போராட்டம் எழுச்சிகொள்ள வைக்கிறது.

எதிர்ப்பது ஏழை எளிய பெண்கள். எதிர்க்கப்பட்டு பாழ்படுவது பெரும் மாஃபியாக்கள். நிலச்சுவாந்தார்கள். எதற்கும் அஞ்சாத வந்தேறிகள். சும்மாயிருப்பார்களா?

இப்போதும் மக்களுக்குக் கல்வி கற்பித்து பாடம் எடுத்து குலுக்கையூரிலிருந்து அன்றிரவு பாடம் எடுத்துவிட்டு தன் வீட்டுக்குப் போன மருதி வீடு திரும்பவில்லை.

அடுத்தநாள் கொடுங்கரைப் பள்ளத்திலிருந்து புறப்பட்ட சோலையூரு வாய்க்காலில் பிணமாகக் குப்புறக் கிடந்தாள்.

அவளைத் திருப்பிப் புரட்டிப்போட்டவர்கள் மனம் பதறினர். முகம் இருந்த இடத்தில் முகம் இல்லை. முழுக்க, முழுக்க கத்தியால் கீறிக் கீறிக் கோரமாய்ச் சிதைத்திருந்தார்கள்...

“அய்யோ கண்கொண்டு பார்க்க முடியலியே... மருதி... மருதீ.. மருதீ... இந்த பாதகத்தைச் செய்தது யாரானு?”

ஒன்றல்ல, ஒட்டுமொத்த கேரளத்தின் அட்டப்பாடியின் நூற்றி எண்பத்து மூன்று கிராமங்களிலும், அந்த ஓலம் ஒலித்தது.

★

உயர்ந்த மலைகளில் வளரும் சோமக் கொடிகளைப் பறித்து மரப்பாத்திரத்தில் வைத்து மரக் கட்டைகளால் இடித்துத் தூளாக்கி, நிழலில் உலர்த்தி, நீரில் கரைத்து கம்பளித் துணியில் வடிகட்டி, தேன், பால் அல்லது தயிருடன் கலந்து மரப்பாத்திரங்களிலும், உலோகப்பாத்திரங்களிலும் கலசங்களிலும் பாதுகாத்து வைத்தால், அது புளிப்புச்சுவை ஏற, ஏற மிகச் சுவையாகவும், மயக்கம் தரும் வகையிலும் மாறும்.

3

"எந்தடா வேடிக்கை? ஒழுங்கா ஊறலைக் காய்ச்சுடே....!"

அவன் பேசவில்லை, உறுமினான் என்றுதான் சொல்ல வேண்டும்.

குன்னிக்கண்ணன் என்பது அவன் பெயர். குண்டாக திடகாத்திரமாக இருந்தான். மொழு, மொழுன்னு இழைத்த சந்தனக் கட்டை உடம்பு. சிவந்த நிறத்துக்கு சொல்லவா வேண்டும்? கண்களுக்குள் உக்கிரம். அவன் குரலைக் கேட்டு நடுங்காத ஆள்காரர்கள் இல்லை.

அந்த வனாந்தரமே புகைக்காடாய் மாறியிருந்தது. செம்பட்டன் விறகுகளைச்

சுமந்துகொண்டு வந்துபோட, வகுரான் அடுப்பெரித்துக் கொண்டிருந்தான். இப்படி ஒரு அடுப்பு ரெண்டு அடுப்பு அல்ல. வரிசையாய் பதினேழு அடுப்புகள்.

ஒவ்வொரு அடுப்பிலும் பெரிய பெரிய மொடாக்கள். அடிமொடாவான அவற்றுக்குக் கீழே சின்ன மொடாக்கள். அதற்குள் ஒரு சின்னப் பானை. சின்னப்பானை மற்றும் சின்ன மொடாவையும் மூடுகிற மாதிரி ஒரு பெரிய மொடா அதன் மீது குப்புறக் கவிழ்த்தப்பட்டு ஒன்றுசொன்னாற் போல் இருந்தது.

நெருப்பு மூட்டப்பட்ட அடுப்புகளை வயிறான் போலவே பல வயிறான்கள் எரித்துக் கொண்டிருந்தனர். பெயர்தான் வயிறான்கள். சாப்பிட்டுப் பல நாட்கள் ஆகியது போல் அவர்கள் வயிறு ஒட்டிக் கிடந்தது. ஒவ்வொரு மொடாவிலிருந்தும் வெளிப்படும் நீராவி, ஒரு சுகந்த மணத்தை காடேகமாய் ஊட்டிக் கொண்டிருந்தது.

செம்பட்டன் போலவே பல செம்பட்டன்கள் விறகு வெட்டிக் கொண்டு வந்து அடுக்கிக் கொண்டிருந்தனர். இதில் பெரிய வயிறானும், சின்ன செம்பட்டனும் கண்களால் ஜாடை செய்து கொண்டனர். தூரத்தில் ஜீப்பில் உட்கார்ந்திருந்த முதலாளி கவனித்திருக்க மாட்டான் என்ற தைரியத்தில்தான் இருவரும் சன்னமாக வேறு பேசிக்கொண்டனர்.

முதலாளிக்கு கழுகுக் கண்கள். பார்த்துவிட்டான். ஜீப்பிலிருந்து இறங்கி வேகமாக வந்தவன் செம்பட்டனின் கன்னத்தில் விட்டான் ஒரு அறை. செம்பட்டனுக்குப் பொறி கலங்கிப் போனது. பிதுப்பிதுவென கண்களில் நீர் பிதுங்கியது.

“என்னடே பேச்சு, வேலையச் செய்யாம?”

அவன் போட்ட உறுமலில் மற்ற ஊறல் மொடாக்களில் தீ மூட்டியவர்கள் நடுங்கினர். தம் அடுப்பில் விறகுகளை அதிகமாகப் போட்டு வேகமாகத் தள்ளினர். செம்பட்டனை அறைந்த வேகத்தில் குத்த வச்சு அடுப்பு எரித்துக்கொண்டிருந்த வயிறானையும் விட்டான் ஒரு உதை.

"அய்யோ சேட்டா!"

என்று அலறியபடி தூரப் போய் விழுந்த அவனை ஓடிப்போய், அகலக் கரை வேட்டியை மடித்து கையில் ஏந்திக் கொண்டு தாறுமாறாய் மிதித்தான் முதலாளி.

'குய்யோ, முய்யோ' கூப்பாடு வயிறானிடம்.

"சாமி, சாமி... இனி பேச மாட்டேன் சாமி... பேச மாட்டேன் சாமி...!"

கையெடுத்துக் கும்பிடுகிறான்.

அப்பவும் நாலைந்து மிதி மறுபடியும் மிதித்து விட்டுத்தான் ஓய்கிறான்.

"ஆ பயம் இருக்கட்டும்!'

கை சொடுக்கின குன்னிக்கண்ணன் ஜீப்பில் போய் அமர்ந்தான். வயிறானை உருட்டிப் பிரட்டி, மிதித்ததில் மேல்மூச்சு கீழ் மூச்சு வாங்கியது.

ஜீப்பில் வைத்திருந்த மேல்நாட்டுச் சரக்கை எடுத்து வாய்க்குள் சரித்தான்.

'நாயிண்ட மகன்கள். இப்படியே உட்டா உச்சிக்குப் போயிருவானுக. இன்னெய்க்கு கூடிப் பேசுவானுக. நாளைக்கு கூட்டு சேருவானுக, அப்புறம் சங்கம் வைப்பானுக. அதுக்குப்பிறகு நமக்கு எதிராவே புறப்படுவானுக...!"

இன்னமும் அவன் ஆத்திரம் அடங்கவில்லை. பொருமினான்.

இந்தக் குன்னிக் கண்ணன் ஊறல் பேட்டையில் ஒருத்தரும் ஒருத்தருக்கொருத்தர் பேசக்கூடாது. பேசினால் அவன் அவ்வளவுதான். வெட்டிப் புதைத்து விடுவான். விளையாட்டாகக் கூட இல்லை. பல பேரை குத்திக்குதறி பவானி ஆற்றில் விட்டிருக்கிறான் என்பது இங்குள்ளவர்கள் பலருக்கும் தெரியும்.

திடீரென்று ஒருத்தன் காணாமல் போகிறான் என்றால் அது குன்னிக்கண்ணன் கைவண்ணம். ஓரிரு நாட்களில்

சம்பந்தப்பட்டவன் பவானிக்கரையில் பிணமாய் ஒதுங்குவான் என்று அர்த்தம்.

அப்படி என்ன வன்மம்? வன்மத்தில் பிறந்தவனுக்கு வன்மம்தானே இயல்பாய் இருக்கமுடியும்.

குன்னிக்கண்ணனுக்கு மன்னார்காடு ஜில்லாவில் சங்கலேரிதான் வாசம். அம்மையிடம் பால்குடி மறந்த வேளையே அப்பாவை ஒரு கார் விபத்தில் இழந்துவிட்டான். தாய் வேறொருத்தனைக் கூட்டிக்கொண்டு ஓடிவிட்டாள். அம்மா போல் இல்லை மாமன்.

அக்கா மகனை வாஞ்சையுடன் வளர்த்தினான். இவனுக்குப் புத்தி சரியில்லை. தாயிடமிருந்து வந்ததோ தெரியவில்லை. விவரம் தெரிந்த சின்ன வயசிலேயே மஸ்கட்டிலிருந்து வந்த அஸ்ரத்பாய் வீட்டில் கோல்டு பிஸ்கட் திருடி விட்டான்.

கடத்தல் சரக்கு. கணக்கில் வராதது. போலீஸிற்குப் போக அஸ்ரத் பாய்க்கு பயமில்லை. தானே போலீஸுக்கு போலீஸ். தன் வீரத்தை ஒரு சிறுவனிடமா காட்டுவது? இவன்தான் திருடினான் என்று தெரியும். அவனைக் கட்டி வைத்து உதைக்கவில்லை. போலீஸில் பிடித்துக் கொடுக்கவில்லை. 'இவன் நமக்குப் பயன்படுவான்' என்று தட்டிக்கொடுத்தார்.

"எங்கூட வா!" என்று அழைத்துப் போனார்.

போன இடம் கோழிக்கோடு மாஹி.

பாளம், பாளமாய் கோல்டு பிஸ்கட் மட்டுமல்ல, மஸ்கட், துபாய், வளைகுடா நாடுகளிலிருந்தெல்லாம் ரிஸ்ட் வாட்ச். கேமரா, டேப் ரிக்கார்டர், டீவி என சகலமும் கள்ளத்தோணியில் வந்திறங்கியன. அதன் குடோன் மாஹி பீச்சுக்கு அருகாமை குப்பத்தில் இருந்தது.

பிறகென்ன? அதில் ஏகமாய் ஜொலித்தான் குன்னிக்கண்ணன். தாறுமாறாக வளர்ந்தான். குடி, கூத்து, கும்மாளம். இது பிஞ்சிலேயே பழுத்தது. கொச்சின், கோழிக்கோடு, மாஹி பீச் ஷூட்டிங் வந்த நடிகைகளைக் கூட பேரம் பேசினான்.

அவர்கள் தங்கின ஹோட்டல் புக்கிங் பூராவும் இவனே கவனித்துக்கொண்டான்.

மாஹியில் கொஞ்ச காலம்தான் வசித்தான். அங்கே மஸ்தான் ஏகும் கள்ளக்கடத்தல் பொருட்கள் வந்து பல வருஷம் ஓடிப்போச்சு. கடத்தல் பொருட்களிலேயே உலக நாடுகளைக் கவர்வது போதைப் பொருட்கள்தான். கோக்கைன், ஹெராயின், கஞ்சா, வெள்ளை அபின் இப்படி. இதில்தான் நாம் கோலோச்ச வேண்டும். அவற்றில், நம் தேசத்தில் மிகச் சுலபமாய் உற்பத்தி செய்யக்கூடிய வஸ்து கஞ்சா.

யாருமே புகாத தொடுக்கி மலைக்காடு. உள்ளே நுழைந்தான்.

அங்கே ஆனைவாய் மூப்பன் மட்டுமே ராஜா. 106 வயசுக் கிழவன். அவனுக்கு கீழ் குடிகள் தொண்ணூத்தி ஆறு. எல்லாமே அவன் பெண்டாட்டி, வப்பாட்டி, பிள்ளைகள், பேத்திப் பிதுறுகள்.

குன்னிக்கண்ணன் கொண்டுபோன துபாய் சரக்கில் மதி மயங்கினான் சரிந்தான். கள்ளு, சாராயம் மட்டுமே கண்ட நாக்குக்கு இந்த ரசம் சொர்க்க ரசமாக இருந்தது. காட்டு ராஜாவைச் சரிக்கட்டி கஞ்சா கல்டிவேஷனைச் செய்தான். இவனே அந்தக் காட்டுக்கு ராஜாவாக மாறினான். இவனிடம் வந்த அடியாட்கள் இவனின் தளபதிகளாக அந்தக் காட்டிலேயே தங்கினர்.

வாரம் ஒரு முறை பதினைந்து நாட்களுக்கு ஒரு முறை ரேசன் பொருட்கள், மண்ணெண்ணெய் வாங்க மட்டும் முக்காலி வரை மலையிறங்கும் ஆனைவாய் மக்கள் இப்பொழுதெல்லாம் அடிக்கடி கீழே வந்தார்கள். அஞ்சுக்கும் பத்துக்குமே அல்லாடிக் கொண்டிருந்த ஜனங்கள் கையில் நூறு, ஐநூறு, ஆயிரம் ரூபாய் நோட்டுகள் சரமாரியாகப் புழங்கியது.

“ஏய் கரட்டி. ஏய் மாரி ஏதிடீ இவ்வளவு பணம்?” என்று கேட்கும்போது,

“இப்ப எல்லாம் நாங்க தைலப்புல் வளர்த்தறோம்ல? மகராஜா

குன்னிக்கண்ணன் புண்ணியம்!" என்று கையெடுத்துக் கும்பிட்டார்கள்.

ஆமாம். கஞ்சாவைத்தான் அந்த அப்பாவி மக்களிடம் தைலப்புல் என்று சொல்லி வைத்திருந்தான் குன்னிக்கண்ணன்.

இந்தத் தகவல் அகழி போலீஸ் ஸ்டேஷனுக்குப் போனபோது போலீஸ்மார் அசுவாரசியமாகத்தான் கேட்டுக்கொண்டனர்.

குன்னிக்கண்ணன் பிஸினஸில் போலீஸ் நம்ம தலையிடுவதாவது? திருவேந்திரம் சீப் செக்கரட்டரி கூட அவன் கைக்குள் அல்லோ?' என்றார்கள்.

இந்த விஷயம் பாலக்காடு எஸ்.பிக்குப் போனது. சுத்த நேர்மையானவர். தன் படையுடன் ஒரு நாள் ஆனைவாய்க் காட்டுக்குப் போனார். மூப்பனே அவரை எதிர்கொண்டு அழைத்துச் சென்று தாங்கள் பயிரிடும் தைலப் புல்லைக் காட்டினார். குன்னிக்கண்ணன் ஆட்கள் ஓடிப் போனார்கள். மூப்பனின் ஆட்கள் வெள்ளந்தியாய் இவர் முன் நின்றார்கள்.

'இந்த ஜனங்கள் இவ்வளவு அப்பாவியாக இருக்கிறார்களே!' என்று எண்ணினார். அவர்களை எல்லாம் ஊர் வெம்பரப்பில் அமர வைத்தார்.

"இதுக்குப் பேரு கஞ்சா. இதை நீங்க வளர்த்தக் கூடாது. அப்படி வளர்த்தினா ரெண்டு வருஷம் ஜெயில்லதான் இருக்கோணும்!" என்று போதித்தார். கஞ்சா குடியை விட, கஞ்சா கல்டிவேஷன் நிறைந்த போதை தரக்கூடியது என்பதை அந்த எஸ்.பி அறிந்தே இருந்தார்.

இவர்களிடம் பேசுவதைவிட உள்ளூர் போலீஸை ரிவிட் அடித்தால் சரியாக இருக்கும் என்று உணர்ந்தார்.

உடனடியாக ஒரு டிஒய்எஸ்பி, ரெண்டு சப் இன்ஸ்பெக்டர், நாலு கான்ஸ்டபிள்களை சஸ்பெண்ட் செய்தார். அவர்களோ சங்கம் சேர்ந்தனர். போலீஸ்காரர்கள் செங்கொடி தூக்கினர்.

"இது அதிகாரிகளோட அராஜகம்" என்று ஸ்டிரைக் செய்தனர். பாலக்காடு ஜில்லாவில் உள்ள அத்தனை போலீஸ் ஸ்டேஷனும்

ஒரு நாள் இந்த வேலை நிறுத்தத்தில் ஸ்தம்பித்தது.

'முள்ளை முள்ளால்தான் எடுக்க வேண்டும் என்பதை எஸ். பி., உணர்ந்தார்.

நேரடியாகவே ஆனைவாய் களத்திற்கு மாதம் இருமுறை சென்றார். கஞ்சா பயிர்கள் எங்கெங்கு இருக்கிறதோ, அதையெல்லாம் ஆதி ஜனங்கள் மூலமே அறிந்து அவர்கள் மூலமே அதையெல்லாம் தீக்கிரையாக்கினார். இந்த இடத்தில் எங்கேயும் குன்னிக்கண்ணன் சிக்கவில்லை.

எப்படிக் கஞ்சா வாங்கி, எங்கே பதுக்கி, எப்படிக் கடத்துகிறான் என்பது அறியப்படாத ரகசியமாகவே இருந்தது. அந்த மூலத்தைக் கண்டுபிடித்தால் அவனை ஒரு வருஷம் விசாரணையில்லாமல் ஜெயிலில் அடைத்து விட முடியும். எங்கே எப்படிக் கண்டுபிடிப்பது?

ஆதிமக்களுக்கு வீடுகள் கட்டிக்கொடுத்தார். அன்றாடத் தேவைக்கு ரேசன் பொருட்கள் வழங்கினார். குழந்தைகளுக்கு சட்டைத்துணிகள் வாங்கிவந்து தந்தார். அதில் அவரை தெய்வமாகவே பாவிக்க ஆரம்பித்தனர் மக்கள். மிகுந்த சிநேகமான மக்களுடன் மக்களாக ஆனார். சில சமயம் அவர்கள் வீட்டிலேயே படுத்து உறங்கினார். விடிந்தும் விடியாததுமாக ஆனைவாய் மூப்பனையும், அவன் ஆட்களையும் துணைக்கழைத்துக் கொண்டு கஞ்சா வேட்டைக்குப் புறப்பட்டுப் போனார். பல நூறு ஏக்கர் கஞ்சா காடுகளைத் தீ வைத்து அழித்தார்.

ஒரு நாள் புகை போகமுடியாத அளவு உள்ள ஓர் அடர்காட்டுக்குள் கூட்டிப் போனான் மூப்பன். நிறைய பள்ளத்தாக்குகள், குன்றுகள், மலைகள் பல மைல்கள் கடந்து 'ஹோ'வென வாய்பிளந்து கிடந்தது அந்த இடம். மூன்று பெரு மலைகள், நடுவே பெருங்குகைகள். உள்ளே செல்லச் செல்ல இருட்டாக இருந்தது. டார்ச் லைட் ஒளி உமிழ, உமிழ உள்ளே சென்றால் ஓரிடத்தில் அகண்ட வெளி. கமகமக்கும் கஞ்சா வாசம்.

அங்கே திடீர் வெளிச்சம். ஆயிரம் வோல்ட் மின்விளக்குக்கு அங்கே மின்சாரம் எப்படி வந்தது தெரியவில்லை. ராட்சஷ பேட்டரிகள். கோகைன், அபின், கஞ்சாவுடன் கலக்கி பொட்டலங்கள் ஆக்கும் ஒரு கம்பெனியே அங்கே நடந்திருக்கிறது. அட்டி போட்டு அடுக்கப்பட்ட கஞ்சா மூட்டைகள். மூச்சு முட்டியது.

"என்ன எஸ்பி என் குகைக்குள்ளேயே வந்துட்டியா?"

கரகர குரல் கேட்டது. ஏற்கனவே காடு, காடாய் சுற்றி அலைந்ததில் வியர்த்திருந்த எஸ்.பி இப்போது பயத்தில் பத்து மடங்கு வியர்த்தார்.

அதற்குப் பிறகு பவானி நதியில் பிணமாகப் புறப்பட்டு இரண்டு நாட்கள் கழித்து முள்ளி பகுதியில் கரையொதுங்கி கிடந்தார்.

ஒரு போலீஸை அடித்தாலே ஒரு வேன் நிறைய இரும்புத் தொப்பி போலீஸ்கள் வரும். போலீஸை அடித்தவனை, 'இதுதான்டா போலீஸ்' என்று பின்னிப் பெடல் எடுக்கும்.

இங்கே மண்ணைக் கவ்விக் கிடந்ததோ எஸ்.பி. பத்துக்கும் மேற்பட்ட ரிசர்வ் போலீஸ் வாகனங்கள் படையெடுத்தன.

சோலையூரில், புதூரில், தாவளத்தில், அகழியில், முக்காலியில், கோட்டத்துறையில் எல்லாம் வஜ்ரா வாகனத்தோடு, நிறைய போலீஸ் வேன்கள். ஒரு பெரும் போலீஸ் படை ஆனைவாய் காட்டுக்குள் புகுந்தது.

கஞ்சா பதுக்கியிருந்த அந்தக் குகையைக் கண்டுபிடித்தது. அத்தனையும் அழித்ததோடு, ஐம்பதுக்கும் மேற்பட்ட மாஃபியா கும்பலைக் கைது செய்தது. திருச்சூரில் ஒரு ஓட்டலில் நடிகை ஒருத்தியோடு கட்டிலில் கிடந்த குன்னிக்கண்ணனும் கைது செய்யப்பட்டான்.

அப்பவும் அவன் மீது போதுமான சாட்சியங்கள் இல்லை. அதிலும் எஸ்.பி. கொல்லப்பட்டதற்கு எந்த முகாந்திரமும் கிடைக்கவில்லை. ஆனாலும் குண்டாஸில் போட கையெழுத்து இட்டார் ஜில்லா கலெக்டர்... அதற்குள் யுடிஎப், எல்டிஎப்

என இருவேறு அணிகளிலிருந்தும் ஏகப்பட்ட பரிந்துரைகள். நெருக்கடிகள். 'கோர்ட்டில் பார்த்துக்கட்டும்!' என்று சொல்லி விட்டனர் போலீஸ் உயர் அதிகாரிகள்.

குன்னிக்கண்ணனுக்காக கீழ்கோர்ட், மேல்கோர்ட், ஹைகோர்ட் என நூற்றுக்கணக்கான வக்கீல்கள் கேஸ் கட்டைத் தூக்கிக் கொண்டு அலைந்தனர். பணம், மாளாத பணம். பாதாளம் வரைக்கும் பாயுமல்லோ? எண்ணி மூன்றே மாதம். குண்டாஸ் வழக்கைத் தவிடு பொடியாக்கிவிட்டு வெளியே வந்து விட்டான் குன்னிக்கண்ணன்.

மூன்று மாதத்தில் குன்னிக்கண்ணனைச் சிறை கொஞ்சம் அதிகமாகவே மாற்றியிருந்தது.

இனி ஆனைவாய்க்காடு சரிப்பட்டு வராது. இங்கே இருப்பது முறையல்ல. கஞ்சா கல்டிவேஷன் அப்புறம் பார்க்கலாம். இதற்கு மாற்றுத் தொழில் சாராய ஊறல். அதைச் செய்வது சுலபம். அதற்கு வம்பு வழக்குகளும் குறைவு என்று ஜாகையை மாற்றினான். அப்படி மாறிய இடம் கோட்டத்துறை.

அட்டப்பாடியில் அகழி, கூலிக்கடவு, தாவளம், முக்காலி எல்லாம் சின்ன கிராமங்கள் என்றால், அதற்கு கோட்டத்துறை ஒரு குட்டி டவுன்.

அங்கே உள்ளே போகப் போக சோலைக்காடு, மலைகள், சன்னமாய் ஓடும் சிறுவாணிப் புழா, மூலிகை செடிகள், விதவிதமான மரங்கள். இன்னும் மேலே போனால் ரத்தம் உறிஞ்சும் அட்டைப் பூச்சிகள். சாராயங் காய்ச்ச ஏதுவான இடம். பட்டை, அழுகிய பழங்கள். சில மூலிகைச் செடிகள். மாஹி சாராயத்திற்கு இணையேதும் இல்லை என்று பெயர் வாங்கிக் கொடுத்தது.

அந்தக் காட்டில்தான் வயிறான்களும், செம்பட்டான்களும் குன்னிக்கண்ணனிடம் வதைபட்டுக் கொண்டிருந்தார்கள்.

வயிறானுக்கும் சரி, செம்பட்டனுக்கும் சரி, ஏண்டா இவனிடம் வந்து மாட்டினோம் என்றிருந்தது. வயிறான் இந்த குன்னிக்கண்ணனிடம் வந்து சேர்ந்து வருஷம் ஆறேழு இருக்கும்.

வரும்போது நல்ல வயிறோடு இருந்தான். அதனால்தான் அவனுக்கு அந்தப் பெயரே வந்தது.

அவனுக்கு சொந்த ஊர் வீட்டியூர். அழகான மனைவி செண்டு. இரண்டு குழந்தைகள். ஓர் ஆண். ஒரு பெண். தாசன், மல்லியம்மா. ஆரம்பத்தில் காட்டு வேலைக்குப் போனவன். பிறகு பனங்கள்ளு இறக்கப் போனான். ஒரு நாளைக்கு இருபது பனைமரங்களில் கள்ளு இறக்கிறவன். ரெண்டு சொப்பு கள்ளாவது குடிக்காமல் வீடு திரும்ப மாட்டான்.

அன்றைக்கு வந்த செங்கீரி ஒரு சொப்பு கள்ளு குடித்து விட்டு எதையோ புகைத்தான். சாதாரண மல்லிசேரி பீடிதான் என்று நினைத்தவனை, 'என்ன வயிறா பார்க்கறே. பீடி வளிக்கிறியா?' என்று கேட்கிறான். இவனும் 'ஆமாம்' என்று தலையாட்டுகிறான். அவன் வளித்த பீடியின் நுனியில் இருந்த எச்சிலைத் துடைத்துவிட்டு கொடுக்கிறான்.

இவனும் உறிஞ்சுகிறான். அது வழக்கமான பீடி போல் இல்லை. விரலிடுக்குக்குச் சிக்காத பருமனில் இருந்தது. புகையை ஒரு உறி உறிஞ்சியதும் ஏதோ ஒரு கிறக்கம் உள்ளூரப் புரண்டது. சொக்கிப் போனான். அடுத்து, அடுத்துப் புகையை இழுக்கும்போது அந்தரத்தில் மிதப்பது போல இருந்தது.

இன்னும், இன்னும் புகை இழுக்க வேண்டும் போல் ஆசை வந்தது. ஒரு வாய் கள்ளு, ஒரு உறிஞ்சுப் புகை. கலந்த கலவை இன்னமும் என்னவோ செய்தது. இவன் செய்கையை செங்கீரி பார்த்துக்கொண்டே இருந்தான். 'ரசிக்கிறானா?' அதை உணரும் சக்தி கூட வயிறானுக்கு இல்லை.

அப்புறம், அப்புறம் என்று உறிஞ்சி பீடி முடிந்து அணைந்து விட்டது. 'இன்னும் வேணுமா?' கேட்கிறான் செங்கீரி. இவனும் அதற்கு ஏங்குகிறான். நாளைக்கு என்று சொல்லிப் போகிறான். அடுத்தநாள் கள்ளுச் சொப்பு எடுத்து வைத்துக்கொண்டு அவனுக்காகவே காத்திருந்தான்.

அவன் வந்தான். கள்ளுச் சொப்பை எடுத்து அவன் வாயில் சரிக்கும்போது அவன் கையில் ஒரு பீடி, இவன் கையில் ஒரு

பீடி. பனைமரத்தடியில் புகை மண்டலமாய்... ஆனந்தமாய் வயிறானின் கண்கள் சொருகுகிறது.

"என்னடா வயிறா. பீடி நல்லாயிருக்கா?"

'ம்... ம்... சொர்க்கமே அதுலதான் தெரியுது!"

"இது நீ ஒரு காசு. ரெண்டு காசுக்கு வாங்கற மல்லிசேரி, மஜித் பீடின்னு நினைச்சியா?"

"இல்லே. வேற ஏதோன்னு தெரியுது. ஆனா என்னன்னு தெரியலை...!"

"மடையா... மடையா. இதுதான் கஞ்சா. வெறும் கஞ்சா மட்டுமல்ல, அதுல வேற ஒரு வெளிநாட்டுச் சரக்கு கலந்திருக்கு. அதுக்குப் பேரு கோகைன்!"

"ஓ...!" என்று இழுத்த வயிறானின் வாயிலிருந்து புகை மண்டலம் அடுத்து அடுத்து பீறிட்டுக் கிளம்புகிறது.

அடுத்தநாள், அதற்கு அடுத்தநாள் இந்தப் பீடிக்கு ஏங்குகிறான் வயிறான்.

தன் மனைவியிடம் போகும்போது கூட உளறிக் கொட்டுகிறான். முந்தி போல் சுறுசுறுப்பு இல்லை. வேகம் இல்லை. மூன்றாவது குழந்தைக்கு அவனுக்கு தகுதியில்லை என்ற நிலையில்தான் அவன் மனைவி செண்டு அவன் கஞ்சாவுக்கு அடிமையானதைக் கண்டுபிடிக்கிறாள்.

'நீயில்லாவிட்டாலும் இருந்துடுவேன் செண்டு. இந்தப் பீடி வளிக்காட்டி நான் உசிரோடவே இருக்க மாட்டேன்!" என்று சொல்லும் அளவுக்கு போதை நோய் தாக்கியபோது கள்ளு இறக்கும் வேலையை விட்டு, காட்டு வேலையையும் விட்டுவிட்டு குன்னிக்கண்ணன் சாராய ஊறலுக்கு அடுப்பெரித்துக் கொண்டிருந்தான்..

வயிறான் மாதிரி ஆட்களை வசியப்படுத்தி குன்னிக்கண்ணன் கும்பலிடம் கொண்டு வருவதுதான் செங்கீரிக்கு வேலை.

காட்டில் வேலை செய்பவன், பனையேறுபவன், கள்ளுப்

பானை சுமப்பவன் என எல்லோரையும் குன்னிக்கண்ணன் சாராய ஊறல் போடும் இடத்திற்குக் கொண்டுவந்து சேர்க்கப் பயன்படுத்திய ஒரே ஆயுதம் கோகைன் கலந்த கஞ்சா பீடி. ஆரம்பத்தில் குன்னிக்கண்ணனிடம் வந்து சேருபவர்களுக்கு ராஜ உபாச்சாரம்தான்.

ஒரு நாளைக்கு இருநூறு மில்லி பட்டை சாராயம். சாக்கனா வருவல் சாப்பிட்டுக் கொள்ளலாம். கைநிறைய காசு வாங்கிப் போய் மனைவிக்கு நாஸ்தா வாங்கிக் கொடுக்கலாம். கொஞ்சம் புத்திசாலித்தனமாக நடந்தால் அவளுக்கு அதே காசில் தங்கத் தோடு கூட வாங்கிக்கலாம். தேவைப்பட்டால் அவளுக்கும் சாராய போதையேற்றி குன்னிக்கண்ணன் சாராய ஊறல் பேக்டரிக்குக் கொண்டு வந்து விடலாம். அவனுக்கும், அவன் ஆட்களுக்கும் சாராய அடுப்புகள் எரிப்பதோடு அவர்களின் இச்சைக்கும் விருந்தாகலாம்.

அப்புறம், அப்புறம் பெண்ணானாலும், ஆணானாலும் சுகம் மெல்லத் தேயும். அகழி போலீஸ் ஸ்டேஷனில் மாசத்துக்கு ரெண்டு சாராய வழக்குகள் வலிய வந்து விழும். அதற்காக மாதம் ஒரு தடவை ஜெயிலுக்குப் போகணும். ரெண்டு தடவை மன்னார்காடு கோர்ட், பாலக்காடு கோர்ட்டுக்கு வாய்தா போகணும். பணத்துக்குப் பதிலா வருஷத்துக்கு பத்து கேஸ் விழுந்துடும்.

‘யார் ஜாமீன் எடுக்கறாங்க. வக்கீல் பீஸ் கொடுக்கறாங்க என்பதெல்லாம் குன்னிக்கண்ணன் கும்பலுக்கே வெளிச்சம். ஆண் மட்டுமே மாட்டியிருந்தால், ‘போதும் என் பொண்டாட்டி புள்ளைகளைக் காப்பாத்த வேணும். போலீஸ் அடி, கோர்ட் அலைய சக்தியில்லை. விடு!” என்று அழுவது தவறாது.

அப்படிக் கேட்பவன் அதோ கதிதான். ஒரு முறை குன்னிக்கண்ணன் குகைக்கு வந்து விட்டால் அவன் திரும்பிப் போவது சாத்தியமில்லை. அடி பிரித்து மேய்ந்து விடுவார்கள். எலும்பெல்லாம் நொறுக்கி விடுவார்கள். இதையெல்லாம் மீறி ஒருவன் நல்லவனாக முயற்சி செய்தால் பவானி நதியில் பிணமாக மாற வேண்டியதுதான்.

ஆணோடு, பெண்ணும் அகப்பட்டிருந்தால் சொல்லவே வேண்டாம். இருவரும் குடித்தும், இளைத்தும் சாக வேண்டியதுதான். அப்படி இவர்களால் அனாதையான பிள்ளைகள் அட்டப்பாடியில் ஏராளம். அவர்களையும் பிடித்து வந்து சாராய ஊறல் மொடாக்கள் கழுவும் வேலையைத் தந்தது குன்னிக்கண்ணன் கூட்டம்.

இப்போது வயிறானை மெல்ல மெல்ல செண்டு மாற்ற ஆரம்பித்தாள். அவன் வீடு வராத நாட்களில் அன்ன ஆகாரம் ஏதுமில்லை. தண்ணீர் கூட பருகவில்லை நாளொரு மேனியும், பொழுதொரு வண்ணமுமாக துரும்பாய் இளைத்தாள். 'நாலு நாள் ஆனாலும், நாலு மாசமே ஆனாலும் நீ வந்தாத்தான் நானும் சாப்பிடுவேன்!' என உருகினாள். விரதம் இருந்தாள்.

ஒரு முறை பத்து நாள் கழித்தே வீடு வந்தான் வயிறான். வாசலில் துவண்டு கிடந்தாள் செண்டு. இவன் அள்ளி எடுத்தான். இவன் போனதிலிருந்து பச்சைத் தண்ணீர் பல்லில் படவில்லை என அறிந்தான்.

'என் அச்சனை இழந்தேன், என் சேட்டனையும் சாகக் கொடுத்தேன். புள்ளையும் பறிகொடுத்தேன். இனி எனக்கு இருப்பதே நீ மட்டும்தான் உன்னையும் இழந்துட்டு யான் எந்தூ செய்யும். உனக்கு முந்தி எனக்கு சாவு வரட்டும்!" என ஈனஸ்வரத்தில் அழுதாள்.

இவனால் அதைத் தாங்க முடியவில்லை. அதே சமயம் 'தன் மீது செண்டுக்கு என்ன ஒரு பாசம்!' உருகிடவும் நேரமில்லை. அவளை அள்ளி எடுத்துத் தோளில் சாற்றிக் கொண்டு ஓடினான். கோட்டத்துறை ஆஸ்பத்திரி. எழுபத்தி எட்டு மணி நேரம் டைம் கொடுத்தார்கள். 'பொழைச்சா அதிசயம்!' என்றார்கள்.

இவனுக்கு உயிரே இல்லை. 'எப்படியாச்சும் காப்பாத்துங்க டாக்டர். இனி இவ கிட்ட இருந்தே கவனிச்சுக்குவேன்!" அழுதான். படாதபாடு பட்டான்.

மல்லீஸ்வரன். மல்லீஸ்வரி கோயிலுக்குப் போய் தீர்த்தம் திருநீறு வாங்கி வந்து வைத்தான். தலையில் தெளித்தான். அவள்

கையில், நினைத்த இடத்தில் எல்லாம் ஊசி குத்தி குளுக்கோஸ் பாட்டில் ஏற்றினார்கள். இவன் ஆஸ்பத்திரிக்கு வெளியே மரத்தடியில் புகையாய் ஊதித் தள்ளினான். வீட்டியூரிலிருந்து நிறைய பெண்கள் வந்தார்கள்.

"ஏய்... வயிறா... கொஞ்சமாவது அறிவிருக்காடா? அவள் உம்மேல எப்படி உசிரை வச்சிருக்கா? நம்மூர்ல புருஷன் சாகாமலே தாலியறுத்தவங்க நாங்க. குன்னிக்கண்ணன்கிட்ட எப்ப புருஷன் சாராயம் காய்ச்சப் போனானோ அப்பவே அவன் செத்ததுக்கு சமம்ன்னு இருக்கற பொண்டாட்டிக இருக்கற ஊரு. அப்படிப்பட்ட ஊருல குன்னிக்கண்ணன்கிட்ட நீ போயும் கூட தாலியறுக்காம இருப்பவடா இவ. எம் புருஷனை என்னால திருத்த முடியும்னு அவ ஒரு நாளைக்கு எத்தனை பேருகிட்ட எத்தனை முறை பேசுவா தெரியுமா? அவ இல்லாம நீயிருப்பியோ என்னவோ, நீ இல்லாம அவ ஒரு நிமிஷம்கூட இருக்க மாட்டாடா!"

ஆளாளுக்குத் திட்டினார்கள். ஏசினார்கள். சபித்தார்கள். கல்லுக்குள் ஈரம் சுரந்தது. கண்விழித்துச் செண்டு பார்த்தபோது, 'இனிமே நிச்சயம் நான் குடிக்க மாட்டேன். அந்தச் சாராயத்தொழிலுக்கும் போக மாட்டேன். உம் மேல சத்தியம். அந்த மல்லீஸ்வரன் மேல ஆணை!" என்றான்.

அடுத்தநாள். அதற்கடுத்த நாள் இவளை விட்டுப் பிரியாமலே இருந்தான். எங்கேயும் நகரவில்லை.

குன்னிக்கண்ணன் ஆட்கள் லேசுப்பட்டவர்களா? விடவில்லை. கார் போட்டுக்கொண்டு கும்பலாய் வந்தார்கள். "அவனை எங்கே கொண்டு போய்க் கொன்னீங்க?' என கேள்வி கேட்டு விரட்டிவிட்டாள். போலீஸும் லேசுப்பட்டதல்ல. ஜீப்பில் அடுத்தடுத்த நாள் வந்து தேடினார்கள். "அவனை எந்த ஜெயிலில் கொண்டு போய் அடைச்சீங்க?" எனத் திருப்பிக் கேட்டாள்.

ஆஸ்பத்திரியிலிருந்து குணமாகி வீடு வந்ததும் வயிறானை முக்காலி வள்ளியம்மாளிடம் அழைத்துப் போனாள்.

மலைவாசிகளின் பரம்பரை பண்டுவச்சி. உலகமே குணப்படுத்த முடியாத புற்றுநோயையே மூலிகைச் செடியால் குணப்படுத்தற மகராசி. புருஷன் குடிக்காம இருக்க, மனசு மாறி அந்தக் கேடுகெட்ட குன்னிக்கண்ணனிடம் போகாது தடுக்க ஒரு மருந்து தரமாட்டாளா என்ன?

தந்தாள். இரண்டு நாள் கசாயம். ஒரு நாள் ஆட்டுப் பாலில் விஷமுறிவு. பதினைஞ்சு நாள் பத்தியம். இவன் தொடர்ந்து வாந்தியெடுத்தான். பசியாத வயிறு கோரமாய்ப் பசித்தது. மனசு கண்ட இடத்திற்கு அலைபாய்வது நின்றது. மனசெல்லாம் பூச்செண்டுதான் மணந்தாள். நிறைந்தாள்.

கல்யாணமான புதிதில் எப்படியெல்லாம் இவள் பின்னே அலைந்தானோ அப்படியே அலைந்தான்.

கல்யாணத்திற்கு முன்னாடி காடோடி சீரு. காடோடி விரட்டி விட்டாங்க மக்கள். ஒரு வாரம் காடுவாசம். பரண் போட்டு ஒரு நிமிஷம் பிரியாத மனுசன். ஒரு நாள் ஆத்துல தண்ணி எடுக்கும் முறைமை. இவ குடம் எடுத்துப் போகையில வில் அம்பு எடுத்து வந்தான்னுதான் பேரு. இவளோட ஆத்துலயும் வழியிலயும் குலாவின குலாவல்.

ஆறே மாசத்துல முழுகாம இருந்தாள். 'ஆகா இதுவல்லோ மாப்பிள்ளை!' என ஆடிப்பாடி கொண்டாட்டம் போட்டு நடந்த கல்யாணம். அப்ப செஞ்ச சேட்டையெல்லாம் இப்ப இவன் செய்கைக்கு முன்னாடி தோற்றது. தினம் தப்பாமல் கலவி புரிந்தான். ஒவ்வொரு நாளும் போலீஸூம், குன்னிக்கண்ணன் குண்டர்களும் வந்தார்கள்.

அவர்களிடமிருந்து புருஷனை ஒளித்து வைக்கவே படாதபாடு பட்டாள். 'எல்லோரும் சேர்ந்து எம் புருஷனை எங்கியோ கொண்டு போய் கொன்னுட்டு நாடகமாடறீங்க!" எனத் தெருவில் அமர்ந்து ஒப்பாரி வைத்தாள்.

போன போலீஸ் மட்டுமல்ல, குன்னிக்கண்ணன் ஆட்களும் அதற்குப் பிறகு வரவில்லை. நாட்கள் வாரங்களாகி, மாதங்களானது. எத்தனை நாளைக்குப் புருஷனை முந்தானையில்

முடிந்து வைக்க முடியும்?

கோட்டத்துறை சந்தைக்கு ஆடுக நான்கினை விற்க முக்காடு போட்டுட்டுப் போன வயிறான் கடத்தப்பட்டான்.

இவள் ஓடினாள். போலீஸில் புகார் கொடுத்தாள். எடுக்கவில்லை. குன்னிக்கண்ணன் ஆட்களைத் தேடிப் போனாள். 'அவனைக் கண்டதாரு?' என்றார்கள். அதே நாட்களில் வயிறான் குன்னிக்கண்ணனிடம் குடோனில் சித்ரவதை செய்யப்பட்டான். அவன் காலில் விழுந்து அழுதான்.

"இனி நான் உங்க பேச்சுக் கேட்கிறேன் முதலாளி!"

"ம்... அது...!" என்று இரங்கி வந்தான் குன்னிக்கண்ணன்.

'ஒழுங்கா அடுப்பெரிக்கணும். ஊறல் மொடா போடணும். காவல் இருக்கணும். இல்லே தொலைஞ்சே. உன் உடம்புல உசிர் இருக்காதடா மவனே!" என்று உறுமினான்.

இவனிடம் முண்டுவதை விட கிண்டுவது மேல். தன்னைப் போலவே பொண்டாட்டி ஏக்கத்தில் இருந்தான் செம்பட்டான். இருவரும் அவ்வப்போது குசுகுசுத்தார்கள். ஏதேதோ திட்டமிட்டார்கள். கண் ஜாடை பரிமாறிக் கொண்டார்கள். குன்னிக்கண்ணன் லேசுப்பட்டவனா என்ன? அவன் முகத்தில்தான் ஒரு ஜோடிக் கண்கள். மனசிலோ ஆயிரம் கண்கள். செம்பட்டனும் சைகையால் பேசிக் கொண்டதில் நல்லவனாகும் முயற்சி இருந்தது. அதை அறிந்து கொள்ளும் மோப்ப சக்தி யாருக்கு இருந்ததோ இல்லையோ குன்னிக்கண்ணனுக்கு இருந்தது. எதேச்சையாக ஊறல் போட்ட இடங்களைக் கண்காணிக்க வந்தவன் இவர்களின் பார்வைப் பரிமாற்றத்திலேயே அதை உணர்ந்து கொண்டான்.

அதில் ஆவேசப்பட்டதன் வெளிப்பாடுதான் அந்த அடி. அந்த மிதி. அப்படி அடித்தாலும் அடங்க மாட்டார்கள் அவர்கள் என்பது அவனுக்குத் தெரியும். எனவே தன் நிழலான அடியாள் ஒருவனை அழைத்து ஏதோ உத்திரவிட்டான். அடுத்தநாள் செம்பட்டனும், வயிறானும் சிட்டூர் காட்டுக்குள் முகம்

கோரமாய் சிதைந்து செத்துக் கிடந்தார்கள். தலையிலேயே 'காட்டு யானை மிதிச்சிருச்சு' என்று பேசிக் கொண்டார்கள் ஜனங்கள். "ஒருத்தனை தலையிலே காட்டு யானை மிதிக்கலாம். ரெண்டு பேரையும் தலையிலேயே எப்படி அது மிதிக்கும்?" என்று சந்தேகக் கேள்வி எழுப்பியவர்களும் அதில் இருந்தார்கள்.

★

சோமக்கொடிகள் சந்திரனைப் போலவே வளர்பிறை காலத்தில் சிறிது சிறிதாக வளர்ந்து பௌர்ணமி அன்று நீண்டு வளர்ந்து முழு வளர்ச்சி பெற்று, தேய்பிறை காலத்தில் சிறிது சிறிதாகச் செடியின் உயரம் குன்றி அமாவாசையன்று மிகவும் சிறுத்து விடுகிறது. வேறு எந்த தாவரமும் சோமக் கொடிகள் போன்று இவ்வாறு வளர்பிறை மற்றும் தேய்பிறையின் போது மாற்றம் பெறுவதில்லை.

4

மெல்லிதான சப்தத்துடன் அந்த வாய்க்காலில் நீர் சுழித்து ஓடியது. ஆற்றிலிருந்து பிரித்து விடப்பட்ட வாய்க்கால். அதன் ஓரமாய்க் கிடந்த ஒரு பாறையின் மீது அமர்ந்து ஓடும் நீரையே வெறித்திருந்தாள் லட்சுமி. சுருள் சுருளாய் முடி. மாநிறம். குண்டுக் கண்கள். எடுப்பான மூக்கு. நீண்ட புருவம். நீருக்குள் அலையாடும் இவள் உருவம் ஏறத்தாழ செத்துப்போன மருதியின் உருவத்தையே ஒத்திருந்தது.

“என்ன வார்த்தை கேட்டுட்டான் அந்த இன்ஸ்பெக்டரு?!”

என்று மனதுக்குள்ளேயே பொருமினாள். காறிக் காறி அங்கே உமிழ்ந்தாள்.

அவனின் அகன்ற வாய். தடித்த உதடுகள். இளிக்கும் பற்கள். உருண்டை முகம். தடியான தேகம். வழுக்கைத் தலை. இவள் துப்பத்துப்ப காக்கி உடையில் அவன் விகாரமாய் இளித்தான். அவள் உமிழும் இடமெல்லாம் அந்த இன்ஸ்பெக்டரின் இளிப்புதான்.

"ஆ... ஆளுக்கு பொண்டாட்டி புள்ளைமாருக இல்லியோ? அக்கா தங்கச்சியோடதான் பொறந்தானா? அவனைப் பெத்ததும் ஒரு பொம்பளைதானே? அவகிட்ட போய் அப்படி இளிக்கட்டுமே!" பொங்கி வருது கோபம்.

"மருதி என்னடா மருதி. அவ அக்கா லட்சுமியே நல்லாத்தான் இருக்கு. பார்க்கும்போது எனக்கே ஆசை வருது. குடிகாரப் பயலுக சும்மாயிருப்பான்களா?"

அந்த வார்த்தைகளை விட அந்த இளிப்பு மோசம். அப்பவே 'த்தூ' என்று துப்பி விட்டாள். "கோபப்படாதேடா குட்டி, பேடிக்கன்டா!" என்று அவன் கன்னத்தைப் பிடித்துக் கிள்ளியது இன்னமும் தீயாய் தகிக்கிறது.

"மருதீ...!"

என தன்னையறியாமல் கத்துகிறாள்.

"உன்னாலதாண்டி இதெல்லாம்!" என்று தனக்குத்தானே பேசிக் கொள்கிறாள்.

மருதியின் உருவம் அவளுக்குள் வருகிறது. கோரமாய் சிதைக்கப்பட்ட அந்த முகம். தண்ணீரில் குப்புறக் கிடந்த கோலம். கேவிக் கேவி அழுகிறாள்.

அப்பன் ஆத்தாளுக்கு ரெண்டு பெண்குட்டிகள். இவளுக்கும், அவளுக்கும் இரண்டு வயது வித்தியாசம். இவளைப் பார்த்தவர்கள், 'மருதியின் தங்கையா?' என்றுதான் கேட்பார்கள். 'இல்லை, அவளோட அக்கா!' என்று சொன்னால் நம்பவே மாட்டார்கள்.

பதின்மூன்று வயதில் கல்யாணமாகி இரண்டு குழந்தைகளுக்கு அவள் தாயானதும், இவள் இருத்தியாறு வயாதாகியும் கங்கணம் ஏற்றாமலே வாழ்வதும் அதற்குக் காரணமாக இருக்கலாம். பதின்மூன்று வயதில் கல்யாணங்கட்டி, ஒரு பெண்குழந்தையும் பெற்று, புருஷன் ஓடிப் போக, இன்னொருத்தனுடன் வாழ்ந்து, ஆறேழு வருஷத்தில் போய்ச் சேர்ந்தும் விட்டாள். எல்லாமே வேகமாக முடித்து விட்டாள்.

அவள் குளிர்காய்ச்சலிலோ, தீராச் சீக்கிலோ, சாதாரணமாக செத்திருந்தால் பரவாயில்லை. அநியாயத்துக்குக் கொல்லப்பட்டிருக்கிறாள்.

அதுவும் எத்தனை ஆம்பிளைமாரோ. என்னவெல்லாம் செய்தார்களோ என்பதை நினைக்கும்போது இவளோட நெஞ்சம் பதறியது. அதை இவளால் ஜீரணிக்கவே முடியவில்லை. "அய்யோ மருதீ!" என்று வாய்விட்டுக் கத்தி விடுகிறாள்.

பிணத்தை அடையாளம் காட்ட இவளைத்தான் கூட்டிப் போனார்கள். போட்டிருந்த துணிமணி, காதில் இருந்த தோடு, கால்கொலுசு, இதையெல்லாம் வைத்து சட்டென்று இதேபோல்தான், 'மருதீ' என்று கத்திக் கூப்பாடு போட்டுவிட்டாள்.

அவள் மரித்து இன்றோடு மாதம் மூன்று ஓடி விட்டது. அப்போதிருந்து இப்போது வரை, 'அப்படி அவள் கொடூரமாய் சாகடிக்கப்பட யாது காரணம்? அவள் செஞ்ச பாவம்தான் என்ன?' என்றுதான் இவளுக்குள் கேள்வி எழும்பிக் கொண்டிருந்தது.

'புருஷன் இறந்து போக வேத்து ஜாதி ஆளுடன் நெருங்கிப் பழகியதா? அஞ்சாம் வகுப்பு மட்டுமே படித்திருந்தவள் மூணு வயசு பெண்குட்டியை தன்னிடம் விட்டு கானகத்தில் சேர்ந்து படித்து பத்தாவது படிப்பை ஏத்திக் கொண்டதா? அந்தப் படிப்பை சாட்சரதா கிளாஸில் சின்னவங்க, பெரியவங்க வித்தியாசம் இல்லாமல் ஊர் ஊராய் போய் படிப்பித்துத்

தந்ததா?'

"எந்தா குற்றம் செய்தே மருதீ நீ!" என்றுதான் இப்பவும் விசும்புகிறாள்.

அவள் செத்துக் கிடந்ததை வைத்து ஊரே சபித்தது அந்த இஞ்சிக்காட்டுக் காரனைத்தான். அவனைத்தான் இவள் வச்சிட்டிருந்தாள்.

அவனோட பொண்டாட்டி புள்ளைக இவகிட்ட வந்து ரொம்ப தடவை சண்டைப் போட்டிருக்கிறார்கள். 'எம் புருஷனை முடிஞ்சு வச்சுட்டு எந்துடி செய்யறே நீ. உங்க சாதியில கன்னாலங்கட்டாத ஆம்பிளை ஒருத்தன் உனக்கு கிடைக்கலியோ? என் புருஷன்தான் அகப்பட்டானோ?"

அவனின் பொண்டாட்டி தன் பிள்ளை குட்டிகளை இழுத்து வந்து பேசாத வார்த்தைகள் இல்லை.

இவள் இஷ்டப்பட்டாளோ, அவன் ப்ரியப்பட்டானோ தெரியாது.

அப்பனும் ஆத்தாளும் மானம் பாத்த பூமியில் ராகி, சோளம், அவரை, துவரை மட்டுமே பயிர் செஞ்சிட்டிருந்த காலம். பக்கத்துத் தோட்டத்தை அவன்தான் வாங்கினான். கீழ்நாட்டுக்காரன் அருதி பூமியை வாங்கியிருக்கான். உன்னோடதும் அப்படித்தான் போகப்போகுது என்று மலைநாட்டு உறவுகள் மருதியின் அப்பனை எச்சரிக்கை செய்தன.

அப்படியெல்லாம் கருதாமல் இஞ்சிக்காரனுடன் பழகினான் இவளின் அப்பன்.

இந்த ஊரில் இஞ்சி வெள்ளாமையை முதன் முதலாகச் செய்தவன். மருதி குடும்பத்துக்கும் கற்றுக் கொடுத்தான். கோட்டத்துறை, மன்னார்காடு, ஆனைகட்டி, தொண்டாமுத்தூர் சந்தையில் எல்லாம் அதை நல்ல விலைக்கு விற்கும் வித்தையையும் இவர்களுக்குச் சொல்லிக்கொடுத்தான்.

அதில் இணக்கமான இணக்கம். ஒரு கட்டத்தில் அவனுக்கு

அன்ன, ஆகாரம் எல்லாம் மருதியின் வீடே கதி என்றானது. அக்கா கன்னாலம் முடிக்காமல் தங்கை செய்து கொண்ட கதையைக் கேட்டறிந்தான். அஞ்சாம் வகுப்பு அகழிப் பள்ளிக்கூடத்தில் படித்து முடிச்சவுடன் சொந்த மாமனுக்கே கட்டிக் கொடுத்த நிலை.

இவளை விட ரெண்டு வயசு மூத்தவளான லட்சுமியும் களையானவள். பதினொரு வயதில் அவளுக்குத் திடீர் திடீரென ஆரம்பித்த வலிப்பு கன்னாலத்தை ஒத்திப் போட வைத்தது. அது போல வலிப்பு சின்னப் புள்ளைக்கும் வந்து விட்டால் என்ன செய்வது என்ற பயம் மருதியின் அப்பன் ரங்கனையும், அம்மை மாதியையும் அச்சப்பட வைத்தது. மலைமக்களுக்கேயான பயம்.

ஒரு நோவு வந்தால் வாழையடி வாழையாய் வரும். அண்ணன், தம்பி, அக்கா, தங்கைக்கும் அதேதான் என்று எண்ண வைத்த பாமரத்தனம். அறியாமை. இங்கே தங்கையான மருதிக்கு சொந்த மாமனையே பதினொரு வயதில் பரிசம் போட வைத்தது. பனிரெண்டு வயதில் தாலி கட்டி குடித்தனம் செய்ய வைத்தது. மூணு வருஷத்தில் ஒரு பெண் குழந்தையும் பெறவும் வைத்தது.

அதே வேகத்தில் மாஹி கும்பலிடம் அகப்பட்ட புருஷன் ஒரு நாள் ஃபுல்லா குடிச்ச போதையுடன் கோட்டத்துறை காட்டில் ஒரு மரத்தில் தூக்கில் தொங்கியிருந்தான்.

இஞ்சிக்காரன் இவர்கள் நிலத்தில் பயிர் செய்ய சொல்லிக் கொடுத்த காலம். 'பொண்டாட்டி வேறொருத்தனை வச்சுட்டா. அதுதான் நாண்டுகிட்டான்!' என்று ஊரே கிளப்பி விட்டது.

அப்பவே இஞ்சிக்காரனுடன் இணைத்துப் பேசியது. மருதி கரைந்து அழுதாள்.

அதைப் பொய்ப்பிக்கவே கானகம் சென்றாள், தங்கிப்படித்தாள். குழந்தை மல்லியை அக்கா லட்சுமியிடம் விட்டாள். விட்ட படிப்பைத் தொடர்ந்தாள். பத்தாவது பரீட்சை எழுதி பாஸ் செய்த பின்பு தன்னைப் போலவே மற்றவர்களும் படிக்க வேண்டும் என்று ஆசைப்பட்டாள்.

அதுதான் ஊர், ஊராகச் செல்ல ஆரம்பித்தாள். அதற்குள் ரங்கனும், மாதியும் இஞ்சி விவசாயத்தில் செழிப்பாகி இருந்தார்கள். தாவளத்தில் வளையும் பவானி ஆற்றில் கீழ்நாட்டுக்காரர்கள் வாய்க்கால் அமைத்து செய்த பாசனத்தில் ஒரு பிரிவு இவர்கள் தோட்டத்து வழியாகவும் வந்தது.

அதில் வரப்பு வெட்டி நீர் பாய்ச்ச காய்ந்து கிடந்த பூமி பசேலென்று ஆனது. ராத்திரி, பகல் என்றில்லாமல் குழந்தைகளுக்கும், பெரியவர்களுக்கும் ஊர் ஊராகக் கல்வி கற்பித்துத் தரச் சென்ற மருதிக்கு குழிக்கூரிலிருந்து ஊர் ஊராகச் செல்லுவதில் சிரமமிருந்தது.

அதற்குப் பக்க துணையாக நின்றான் இஞ்சிக்காரன். அவளை பைக்கில் அழைத்துச் சென்று தாவளம் பஸ் ஸ்டாண்டில் விடுவதும், திரும்பி வரும்போது அவளை அழைத்து வருவதும் அவன்தான். ஒரு கட்டத்தில் ஸ்கூட்டி ஓட்டவும் அவளுக்குக் கத்துக் கொடுத்தவனும் அவன்தான்.

அதில் ஊரே புறம் பேசியது. ஊர் பேச்சை ஒன்று பொய்யாக்க வேண்டும். அல்லது உண்மையாக்க வேண்டும். பொய்யாக்குவது சிரமம். உண்மையாக்குவது சுலபம்.

இருவரும் சுலபத்தையே தேர்ந்தெடுத்தனர். மொத்தமாக ரங்கன் வீட்டிலேயே தங்க ஆரம்பித்தான் இஞ்சிக்காரன். அவன் பெண்டாட்டி பிள்ளைகள் ரங்கன் வீட்டில் வந்து கத்தும்போதெல்லாம் மருதி சொல்லுவாள்.

"இத்தனை சாபம் எனக்கோ. என் பிள்ளைகளுக்கோ தேவையில்லை. போய்க்கோ. உன் பொண்டாட்டி பிள்ளைகளைக் காப்பாத்து!" என்பாள். அவனோ அசைந்து கொடுக்க மாட்டான்.

"மாம்பாடு பட்டேன். என் பொண்டாட்டி புள்ளைகளுக்கு மட்டுமல்ல, அவ அப்பன், ஆத்தா, அண்ணன், தம்பி எல்லாருக்கும் கொடுத்தேன். நிம்மதியில்லை. அவங்களுக்குத் தேவை காசுபணம். அதுதான் அவங்களுக்கு முழுசா போயிடுதில்லை. அங்கே போனா ஒண்ணு நானே

செத்துப் போவேன். இல்லே, அவங்களே விஷம் வச்சுக் கொன்னுடுவாங்க!” என்று கதறினான்.

அதில் மருதிக்கு மட்டுமல்ல, ரங்கன், மாதி, லட்சுமிக்கும் கூட கழிவிரக்கம்தான். இந்த விஷயத்தில் நாம் தலையிடுவது சரியல்ல என்று அமைதி காக்கும் நிலைக்கு வந்தார்கள். எப்போதாவது இஞ்சிக்காரனின் பொண்டாட்டி இங்கே வந்து கத்திக் கூப்பாடு போடுவதும், மண்ணை வாரித் தூற்றுவது சடங்காகவே நடந்து வந்தது.

மருதியின் கோர மரணத்தின் மூலம் அதற்கும் விடிவு வந்தது.

அவள் பிணத்தைப் பார்த்து ரங்கனை, மாதி, லட்சுமியை விட ‘கோ’வென கோரமாய் அழுதவன் அவன்தான். அதை ரங்கனும் மாதியும் ஏற்றுக் கொண்டார்கள். லட்சுமிக்கோ தாளவில்லை.

கதறி அழுதவனை சட்டையைப் பிடித்தாள். “சும்மா அழுவாதேடா. என் தங்கையைக் கொன்னவன் நீ. அவளைக் கொன்னதே உன் குடும்பம்தான். விட மாட்டேன். சும்மா விட மாட்டேன். உன்னை உம்பொண்டாட்டியை, உங் குடும்பத்தையே ஜெயிலில் ஏத்துவேன்!”

அவிழ்ந்து கிடந்த கூந்தலை அள்ளி முடிந்தாள். சபதமிட்டாள். சாபமிட்டாள். மருதியின் குழந்தைகளைத் தன்னுடன் வாரி அணைத்துக்கொண்டு கதறினாள். அவள் கதறல் அந்தத் இஞ்சிக்காடு முழுக்க ஒலித்தது.

அவள் கதறியபடியே வாய் கோணிக் கொள்கிறாள். ஒருக்கழித்துப் படுத்த வாக்கில் கைகால்கள் இழுத்துக் கொள்கிறது. நாக்கை கடிக்கிறாள். வாயில் நுரை தள்ள வெட்டி வெட்டி இழுக்கும் வலிப்பு. மாதியும், ரங்கனும் பதறுகிறார்கள். அவளைக் கட்டிக் கொண்டு அழுகிறது மருதியின் குழந்தைகள் இரண்டும். அவள் வாய்க்குக் கட்டையைக் கொடுக்கிறார்கள். கையில் சாவிக் கொத்தைத் தருகிறார்கள்.

“அய்யா, போதுமய்யா உங்க சகவாசம். ஒரு புள்ளைதான் எங்களை விட்டுப் போயிட்டா. அடுத்தவளையும்

கொன்னுடாதீங்க!” என்று கையெடுத்துக் கும்பிடுகிறார்கள். இஞ்சிக்காட்டுக்காரன் அதிர்ந்து போனான்.

ஒன்று லட்சுமியின் கூப்பாடு. அவள் இருந்த நிலை. 'நேத்து வரை அமைதியாய் கூப்பிட்ட குரலுக்கு பதில் கூட பேசாது இருந்து வந்த லட்சுமியா இப்படி?' உள்ளபடியே பயந்தான்.

அதை விட மாதியும் ரங்கனும். “சொல்லுங்க கவுண்டரே. சொல்லுங்க கவுண்டரே!”ன்னு இவன் சொன்ன சொல்லுக்கெல்லாம் கட்டுப்பட்டவர்கள். 'இப்படித் தன்னை நிர்கதியாக விட்டு துரத்துகிறார்களே?' என்பது பேரதிர்ச்சி. 'இனியும் இங்கே நாம் தங்குவது முறையல்ல என்று முடிவு செய்தான். தன் ஜாகையை தன் தோட்டத்துக்கே மாற்றிக் கொண்டான்.

அங்கே உள்ள குடிசையில் ஒரே ஒரு கயித்துக் கட்டில் போட்டான். கூடவே ஒரு ஸ்டவ் அடுப்பை வைத்தான். தானே சமைத்தான். உண்டான். படுத்துறங்கினான். “மருதி வீடும் வேண்டாம்; பொண்டாட்டி புள்ளைகளும் வேண்டாம்.

இதுவும் நல்ல வாழ்க்கை; துறவற வாழ்க்கை. 33 வயதில் வந்த ஞானம். தூக்கம் பிடிக்காத வேளைகளில் எல்லாம், “மருதீ... மருதீ...!' என கதறினான். அவளே கனவில் வந்தாள். அவளே பேசினாள். அவள் கனவிலேயே இவனுடன் இரண்டறக் கலந்தாள். விழிப்பு வந்தபோதெல்லாம், 'மருதியை அந்தக் கதிக்கு ஆளாக்கினவன் யார்?' என்பதே நினைப்பில் வந்தது.

தன் பொண்டாட்டி, தன் தாய் புள்ளைகள். அவர்கள் கோபப்படுவார்கள். ஆனால் கொலைபாதகர்கள் அல்லர். அப்படி கொலை செய்வதாய் இருந்தால் துளி விஷம் போதும். என்னைக் கொன்றிருப்பார்கள். இப்படி முகம் சிதைத்து, உறுப்பை நாசம் செய்து கொலை செய்யும் கொடூரக்காரர்கள் இல்லை.

“அப்படியென்றால் அது யார்? எதற்காக அவளை அவர்கள் கொல்ல வேண்டும்?” விசாரிக்கப் புறப்பட்டபோது எல்லோரும் இவனைத்தான் விநோதமாகப் பார்த்தார்கள்.

“மருதி செத்ததில் என்ன அதிசயம் இருக்கு. ஏற்கனவே மல்லிகா, புஷ்பா, கக்குப்பாடி லட்சுமி, கோட்டத்துறை சரசு. சோலையூர் ஜானகின்னு எத்தனை பேர். அவங்க எல்லாம் எப்படி செத்தாங்களோ அப்படித்தான் இவளும் செத்தா. இது கூடத் தெரியாமலா இந்த ஊர்ல இருக்கே?” அவர்கள் சர்வசாதாரணமாய்ச் சொன்னார்கள்.

அதையும் தாண்டி போலீஸ் ஸ்டேஷன் போனபோது, இவனையே மிரட்டினார்கள்.

“அவளுக்கும் உனக்கும் தொடுப்பு. அவ அக்கா லட்சுமி உன் மேலயும், உன் குடும்பத்து மேலயும்தான் சந்தேகம்னு பிராது கொடுத்திருக்கா. நாங்களா பார்த்து விசாரிச்சு அவ குடும்பக் கஷ்டத்துல, வாய்க்கால்ல குதிச்சு தற்கொலை செஞ்சுட்டான்னு கேஸை முடிச்சு வச்சு உன்னையும் உன் குடும்பத்தையும் காப்பாத்தி நல்லதுதான் செஞ்சிருக்கோம். இந்தக் கேஸை ரீ இன்வெஸ்டிகேசன் பண்ணினோம்னு வையி. நீதான் உள்ளே போகணும். போறியா?”

“இல்லை. இது பொய். எதையோ மறைக்கறீங்க. அவள் சாவைப் பத்தி விசாரிச்சா, இங்கே அவளைப் போல செத்த ஒரு நூறு ஆதிவாசி பொண்ணுக எப்படி செத்தாங்கன்னு நீங்க சொல்லியாகணும். அதுதான் மறைக்கறீங்க!” என்று கத்தினான். கூப்பாடு போட்டான்.

“அதுதான் தெரியுதில்ல. பட்டீண்ட மவனே. போய்க்கோடா!” நெட்டித் தள்ளினார்கள். போலீஸ் ஸ்டேஷன் வாசலிலேயே வைத்து மிதித்தார்கள்.

இந்த சம்பவம் லட்சுமியின் காதுகளுக்கும் எட்டியது.

இதற்கிடையேதான் இன்வெஸ்டிகேஷன் ஆபீசர் என்ற பெயரில் வீட்டிற்கு வருவதும் போவதுமாக இருந்தான் அந்த இன்ஸ்பெக்டர்.

அவன் பெயர் பல்பனா நாயர். பொய்க் கேஸ் போடுவதில் கில்லாடி. அட்டப்பாடியில் ஏகப்பட்ட ஆதிவாசி ஆள்காரங்க மேல சாராயக்கேஸூ, கஞ்சா கேஸூ, சந்தனக்கட்டை கேஸூம்,

பொண் குட்டிகள் மேலே பிராத்தல் கேஸூம் இருக்கிறதென்றால் அதற்கு காரணம் இவன்தன்னே!' என்பதுதான் ஊர் மக்கள் பேச்சாக இருந்தது.

'எதுக்கும் அவன்கிட்ட ஜாக்கிரதையாகவே இரு!' என்று அறிந்தவர்கள் எச்சரிக்கை செய்தார்கள்.

அம்மைக்கும், அச்சனுக்கும் சும்மாவே போலீஸ்ன்னா அச்சம். இப்போ சொல்லவே வேண்டாம். அந்த ஆள் வரும்போதெல்லாம் அஞ்சி நடுங்கினார்கள். அப்பவெல்லாம் இதே போலீஸ்கிட்ட தாங்கள் பட்ட சித்ரவதை ஞாபகத்திற்கு வந்து பாடாய்ப் படுத்தும்.

ஒரு காலத்தில் தொடுக்கி ஆனைவாய் மூப்பனிடம் பணி செஞ்சிட்டிருக்கும்போது கஞ்சா கேஸ்ல ரெண்டு பேரையுமில்ல கொண்டு போய் ஜெயிலில் தள்ளினார்கள். அப்ப வாங்கின அடி கொஞ்ச நஞ்சமில்லை.

ரங்கனுக்காவது அடி உதைதான். மாதிக்கு பருவ வயசு. மிஞ்சிப் போனா இருபது இருபத்தொண்ணு இருக்கும். இரண்டு புள்ளை பெத்திருந்தாலும் கட்டுக்குலையாம இருந்தாள்.

கஞ்சா கேஸூ, சாராயக் கேஸூல ஆம்பிளைக சின்னப் பசங்களா கிடைச்சாலே விட மாட்டாங்க. அந்தப் பையனுக்கு பெண் பிள்ளையைப் போல் முண்டு கட்டி ராத்திரியில படாதபாடு படுத்துவானுக. வயசுல பொம்பளை கிடைச்சா, அதுலயும் சின்ன வயசு கிடைச்சா உடுவானுகளா?

'டிஓய்எஸ்பி மாத்தி, இன்ஸ்பெக்டரு, இன்ஸ்பெக்டரு மாத்தி சப் இன்ஸ்பெக்டரு, ஆயாளு மாத்தி ஏஎஸ்ஐயி... இப்படி எத்தனை ஆளுக்காரங்க. ஒரு ராத்திரியா ரெண்டு ராத்திரியா. மோசமான காக்கி உடுப்புக்காரனுக. என்ன பாடுபடுத்தியிருக்கானுக. ஜெயிலுக்குள்ளே தள்ளறதுக்குள்ளே அத்தனை பேருக்கும் பொண்டாட்டியா இருந்தேன்!'னு இப்பவும் சொல்லும்போது கரைஞ்சி வெடிச்சு அழுதிடுவாள் மாதி.

"போலீஸூன்னாலே ரொம்ப மோசம் லட்சுமி!"

பெத்த பொண்ணுகிட்ட ஒரு தாய் வெட்கத்தை விட்டு இப்படிச் சொல்ல முடியுமா? மாதி தம் மகள் லட்சுமியிடம் கதை, கதையாச் சொல்லியிருக்காள். அதைக் கொஞ்சமும் சலனமில்லாமல்தான் கேட்பான் ரங்கன்.

அதிகபட்சம் போனா, 'என்னை அன்னெய்க்கு தலைகீழ கட்டி லாடம் கட்டறதா இருந்தாங்க. அதுலயிருந்து உங்கம்மைதான் என்னைக் காப்பாத்தினா!' என்று அப்பாவியாய்ச் சொல்லுவான். அதை விளக்கமாகக் கேட்டால் இப்படி சொல்லுவான்:

"என்ன காரணமோ தெரியலை, கயித்தைக் கட்டி கழுவலயும் என்னை ஏத்தீட்டாங்க. இன்ஸ்பெக்டர் வந்தான். ஏஎஸ்ஐயை அதட்டினான். 'அவனை எறக்கி விடறா!' மறுபேச்சு பேசலை ஏ.எஸ்.ஐ. கழட்டி விட்டான். இன்ஸ்பெக்டர் உடம்பு பூரா சாராய வாசம். டேய் ரங்கா, இவிட வறீ. இந்தா இந்த காலை அமுக்கு!'ன்னு சொல்லி சிகரெட் பற்ற வைத்துக் கொண்டான். அப்ப அடுத்த அறையில் லாக்அப்புலதான் உங்க அம்மை இருந்தாள். விசும்பி விசும்பி அழுதுட்டு இருந்தாள். அந்த ரூமிலிருந்துதான் அந்த இன்ஸ்பெக்டரும் வந்து என்னை கால் அமுக்கச் சொன்னான். அப்ப டேய் ரங்கா. உம் பொண்டாட்டி ரொம்ப அழகுடா!'ன்னு சொன்னான். எனக்கு ஒண்ணும் புரிஞ்சிட்டில்ல. அதுக்கப்புறம் உன் அம்மைய ஜெயில்ல பார்த்துக் கேட்கும்போதுதான் இந்தக் கதையெல்லாம் சொன்னா, 'ஆ இன்ஸ்பெக்டர் ரொம்ப மோசம். ஸ்தீரிலோலன்னு!"

ஜெயிலுக்குப் போயி, குழந்தை குட்டிகளை முத்திகிட்ட விட்டுட்டு, ரெண்டு வருஷம் கழிச்சு, ஆனவாய்ல இருக்கப் பிடிக்காம, இந்த குழிக்கூருக்கு வந்து விவசாயக்கூலியா போய் நாலு காசு சம்பாதிச்சு இங்கே இரண்டு ஏக்கர் நிலம் சம்பாதிச்ச கதையை பெரிய கதையா இவளுக்கு சொல்லியிருக்கிறாள் அம்மை. அவர்கள் சொல்லும் அனுபவத்தைக் கேட்கும்போதெல்லாம் காக்கி சட்டைகளைக் கொன்று புதைக்க வேண்டும் என்றுதான் தோன்றும்.

"உன் இடத்தில நானிருந்திருந்தா, அவனுக்கு என் கையாலதான்

சாவு. அவனை கடிச்சே துப்பியிருப்பேன்!” என்று பலமுறை சொல்லியிருக்கிறாள் லட்சுமி.

அந்த ஆத்திரம், சினகரமாக இப்போது மருதியின் இறப்பில் உருவெடுத்தது. அம்மைக்கும், அச்சனுக்கும் டிஒய்எஸ்பி, இன்ஸ்பெக்டர், எஸ்.ஐ, ஏஎஸ்ஐன்னா, இவளுக்கு இந்த ஒரே ஒரு இன்ஸ்பெக்டர்.

அவன் நல்ல வளர்த்தியாய் இருந்தான். சிவந்த நிறம். இமை பிதுங்கும் அளவு குண்டுக் கண்கள். தடியான உடம்பு. வரும்போதெல்லாம் ‘உர்ர்’ன்னுதான் வருவான். இவளைக் கண்டதும் பல்லைக் காட்டுவான். இவளோ அவனை எரித்து விடுவது போல் பார்த்து ஜாகைக்குள் போய் விடுவாள். அவனைப் பார்க்கும்போதெல்லாம் அம்மை மாதியை கெடுத்த டிஒய்எஸ்பிதான் நியாபகத்துக்கு வருவான். அதனால் அவன் தலை தட்டுப்பட்டாலே குடிசைக்குள் போய் விடுவாள். அப்பவும் அந்த இன்ஸ்பெக்டரின் பார்வை இவள் வீட்டினுள்ளே அசையும் இடங்களிலேயே இருப்பது தெரியும். அம்மைக்கும், அச்சனுக்கும் இன்ஸ்பெக்டரைக் கண்டால் பழைய பயம் தொற்றிக் கொள்ளும்.

“வரணும். வரணும். எண்ட தெய்வமே வரணும்...!’ என்று வரவேற்பார்கள். அக்கம்பக்கம் ஓடிப் போய் சேர் எடுத்து வந்து போடுவார்கள்.

“சாரே... சாரே...!’ என்று கூழைக்கும்பிடு போடுவார்கள். அவன் விசாரணை மணிக்கணக்கில் சில சமயம் நாள் கணக்கில் கூட நீளும், சில சமயம் ரங்கனை ஜீப்பில் ஏற்றிக்கொண்டு போவார். மருதி விழுந்து இறந்து கிடந்த இடம். அவள் பாடம் படித்த இடங்கள். அவளின் பழக்கம். நட்பு, தொடர்பு எல்லா இடங்களையும் காட்டு என்று ஒரே தொந்தரவாக இருக்கும். அதேபோல் இரண்டொரு தடவை மாதியையும் அழைத்துப் போனான்.

குரங்கு வனத்தை அழிச்சு, ஊரை அழிச்சு தன்னேயே அழிக்க வந்த மாதிரி ஒருநாள் இவளையும் என்கொயரிக்கு வா என்று

அழைத்தான். இவள் பிடிவாதமாய் மறுத்தாள்.

“இல்லடி மவளே. நீதான் முதன் முதலா அவள் பாடியை பார்த்த ஐ விட்னஸ். பாடி எப்படிக் கிடந்தது. எந்த நிலையில இருந்தது எல்லாம் நீதான் பறையணும். செரியா?” என்ற போது வேறு வழியில்லை.

அவன் ஜீப்பில் ஏறினாள். அவள் ஜீப்பில் ஏறத் தடுமாறியபோது இவள் இடுப்பை அவன் பிடித்து விட்டான். நெருப்புப் பட்டது போல் இவள் பயந்தாள். “பேடிக்கண்டா மகளே. நீ என் மகள் மாதிரி!” என்றான். இளித்தான். அவன் கையை ஓங்கித் தள்ளி ஒரு முறை முறைத்து விட்டுத்தான் சீட்டில் ஏறி அமர்ந்தாள். அடுத்த கதவைத் திறந்து இவள் பக்கத்தில் அமர்ந்தான். இவள் ஒண்டினாள். “பேடிக்கண்டா மகளே!” மீண்டும் அருகில் நாற்றமாய் இவன் வார்த்தைகள்.

மருதி பிணமாய்க் கிடந்த பாம்பு வாய்க்கால் போவதற்குள் ஆயிரம் முறை இவளை இடித்திருப்பான். பத்துப் பதினைந்து தடவையாவது தொடையில் கை வைத்திருப்பான். அப்படி உடம்பு படும்போதெல்லாம் அவன் உஷ்ணக்காற்று இவள் மீது பட்டதில் அருவருப்பானாள்.

பின்னால் அமர்ந்திருந்த ரெண்டு கான்ஸ்டபிள்கள் இதைக் கண்டுகொள்ளவில்லை. அவர்களுக்கு இது பரிச்சயமான பழக்கம் போல. அவன்கள் கான்ஸ்டபிள் வேலைக்கு வந்ததற்கு பதில் மாமா வேலைக்குப் போயிருக்கலாம் என்று தோன்றும். பாம்பு வாய்க்கால் போய்விட்டு வருவற்குள் இவளுக்குப் போதும் போதுமென்று ஆகிவிட்டது.

“இந்த நாயிண்ட மவனைச் சமயம் கிடைக்கும்போ கருவறுக்கணும்!’ உள்ளூர கறுவிக் கொண்டாள். இவர்கள் மறுபடி வீடு போய்ச் சேரும்போது கோழிக்குழம்பு மணந்தது.

இந்த ஆள் வருவது தினம் தவறினாலும் தவறும், அவனுக்குக் கோழி அடிச்சு குழம்பு வச்சு அச்சனும் அம்மையும் சோறு போடறது தவறாது...!

"டேய் ரங்கா. இது மட்டும்தானா? சரக்கு ஃபாரின் சரக்கு ஏதுமில்லையோ?!"

அதையும் வாங்கிவந்து தருவான் அச்சன் ரங்கன்.

சப்புக் கொட்டி ராவாக குடித்தான். போதை மிகுதியில் மாதியையும் பார்ப்பான். லட்சுமியையும் பார்ப்பான்.

"டேய் ரங்கா. உன் மகள் லட்சுமியைப் பார்த்தா எனக்கே ஆசை வருதுடா. அப்ப அவள் தங்கச்சி மருதி எவ்வளவு அழகா இருந்திருப்பா!" சொல்லும்போதே அவன் வாயில் ஜொள்ளு தெரிந்தது. அப்பவே ஆயிரம் கூடை நெருப்பைத் தன் மீது அந்த இன்ஸ்பெக்டர் கொட்டியது போல் உணர்ந்தாள் லட்சுமி. ஓடிப்போய் அவனை எதையாவது எடுத்துச் சாத்தணும்போல் சினகரம்.

இருந்தாலும் சர்க்கார் நியமிச்ச ஆள்காரன். பவர்ல உள்ளவன். சாதாரண இருளச்சி மவ நான் என்ன செய்ய முடியும்? மருகினாள்.

பல சமயம் இன்ஸ்பெக்டர் தனியாக வரமாட்டான். நாலைந்து போலீஸ்காரரையும் கூட்டீட்டு வருவான்.

அப்பவும் கூட அவன் திமிர்த்தனம் ஓயாது. அந்த போலீஸ்காரர்களிடமே, 'யேய் இந்த லட்சுமி மல்கோவா மாங்காய் மாதிரி இருக்காளே?" என்று கேட்க, அவர்களும் பல்லிளிப்பார்கள். அம்மையும் அப்பனுக்கும் கூட அது எரிச்சல்தான்.

"நானு யாது செய்ய முடியும் மவளே. பொறுத்திரு. நமக்கு புதுசா ஏதும் வம்பு வழக்கு வந்துடப்போவுது!" என்று அமைதிப்படுத்துவதிலுமே குறியாய் இருந்தார்கள்.

வரும்போதெல்லாம் அவங்களுக்கும் ஆக்கி, அரிச்சுப் போடறது மாதியின் வேலையாகவே ஆனது. இதற்காக- இவங்க செலவுக்காகவே இரண்டு பசுமாட்டை விற்றாள் மாதி.

இனி விற்பதற்கு ஏதுமில்லை. தொடர்ந்து இந்த இன்ஸ்பெக்டர் வந்தானென்றால் என்ன செய்வது என்று புரியாமல் நின்ற

ஒரு நாளில்தான் இப்படியொரு அலையாட்டம்.

வீட்டிற்குப் பக்கத்தில் ஓடும் வாய்க்காலில் செத்துப் போன மருதியின் முகமே தெரிந்தது. அழுகையாய் வந்தது. அந்த நேரத்தில்தான் மருதியின் அஞ்சு வயசு மூத்த மகள் ஓடி வந்தாள்.

“பெரிம்மா... ஆ... போலீஸ் வந்துடுச்சு... ஆ... போலீஸ் வந்துடுச்சு!”

அவளை தவ்வி எடுத்தாள். இயல்பாய் இவளுக்குள் பயம் வந்தது. மறுபடியுமா?

இன்னைக்கு அவனை ‘இனிமே என்கொயரின்னு இங்கே வராதே!’ன்னு சொல்லணும். இவள் போகும்போது ஜாகை முன்பு ஒரு ஜீப். அந்த இன்ஸ்பெக்டர் சீட்டில். அதன் கீழே கைகட்டி, வாய் பொத்தாது குறையாக மாதியும், ரங்கனும்.

“நிண்ட மகள் மருதி என்கொயரி முடிஞ்சது. சூஸைடுன்னு ருசுவாகியிருக்கு. கேட்டோ!?”

இவர்கள் தலையைத் தலையை ஆட்டினார்கள். ரங்கன் இவள் வருவதைப் பார்த்தான். இன்ஸ்பெக்டரும் பார்த்தான். பல்லிளித்தான். ஜீப்பிலிருந்து குதித்து இறங்கினான்.

“லட்சுமி. உன் மருதியோட என்கொயரி முடிஞ்சது!” என்றான்.

இவள் பதில் பேசவில்லை. ரங்கன்தான் தைரியத்தை வரவழைத்துக் கொண்டான். சன்னமாய் மெல்லிய குரலில் மட்டும் வாய் திறந்தான்

‘அது இல்லீங்க சாரே. அவள் தற்கொலை செஞ்சிக்கற ஆளில்லை. அப்படி யாதொரு பிரச்சனையும் அவளுக்கு இல்லை. அவளைக் கொலைதான் செஞ்சிருக்காங்க. அதுவும் ஒரு ஆள்காரரில்லை. பத்துப் பதினைஞ்சு ஆள்காரங்க அவளை மானபங்கப்படுத்தித்தான் கொன்னிருக்காங்க... அதை ஊரே பேசிக்குது!” என்றான்.

இன்ஸ்பெக்டரின் முகம் எண்கோணலாக மாறியது. உறுத்து விழித்தான்.

"என்னடா ரங்கா. குளிர் விட்டுப் போச்சா. நான் சூஸைடுங்கறே. நீ மர்டர்ங்கறே. நீ இன்ஸ்பெக்டரா? நான் இன்ஸ்பெக்டரா?"

இவன் பேசவில்லை.

"உங்க வூட்ல மூணு பேரையும் ஸ்டேஷனுக்குக் கொண்டு போய் முட்டிக்கு முட்டி தட்டினால் எல்லாம் சரியாகும். அப்பத் தெரியும் இது கொலையா, சூஸைடான்னு!" உறுமுகிறான். அப்பவும் இருவரும் பேசாது இருக்கிறார்கள்.

என்ன யோசித்தானோ. இன்ஸ்பெக்டர் சற்றே சாந்தமானான். பிறகு பேசினான்:

"ஆ இஞ்சிக்காரன் மேல சம்சியம் உண்டு. அதுக்காக சந்தேக இறப்புன்னு போடலாம்தான். எதுக்கு அப்படிப் போட்டுட்டு. அப்புறம் நானும் ரீ இன்வெஸ்டிகேசன் பண்ணணும். நீங்களும், உன் மகளும் கூட ஸ்டேஷன், கோர்ட்டு என்கொயரி வரணும். அதுதான் ஒண்ணுமில்லாம கேஸ் முடிச்சுட்டேன். இனி இதுல ஒரு ப்ராப்ளமும் இல்லைன்னு நீங்க மூணு பேரும் இதுல கையெழுத்துப் போடுங்க...!"

மறுபேச்சுப் பேசாமல் அம்மை, அச்சன் இன்ஸ்பெக்டர் நீட்டிய சீட்டில் கை ரேகை வைத்தார்கள். இவள் முறைக்கு அழைத்தான் இன்ஸ்பெக்டர். இவள் பிடிவாதமாக முகத்தை திருப்பிக் கொண்டாள். பிறகு பேசினாள்:

"எனக்கு இதுல உடன்பாடில்லை. என் மருதி கொல்லப்பட்டிருக்கா. அதுவும் அவளை ஆள்காரங்க ஏழெட்டுப் பேர் மாத்தி, மாத்தி கெடுத்து சித்ரவதை செஞ்சு கொன்னிருக்கு. அதுக்கு நீதி வேணும்!" இவள் குரலில் உறுதி இருந்தது.

இன்ஸ்பெக்டருக்கு கோபம் வந்தது.

"பூ... மவளே...!" ஏதோ கெட்ட வார்த்தையில் சொல்லிக் கொண்டு எழுந்தார்.

"நினக்கு எந்துடி நீதி வேணும்... போடுடி கையெழுத்தை!"

இவள் கையைப் பிடித்து இழுத்து தாளில் வைத்து பேனாவைத் திணித்தான்.

“முடியாது!” வெடுக்கென்று கையை இழுத்துக்கொண்டாள். அவன் பிடித்த இடம் தீயாய் எரிந்தது.

“நிண்ட ஆத்தா அப்பன் ரெண்டு பேருமே கிரிமினலு, பழைய அக்யூஸ்ட்டு. மகளுக நீங்க ரெண்டு பேருமே பிராத்தலு. இருபது ரூபா கொடுத்தா எவன் கூப்பிட்டாலும் போறவளுக... உங்களுக்கு எதுக்குடி நீதி வேணும்?”

இன்ஸ்பெக்டர் சொல்லி வாய்மூடவில்லை. எங்கிருந்துதான் லட்சுமிக்கு கோபம் வந்ததோ? புயல்வேகம். ‘பளார்’ சத்தம்தான் கேட்டது. இன்ஸ்பெக்டரின் சிவந்த கன்னம் பழுத்துப் போனது.

அடி வாங்கியது காக்கி சட்டை, அதிலும் மூழ்கி முத்தெடுத்த டிக்கெட். தயங்கவில்லை. கொத்தாக லட்சுமியின் தலைமுடியைப் பிடித்தார். ஒரு சுழற்று சுழற்றினார்.

“நாயிண்ட மவளே. இருளச்சி நாய்க்கு இத்தினி திமிரா. இதடீ போலீஸ்ன்னா என்னன்னு காட்டறேன்!”

ஓங்கி கன்னத்தில் ஓர் அறை. முதுகில் ஓர் அடி. ஏற்கனவே முடியை பிடித்து சுத்தியதால் நிலைகுழைந்திருந்த லட்சுமி அடுத்தடுத்து விழுந்த இந்த அடியால் அலறினாள்.

“எண்டா ஜாதி சனங்களே. இங்கே கேட்பாரில்லையா?”

அக்கம் பக்கம் இருந்தெல்லாம் ஓடி வருகிறார்கள். ஆண்கள் இல்லை.

அத்தனையும் பெண்கள். தாய்க்குலப் பெண்கள். அடுத்த அடி அவள் மீது விழாமல் இன்ஸ்பெக்டரை நாலு பெண்கள் பிடித்துக் கொண்டனர். மேலும் நாலு பெண்கள் அவருக்கு உடமையான ஃபைலை எடுத்துக்கொண்டனர்.

எஞ்சியிருந்த பெண்கள் கைகள் சும்மாயிருக்கவில்லை. சாத்து, சாத்தென்று சாத்த ஆரம்பித்தனர். பழைய துடைப்பக்கட்டை. செருப்பு. சவுக்குப் பூட்டு. இப்படி கைக்குக் கிடைத்த பொருட்களில் எல்லாம் அடி விழுந்தது. ஏற்கனவே இமைபிதுங்கிய முழியோடு முழித்த இன்ஸ்பெக்டர் கண்கள் தெறித்து விழுகிற மாதிரி முழித்து ஊரையே தூக்கற மாதிரி

அலறினான். அவனுடன் வந்த போலீஸ்காரர்கள் இருவர் ஓட்டம் பிடித்தனர். அவர்கள் பின்னே இவனும் ஓடினான். ஜீப்பில் தாவி ஏறினான்.

“இருடி.... நிங்களுக்கு பாடம் கற்பிக்கிறேன்...!” கறுவிக்கொண்டே போனவன்தான்.

எண்ணி இரண்டு மணி நேரத்தில் ஒரு போலீஸ் லாரி நிறைய இரும்புத் தொப்பிப் போலீஸ். அந்த ஏரியாவில் இருந்த குடிசைகளுக்குள் எல்லாம் புகுந்து கிடைத்த பெண்களை எல்லாம் கூந்தலைக் கொத்தாகப் பிடித்து தூக்கி வந்தது. இரண்டு பெண் போலீஸ்காரிகளின் கையில் லட்சுமியின் கூந்தலும் சிக்கியிருந்தது.

அவளை போலீஸ் ஜீப்பில் ஏற்றும்போது வாயில் நுரை தள்ள வலிப்பு வந்து விழுந்து துடித்தாள்.

★

சோமபானம் தெய்வபூசைக்கு மிக முக்கியமான பூசைப் பொருள் ஆகும். இந்திரன், அக்னி, வருணன் போன்ற தேவர் சோமபானத்தைப் பருக வேண்டினர். சோமபானத்தை தேவர்களுக்குப் படைத்த பின்புதான் தாம் பருகுவர். தமது தேவர்களை மகிழ்விக்க சோமபானம் வலிமையான ஒன்று. சோமயாகத்தின் போது சோம பானத்தைப் பருகச் சிறப்பு விதிகள் உண்டு. மாலை வேளைகளில் அரசர்களும், அரசப்பிரதானிகளும் சோமபானம் அருந்துவர்.

5

சைலண்ட் வேலிக்குள் நுழைந்து தாவளத்தில் வடக்குப் பார்த்து வளைந்து தாவளம் பள்ளத்தாக்கில் விழும் பவானி ஆற்றுக்கு இடப்பக்கம் ஒரு மைல் தூரத்தில் உள்ள மேட்டுப்பாங்கான ஊரு வீட்டியூர். பூச்செண்டு புருஷன் வயிறான் செத்துப் போயிருந்தது அந்த ஊரையே துக்கக் காடாக்கியிருந்தது. ‘இப்படி இன்னும் எத்தனை பேருக்குத்தான் சாவு வருமோ?’ என்பதே ஊர்ப் பெண்களிடம் பேச்சாக இருந்தது.

ஊருக்கு வடக்குப் புறம் ஒதுக்கமா பனை ஓலை வேய்ந்த மண் சுவரு வீடு. தலையைக் குனிந்து உள்ளே போனால் மண் தரையில்

ஒரு ஆசாரம். அடுத்தது ஒரு சமையல் அறை. அதுக்கு அப்பால் தட்டுமுட்டுச்சாமான்கள் போடும் ஒரு அறை. சுவர் எல்லாமே அடுப்புப் புகை படிந்து கரேல் என்று காட்சியளித்தது.

பனை ஓலைக்கூரையோ பழுப்பும் இல்லாமல், கருப்பும் அல்லாமல் ஒரு மாதிரியாய் பல்லிளித்தது. வெளியே ஒரு கால் உடைந்து கட்டை வைத்து ஆணியடிக்கப்பட்டிருந்த மர பெஞ்சில் விரல் விட்டு எண்ணக்கூடிய அளவில் ஆம்பிளையாட்கள் அமர்ந்திருந்தனர்.

ஓட்டமாய் ஓங்காரமிட்டு ஓடிவரும் பெண்கள் அந்தச் சின்னக்குடிசையின் ஆசாரத்திற்குள் தலை தாழ்த்தி நுழைந்தனர். ஒவ்வொருவர் உள் நுழையும் போதும் புதுபுதுசாய் ஒப்பாரிச் சத்தம் வேகமெடுக்கிறது. அதில் மலைவாசிப் பெண்கள் மட்டுமல்ல; குடியானவப் பெண்களும் இருந்தார்கள். அதில் தமிழ் பேசுபவர்களே முக்கியமாய்த் தென்பட்டார்கள். அவர்கள் குலவை போட்டுப் பாடும் பாட்டும் அவ்வப்போது கேட்பதாயிருந்தது.

'அடியேய் பூச்செண்டே.... அழகான எஞ்செண்டே....

மன்னனைப் பறிச்சதாரு... குத்துயிரா ஒன்னை விட்டதாரு...

பாசம் முறிக்கலையே... பந்தமும் முறியலையே...

வேஷம் கட்டித்தான் தாலிய அறுத்தானே...

தாலி அறுத்தவன் அகாலமா போக பாவோஞ் செஞ்சதாரு...!"

சின்ன ஆசாரத்தினுள் நடுவே பூச்செண்டு பிம்மித்தி பிடித்தவள் போல அமர்ந்திருந்தாள், வந்த பெண்கள் இழுத்த இழுப்புக்கெல்லாம் அசைந்து கொடுத்தாளே ஒழிய, அவள் வாய் திறக்கவில்லை. ஒப்பாரிப் பாட்டுகள் என்னதான் வேகமெடுத்தாலும் பூச்செண்டை ஒன்றும் செய்ய முடியவில்லை.

வெறித்த பார்வை. சூன்யம் கப்பிய கண்கள். உதட்டில் அசைவில்லை. கண்ணில் ஒரு பொட்டுக் கண்ணீர் வரவில்லை. வெடித்து அழவில்லை. திக்பிரமையுடன்.

கூடி அமர்ந்திருந்த, நின்று கொண்டிருந்த பெண்களோ நெஞ்சு நெஞ்சாய் போட்டுக் கொண்டார்கள். மாரில் அடித்துக் கொண்டார்கள். சிலர் வெறித்து அமர்ந்திருந்த இவளை உசுப்பிக் கட்டியணைத்து ஓங்காரமிட்டார்கள்.

“எண்ட அருமைப் பூச்செண்டே. நாலு ஆம்பளையாளு இருந்தும் ஒத்தையாளு இல்லாம போயிருச்சே. இந்தச் சோகம் உனக்கு மட்டுந்தண்ணி. எங்களுக்குந்தண்ணே!”

இடையிடையே மலையாளமும், தமிழும் அல்லாத ஒரு மொழி ஒப்பாரியும் அங்கே அதகளப்பட்டது.

மாரின்மீது படிந்திருந்த முந்தானை அவிழ்ந்தது. ரவிக்கையில் தெப்பலாய் ஊற்றெடுக்கும் வியர்வை. நெற்றியில் இருந்த குங்குமம் அமங்கலமாய் அழிந்திருந்தது. கூந்தல் அலை, அலையாய் காற்றுக்கு அலைந்தது. அப்போதும் கூட அவளிடம் சிறு அசைவில்லை.

‘ஏய்... கரையடி மகளே... பேசுடி மகளே!” என்று அவளை உலுக்கி கரையாதவர் இல்லை.

வாசலில் குச்சிக்கோல்களைத் திரட்டித் தீ வைத்துப் புகைத்திருந்தார்கள். சிலர் கொம்பூதி, குழலூதி பாடை தயாரித்தார்கள். நீளமான பச்சை மூங்கில் வெட்டி வந்து பிளந்து அதிலிருந்து தப்பை உருவி குடை போல் தயாரித்திருந்தார்கள். சடங்கு செய்ய, கரட்டிகா, சம்பல், ஆறுமூப்பு, வெள்ளைக்கார், குருநகர், குப்பர், குப்புலிகா, குருநகர் என்று இனத்தில் ஏழு வகை குலங்களுக்கு ஊருக்கு ஒருவர் வந்திருந்தார்கள்.

அந்த ஒத்தை ஜாகைக்குள்ளேயே குழல் முழக்கி, கொட்டுக் கொட்டி, கொம்பு ஊதினார்கள். இன்னும் கொஞ்ச நேரம்தான். அகழி ஆஸ்பத்திரியில் போஸ்ட் மார்ட்டம் செய்யப்பட்ட உடல் வேனில் வந்துவிடும்.

அதற்காக வாசலில் இருந்த சொற்ப ஆண்களும் காத்திருந்தார்கள். அதில் ஓரிருவர் துயரப் பேச்சோடு வேடிக்கை பேச்சையும் ஆரம்பித்திருந்தார்கள்.

“இந்த வயிறான் குடிச்சுத்தான் சாவான்னு எதிர்பார்த்ததுதான். அதுக்காக இப்படி குடிச்சிட்டு யானைகிட்ட போய் விழுவான்னு யார் எதிர்பார்த்திருப்பா?” என்றார் கரட்டி.

“ஆமாம் ஆமாம். ஒண்ணு அவன் குடிச்சு சாகோணும். இல்லே அவன் பொண்டாட்டிகிட்ட அடி வாங்கியே சாகோணும்ன்னுதான் நானும் நினைச்சேன். ஆனா பாரு அவனுக்கு சாவு ஆண்டவன் ரூபத்துல வந்திருக்கு!” சம்பல் அதை ஆமோதிக்க, ஆறுமூப்பு அதை மறுதலித்தார்.

அவர்கள் பெரியவன், ஆண்டவன் என்று சொல்லிக் கொண்டது யானையை. காட்டில் தெய்வமாக உலா வரும் காட்டுராஜாவை பேர் சொல்லக்கூடாது.

“எனக்கென்னவோ பெரியவன் மிதிச்சு வயிறான் செத்தான்னு இப்பவும் நம்பிக்கையில்லை. அப்புனு யோசிச்சுப் பாரு. ஒருத்தனை மூஞ்சியில மிதிச்ச ஆண்டவன், இன்னொருத்தனையும் மூஞ்சியிலேயே மிதிப்பானா என்ன? என் அனுபவத்துல அப்படிப் பார்த்ததில்லை. யாரோ பெரியவன் கால் மாதிரி பெரிய பெரிய குண்டுக் கட்டைய வச்சு ரெண்டு பேர் முகத்திலயும் குத்தி நச்சிருக்காங்க. அப்படி என்னதான் சினகரமோ?” என்றார் ஆறுமூப்பு.

அவர் சொன்னதைக் கேட்டு மற்றவர்கள் சுற்றுமுற்றும் பார்த்துக் கொண்டனர். சன்னமாக அவன் பக்கம் ஒட்டி வாயைக் கொண்டுபோன வெள்ளைக்கார், “ஏப்பா பார்த்துப் பேசு. அப்புறம் நாமெல்லாம்தான் போய் கோர்ட்ல சாட்சி சொல்லோணும்!” என்றார்.

அதைக் கேட்டு மற்றவர்கள் அமைதியானாலும் ஆறுமூப்பு அடங்கவில்லை.

“இப்படியே போயிட்டிருந்தா இந்த அட்டப்பாடி கேந்திரத்தில ஆதிவாசிகளுக்கு பாத்தியப்பட்ட நூத்தி எம்பத்தி ஆறு செட்டில்மெண்டுலயும் ஆம்பிளையினம் அழிஞ்சுதான் போகும். ஆனைவாய் மூப்பன் ஒத்தையாளு. நூத்தியாறு... பதினாறு பொண்டாட்டி, நூத்தி முப்பது புள்ளைக, பேரன் பேத்திகன்னு

பெத்து பெருமையடைஞ்ச நம்ம சாதியில இப்படியுமா!"

ஒவ்வொரு ஊருக்கும் தலைவன் மூப்பன். அதுல ஆறுமூப்பு வகையறா ஆறு ஊருக்குத் தலைவர் ஆவார். அவங்க குணமே சபையில தன் பேச்சை மத்தவங்க மறுதலிக்காமப் பார்த்துக்கிறதுதான். இப்பப் பேசிய ஆறுமூப்பு புதூர்காரர். அந்த ஊர் பஞ்சாயத்துத் தலைவியை தேர்ந்தெடுக்கிறதில் முக்கிய பங்கு வகிப்பவர்.

அதனால் அவருக்கு மறுபேச்சு இவர்களிடம் எழவில்லை. சிலர் ஆமோதிப்பது போல் தலையை ஆட்டினர். இன்னும் சிலர் தம் இடுப்புச் சுருக்குப்பையை அவிழ்த்து வெற்றிலை, பாக்கு, போத்தாலையை எடுத்து மடித்து வாயில் போட்டு மென்றனர். அங்கே அமர்ந்திருந்தவர்கள் பெரும்பாலோரின் வாயும் வெத்தலை பாக்கு போட்டு செவேல் என்றிருந்தது.

ஓங்கார சத்தங்கள், மாரடித்து அழுகை, ஒப்பாரிப் பாட்டு, கொட்டுச்சத்தம். கொம்பு முழக்கல் எதுவுமே காதில் கொள்ளாத பூச்செண்ட்டுக்கு ஆறுமூப்பு பேசிய பேச்சு மட்டும் துல்லியமாக காதில் விழுந்தது. அதைவிட முக்கியம் அட்சரம் பிசகாமல் ஆறுமூப்பு சொன்ன அந்தச் சொல்,

"ஒண்ணு அவன் குடிச்சு சாகோணும். இல்லே அவன் பொண்டாட்டிகிட்ட அடி வாங்கியே சாகோணும்ன்னுதான் நானும் நினைச்சேன்!" என்பதன் ரீங்காரம்.

'ஆமாம் நான் அடித்தேன்தான். புருஷனை மட்டுமா அடிச்சேன். மகனை, அப்பனை. அண்ணனை எல்லாந்தானே அடிச்சேன். அதுவும் கட்டி வைத்து மூங்கத் தப்பையிலயே வெளு,வெளுன்னுல்ல வெளுத்தேன். அடி உதவற மாதிரி அண்ணன் தம்பி உதவமாட்டான்னு சொல்லுவாங்க. இங்கே. உதவலியே!'

அவளுக்கு நினைத்த சடுதியில் மனம் இறுகிப் போகிறது. ஒரு கணம் அப்பன் மனக்கண்ணுக்குள் வந்து போகிறான்.

இதுக்கெல்லாம் மூல விதையாய் இருந்தவன். ஆதிகாலத்திலிருந்து பனைங்கள்ளு எறக்கீட்டு இருந்தவன், கோயமுத்தூர்

கவுண்டமாருக வந்த பின்னாடி தென்னங்கள்ளுக்கு மாறினான். பத்துப் பனை மரம் இருக்குதுன்னா, நூறு தென்னை மரம் வச்சுட்டான் கோயமுத்தூர்காரன்.

அதனால் தென்னங்கள்ளு ஆறா புறப்பட்டது. நாலு மரம் பனங்கள்ளு எறக்கிற நேரம் நூறு தென்னை மரம் ஏறி தென்னங்கள்ளு எறக்கிடலாம்ன்னுதான் அத்தனை ஜனங்களும் கவுண்டமாரு தோப்புக்கு கள்ளு எறக்கப் போனாங்க. அதுல அம்போன்னு போனது பனை மரம்தான்.

சீவாத பாளை. எடுக்காத பதனீர். குலைதள்ளியும் பறிக்காத நுங்கு. முழுசா மணந்து நின்ற பனம்பழம். காடெங்கும் விழுந்து, புளித்து நாறியது. அது முளையாம இருக்கறதுல கவனமா இருந்தான் கீழ்நாட்டுக்காரன். அப்படியே பட்டுப் போனது பனைமரம். தென்னையில செழிக்கிற கோயமுத்தூர்காரனை வளர விட்டா என்ன ஆகும்?

மாஹியிலிருந்து வந்த மலையாள நாட்டுக்காரன் பார்த்தான். கோட்டத்துறையில் மொதல் ஊறல் மொடா போட்டான். ஊரே மணந்தது சாராயம். காய்ச்சினவனுக்கு, வந்தவன் போனவனுக்கெல்லாம் சும்மாவே பட்டைச் சாராயம் கிடைச்சுது.

கருவேலங்காடு, வெல்வேலாங்காடுன்னு போய் பட்டை உரிச்சுக்கொண்டு வந்த மக்களுக்குப் பணம் கொட்டியது. ஊறல் மொடா போட்டவனுக்கு இன்னும் கொஞ்சம் கூடுதல். அதுல மொதல்ல விழுந்தவன்தான் அப்பன் சூக்கரை.

ஆரம்பத்தில் அப்பன் கொண்டு வந்த வருமானம் அம்மை சூக்கிரிக்கு ரொம்ப சந்தோஷம். நாள் செல்லச் செல்ல, அவன் சாராயம் குடிச்சுட்டு விழுந்து கிடக்கிறதும், அடிக்கடி போலீஸ் ஸ்டேஷன் போறதும், ஜெயிலுக்குப் போய் ஒரு வாரம் பத்து நாள் இருந்துட்டு ஜாமீன்ல வர்றதும் குடும்பமே பாழ்பட்டுப் போச்சு.

துண்டு துக்காணி நிலங்கள் எல்லாம் வித்துட்டு பள்ளிக்கூடம் போகாம இவ கூட தம்பி மாடு, எருமை மேய்க்க வந்தான்.

அப்பன் சூக்கரை வீட்டுக்கு எப்ப வருவான்; போவான்னு தெரியாது. அப்படி மீறி வந்தா முழு போதையிலதான் வருவான். அவனை போதை போக தண்ணியூத்திக் குளிப்பாட்டறதும், அதுல ஆட்டமாய் ஆடும் அவனை மூங்கில் தப்பையில சாத்து, சாத்துன்னு சாத்தறதும் சூக்கியின் வேலையாகவும் ஆனது.

அவன் சூக்கியிடம் அடிபடும்போது குழந்தைப் புள்ளை பூச்செண்டு பார்த்துட்டு இருப்பாளா? அம்மாவுடன் சேர்ந்து கொண்டு விறகுக் கட்டையாலயே தம் பங்குக்கு அப்பனை சாத்து, சாத்துன்னு சாத்துவாள்.

"குடிப்பியா, குடிப்பியா? அம்மாவை அடிப்பியா?"

இப்படி எத்தனை நாளைக்குத்தான் இந்த குடிகேடோ? என்று சூக்கியும், செண்டுவும் மருகித் தவித்த வேளை, தனியாக மாடு, எருமை மேய்க்கப் போன தம்பி கருமனும் சாராய வாசத்தோடவே வந்தான்.

"சொல்லுடா... சொல்லுடா... உனக்குச் சாராயத்தை ஊத்தி உட்டது யாரு. அப்பன்தான் குடிகேடுல நாதாரியாப் போயிட்டான். நீயும் ஏண்டா பழி எடுக்கறே?" அப்பனுடன் சேர்ந்து இவனுக்கும் அடி விழுந்தது.

அப்பனுக்கு சாதாரண அடி என்றால் இவனைப் பந்தக்காலில் கட்டி வைத்தே அடித்தார்கள். அப்பவெல்லாம் அவன் வலி தெரியாத மாதிரியே சிரித்தான். சிரித்தபடியே அழுதான். அழுதபடியே உளறினான்.

"அடிதாண்டி. அடிடீ... எனக்கு வலிக்குமா? வலியில்லையே!"

"இவன் சாராயம் மட்டும் குடிக்கலே. கஞ்சாவும் சேர்த்துப் புகைக்கிறான். அதுதான் இப்படி சுரணையில்லாமலே ஆயிட்டான்!" என்று மற்றவர் சொல்லும்போது அவன் குடிக்கு அடிமையே ஆகியிருந்தான்.

ஆக, வீட்டில் இரண்டு ஆம்பிளையாளுகளும் கட்டிவைத்து உதைக்கப்பட்டனர். இதையெல்லாம் பார்த்து, 'வேண்டாம்டி. பாவம்... விடிஞ்சா பேசிக்கலாம்!' என்று சொல்லி வந்த

வயிறானும் குன்னிக்கண்ணன் சாராயத்துக்கு அடிமையானதும், அவனிடமே ஊறல் போடப் போனதும்தான் கொடுமை.

'தங்கச்சி குஞ்சாளுக்கு பரிசம் போட வேணும். சீர் சிறப்பு செய்ய வேணும். அதுக்கு செலவுக்குக் கள்ளு எறக்கப் போனா கட்டுபடியாகாது. நிறைய பணம் வேணும். அதுக்கு குன்னிக்கண்ணனிடம் சாராயம் காய்ச்சப் போவதுதான் சரி!' என்று அவனுக்கு யார் புத்தி புகட்டினார்களோ தெரியாது. ஊறல் மொடாவில் விழுந்துவிட்டான்.

ஆரம்பத்தில் அவனும் கைநிறைய காசு கொண்டு வந்தான். பொண்டாட்டிக்கு முதன்முதலாய் தங்கத் தோடு வாங்கிக்கொடுத்தான். 'ஏது பணம்?' என்று சந்தேகித்துக் கேட்டபோதுதான் மெல்ல, மெல்லச் சொன்னான்:

"நானென்ன அந்த ஊளைச் சாராயத்தை குடிக்கவா போறேன். காய்ச்சத்தானே போறேன். அதுல வருமானம் பார்த்துட்டு குஞ்சாள் கன்னாலம் முடிச்சுட்டு பழையபடி கள்ளு எறக்கப் போயிருவேன்!" என்றான்.

சாராயம் குடிச்சவன் பேச்சு விடிஞ்சா போச்சுங்கறது குடிக்கறவனுக்கு மட்டுமில்ல. காய்ச்சறவனுக்குந்தான்னு வயிறான் நிரூபிச்சான்.

அவன் தன் தங்கை குஞ்சாள் கல்யாணத்தை முடிக்கும் போது ஏழெட்டு முறை ஜெயிலுக்குப் போய் வந்துவிட்டான். அவனைத் தேடி அப்பப்ப போலீஸ் வருவது வாடிக்கையானது. அவர்களுக்கு கோழியும், ஆடும் சமைச்சுப் போடுவது இவளின் வாடிக்கையானது. 'இது நல்லதுக்கில்லே!'ன்னு சொல்லிச் சொல்லிப் பார்த்தாள். வீட்டில் பிரச்சனை தீரவில்லை.

எப்படியோ, எதிலோ சூது வைத்திருக்கிறான் குன்னிக்கண்ணன். அந்த சூதில் இவன் குடித்துவிட்டு வந்தான். கஞ்சா புகைத்து விட்டு வந்தான். அப்பனுக்கும், தம்பிக்கும் எடுத்த விறகுக் கட்டையை புருஷனுக்கும் எடுத்தாள். எப்பவாவது அவன் வீட்டுக்கு வந்துவிட்டான் என்பது ஊருக்கு அவனின் இரவு நேர ஊளை அழுகை மூலமே தெரியும்.

கயிற்றால் கட்டிப்போட்டு அம்மா ஒரு பக்கம், மகள் ஒரு பக்கம் சாத்துவார்கள். கயிறு கட்டாத கணங்களில் கட்டிலில் படுக்கையில் இருக்கும் தன் அம்மாளைத் தடிகொண்டு சாத்துவான் வயிறான். எதற்கு அடிக்கிறோம் ஏன் அடிக்கிறோம் என்று தெரியாது.

இதையெல்லாம் கண்கொட்டாம பார்த்துகிட்டிருந்த பயல்தான் பூச்செண்டு பெற்றெடுத்த பிள்ளை. பையன் இங்கிருந்தா கெட்டுப் போவான்னு கோட்டத்துறை பள்ளிக்கூட ஹாஸ்டல்ல விட்டாள்.

பத்து வயசுப் பையன். படிப்பது அஞ்சாம் வகுப்பு. சித்திரை மாசம் லீவில் வரும்போது சாராய வாசத்தோடவே வந்தான்.

'என் பகவானே மல்லீஸ்வரா. சிவனே. மகமாயி. ஏன்தான் என் குடும்பத்தை சோதிக்கிறியோ?"ன்னு அவள் அழுவதைப் பார்த்து மகன் சிரித்தான்.

பதிலுக்கு இவள் அடித்தாள். விறகுக் கட்டையால் சாத்தினாள். அப்பவும் குடிகார அப்பன், குடிகார தம்பி, குடிகார புருஷன் இவங்களுக்கு முந்தியே புள்ளை போவான் என்று கனவிலும் நினைக்கவில்லை பூச்செண்டு.

ஒரு நாள் பள்ளிக்கூடத்திலிருந்து ஆள் வந்தது. 'நிங்களை டீச்சர்மாரு இட்டாரச் சொல்லுச்சு!' இரண்டு மலையாளப் பசங்க வந்து சொன்னபோது பதறினாள்.

"ஏண்டா, பீமன் ஏதும் செஞ்சுட்டானா?"

"பீமன் ஏதும் செய்யலை. மயக்கமடிச்சு விழுந்துட்டான். கோட்டத்துறை ஆஸ்பத்திரியில சேர்த்திருக்கு. உங்களை டீச்சர்மாரு உடனே வரச் சொல்லுச்சு!"

இவள் அலறியடித்து ஓடினாள். படுக்கையில் இருந்த மகனைப் பார்த்து கேவினாள்.

ஒடுங்கிய கண்கள். சுருங்கிய தோள். எலும்பும், தோலுமாய் காணப்பட்ட மகன். பேச முடியவில்லை. கண்ணில் தாரை, தாரையாய் கண்ணீர். டீச்சர்மார்கள் வந்தார்கள்.

'ஈ செக்கன் மாத்திரமல்ல. பதினொரு செக்கன்மாருக ஒரு செட்டு. எப்பவும் சாராயக்குடி. கஞ்சா குடி. எப்படி பணம் வருது? எதுல குடிக்கிறானுக ஞாங்கள் அறிஞ்சிட்டில்லா. அடிச்சும் பார்த்தாச்சு. திட்டியும் பார்த்தாச்சு. கேட்டுட்டு இல்லா. இப்ப ஈரல் குலை வெந்து போச்சுன்னு டாக்டர் பறைஞ்சு. இனி இந்தப் பிள்ளையை ஸ்கூலுக்கு அனுப்ப வேண்டாம். எந்தா சேச்சி மனசிலாயோ?!"

அவர்கள் ஸ்கூலுக்கு அனுப்ப வேண்டாம் என்றுதான் சொன்னார்கள். ஆனால் அவன் வீட்டிற்கே திரும்பி வரவில்லை.

ஆஸ்பத்திரியில் சேர்த்த மூன்றாம் நாள் நிரந்தரமாய் கண்ணை மூடிக்கொண்டான். சாராயத்தால் செண்டுவின் வீட்டில் நிகழ்ந்த முதல் சாவு. அதுவும் பத்து வயசேயான பச்சை மண்.

"இந்தக் குட்டிக்கு இந்தச் சாராயக்குடியைக் கற்பிச்சப் பாதகன் யாரு?"

தலையில் அடித்துக்கொண்டு அழுதபோது அப்பன் வந்தான். தம்பி வந்தான். புருஷனும் வந்தான்.

"நாளை முதல் குடிக்க மாட்டேன் சத்தியமடி தங்கம்!" என்று தலையிலடிக்காதக் குறையாக சத்தியம் செய்தார்கள் மூவரும். அப்படி செய்யும்போதும் மிதமிஞ்சிய போதையில் இருந்தான் சூக்கரை. "இன்னைய்க்கு இன்னைக்கு மட்டும்தான். பொறுத்துக்கடி மவளே!" என்று உளறினான்.

ஆனால் அதற்குப் பிறகுதான் மூவரின் குடியும் அதிகமானது. இப்போ மூணு பேருக்கும் மூணு பந்தக்கால் தேவைப்பட்டது. விளக்குமாறாலும், விறகுக் கட்டையாலும் அவர்கள் வாங்கிய அடி கொஞ்ச நஞ்சமல்ல.

பேரன் போன ஒரு மாத காலத்தில் தேக்குவட்டை பவானி ஆத்தங்கரையோரம் ரத்தம் கக்கிச் செத்துக் கிடந்தான் சூக்கரை. அவனுக்கு ஈமச்சடங்கு எல்லாம் செஞ்ச பதினாறாம் நாள் தாவளம் சந்தைப் பேட்டையில் குண்டி வெடித்துச் செத்துக் கிடந்தான் தம்பிக்காரன். "இனி நீ மட்டும்தான் மிச்சமிருக்கே!"

என்று கேவி அழுதபோது அவள் கண்ணீரை துடைத்தான் வயிறான்.

அவன் அப்போது மருந்துக்கும் குடிக்கவில்லை. ‘கரையாதடி மோளே. மெல்ல மெல்ல நான் குன்னிக்கண்ணன்கிட்ட இருந்து விலகிக்கிறேன். சாராயக்கேஸுக ஸ்டேஷனிலும், கோர்ட்டிலும் ஒருபாடு உண்டு. அதுக்கு என்ன வழின்னு வக்கீல்கிட்ட கேட்டுக்கறேன். அதை உடனே குன்னிக்கண்ணன்கிட்ட சொன்னா கொன்னே போடுவான். மொள்ள மொள்ள வெளியே வந்துடறேன். ஆனா ஒண்ணு, எந்த நேரத்திலும் உனக்காக இனி குடிக்கவே மாட்டேன். பொட்டுச் சாராயம் என் நாக்குல படாது!”

என்று சூளுரைத்தான். சொன்ன மாதிரியே செய்தான். அதற்கப்புறம் அவன் நேரமே வீடு வந்தான். செண்டுவுடன் கூடினான். முன்பு போல அவன் உடல் ஆரோக்கியமாய் இல்லை என்றாலும் அவன் தந்த அன்பும் பாசமும் இவளைக் கிறங்கடித்தது.

இவள் வீட்டில் குடிகாரன்கள் அடிபடும் சத்தம் மூன்று உயிர்களை பலிகொடுத்த பின்புதான் ஓய்ந்தது. நான்காவதாய் எஞ்சியிருந்த ஒரே ஒரு ஆம்பிளை உயிர் காப்பாற்றப்பட்டு அதன் ஓலம் அடங்கியிருக்கிறது.

அப்பவும் ஓயாத வேலை. இரண்டு நாள், நாலு நாள், ஒரு வாரம் என கழிந்து வந்தான்.

செண்டு இந்த முறை விறகுக் கட்டை எடுக்கவில்லை. துடைப்பம் தூக்கவில்லை. அகிம்சை என்ற ஆயுதத்தை எடுத்தாள். உண்ணா நோன்பு. நீ வந்தால்தான் சாப்பிடுவேன். அதுதான் எல்லா ஆயுதத்தையும் வென்றெடுத்தது.

இவள் மயங்கிக் கிடந்தபோது ஆஸ்பத்திரி தூக்கிப் போனான். கிட்ட இருந்து கவனித்தான். எல்லாமுமாக மாறினான். இதே ஆயுதத்தை எடுத்திருந்தால் நம் அப்பனும், புள்ளையும் அண்ணனும் கூட பொழைச்சிருப்பார்களோ?’ என்று இவள் நினைக்கும்போது, ஊர் வேறு மாதிரி மாறியிருந்தது.

அடுத்தடுத்து மூன்று சாவுகளுக்கு செண்டுவின் வீட்டில் ஒலித்த இழவு ஓலம் வீட்டியூரில் எல்லோருடைய வீட்டிலும் தொடர்ந்து கேட்க ஆரம்பித்தது. ஆம், வீட்டுக்கு வீடு வாசப்படி அல்ல; சாராயப்படியாக மாறியிருந்தது.

வீட்டியூரில் சாராயம் குடிச்சுட்டு வராத ஆம்பிளைமாரே இல்லை; பொண்டாட்டிமார்களிடம் விறகுக்கட்டை, சீவக்கட்டை அடி வாங்காத புருஷன்மாரே இல்லை என்ற நிலை ஏற்பட்டு விட்டது.

பூச்செண்டுவின் தம்பி சாகும்போது அங்கே இருந்த அம்பது வீடுகளில், முப்பத்தாறு வீடுகளில் ஆம்பிளைகள் இல்லை. எல்லோருமே பரலோகம் போய் விட்டார்கள்.

அந்த வீட்டில் எல்லாம் தாலியறுத்த முண்டச்சி பெண்கள். பூச்சூடாத பெண்கள். மீதி பதினாலு வீடுகளிலும் தினம் தினம் சண்டை சச்சரவு, அடிதடி, கலாட்டா. குடித்து விட்டு வராத புருஷன்களே இல்லை. அப்பன்களும் இல்லை. பிள்ளைகளும் இல்லை. ஊரில் என்னதான் செய்வார்கள் பெண்கள்.

"எல்லோரும் கூடினார்கள். 'நமக்கு அப்பன், புருஷன், புள்ளை இருந்து யாதொரு புண்ணியமுமில்லை. அவங்க இருப்பதும் ஒண்ணு இல்லாததும் ஒண்ணு. அதனால அத்தனை பேருமே தலைமுழுகிக்குவோம்!' சூளுரைத்தார்கள். ஒரே நாளில் தாலியறுத்துக் கொண்டார்கள். தலைக்குப் பூச்சூடுவதை, தன்னை அலங்கரிப்பதைத் தவிர்த்தார்கள்.

"ஞங்கள்தான் கூலிக்கும் நாழிக்கும் செல்ல வேண்டியிருக்கு. அப்படி சம்பாதிச்ச ஒரு காசு. அரைக்காசையும் இந்தப் புருஷன், புள்ளை கன்னம் வச்சுப் போயி குடிச்சுட்டுத்தான் வருது. அதனால, மத்த பெண்கள் புருஷனைத் தின்னுட்டுத்தான் தாலியறுத்திருக்காங்க. நாங்க புருஷனிருந்தும் தாலியறுத்துக்கறோம். யங்களுக்கு தாலி ஒரு கேடா?" என்று தனக்குத்தானே புழுங்கி தலை, தலையாய் அடித்துக் கொண்டு அழுதார்கள்.

இதோ அப்படி தாலியறுத்தவர்கள் பூச்செண்டு வீட்டுக்கும்

வருகிறார்கள்.

"யேய் பூச்செண்டு. தாலியறுடி, முண்டை!"

யாரோ ஒரு கிழவி கத்த, இவள் தீர்க்கமாய் சொன்னாள்: "நானெதுக்கு தாலியறுக்கணும். எண்ட பர்த்தா, இப்ப சாராயங் குடிச்சிட்டில்லா. திருந்தியாச்சு!"

அழுத்தமாய்ச் சொன்னாள். உறுதியாய் நின்றாள். வயிறானும் அதற்கு துணையாய் நின்றான்.

ஒரு மாதம், இரண்டு மாதம். மூன்று மாதம். கைகள் நடுங்கின. கால்கள் வெடவெடத்தன. உடம்பு தூக்கித் தூக்கிப் போட்டது. கொஞ்சமாவது சாராயம் குடித்தால்தான் இந்த சங்கதிகள் சரியாகும் என்று பலரும் சொன்னபோதும் கூட அதைத் தொடவே மறந்தான். முக்காலி வள்ளியம்மாவிடம் கூட்டிப் போய் மூலிகை மருந்து கொடுத்தாள். குன்னிக்கண்ணன் சாராயக்காட்டில் ஒருத்தன் திருந்தி வாழ்றதாவது? கணக்காக ஒரு நாள் பார்த்து வயிறான் கடத்தப்பட்டான். இதோ வீட்டியூரில் பூச்சூடி எஞ்சியிருந்த ஒற்றைப்பூ பூச்செண்டுவும் தாலியறுத்தாள். அப்போது இவளைக் கிட்ட இருந்து தேற்றியவள் நஞ்சி.

"பொறுடி மகளே. இதுக்கெல்லாம் நம்ம வேற வழிதான் தேடணும். அதுக்கும் நான் ஒரு ஏற்பாடு வச்சிருக்கேன்!' என்று கறுவினாள். செண்டு தன் அழுகையை நிறுத்திவிட்டு அவளையே பார்த்தாள்.

★

போரின்போது படைத்தலைவர்கள், அணித்தலைவர்கள் சோமரசம் அருந்தி போர் செய்வார்கள். சோமத்தில் பாலும் தேனும் கலந்து 'சோமரசம்' தயாரிக்கப்படுகிறது. இது வேதனையை மறக்கடிக்கும், உடலுக்குப் புத்துணர்ச்சி உண்டாக்கும். அதனால் முனிவர்கள் வேள்விகளின் போதும், படைத்தலைவர்கள், வீரர்கள் போரின் போதும் உடல் தளர்ச்சி அடையாமல், சுறுசுறுப்பாகவும், மனவுறுதியுடன் செயல்பட இதை அருந்தியுள்ளனர்.

6

மேகங்களாகிய வெண்மைச் சட்டைகள் அணிந்து மரங்களாகிய பச்சைப் பட்டாடைகள் போர்த்தி குளிர்ச்சியாய் ஜொலித்தன மலைகள். கண்ணுக்கெட்டிய தூரம் வரை காடு. அடுத்து சிறுகுன்றுகள், தொடர்ச்சியாய்ப் பெருங்குன்றுகள், அதையடுத்தே அந்தப் பெருமலைகள். அதனூடே கொள்ளைகொள்ளும் பசுமை. அதில் நெளிந்து, நெளிந்து நீளும் வெள்ளிக் கம்பிகளாய் நீரோட்டம்.

சலீம் அலி பறவைகள் ஆராய்ச்சி மையம். சுவாமிஜி குருகுலம் தாண்டி ஆலமரமேட்டில் ஏறுகிறது ஆல்டா. இடதுபுறம் பிரியும் பனப்பள்ளி கிராமச்சாலையின் ஓரம் சின்னதாய் பெட்டி டீக்கடை.

அங்கிருந்து இந்த மண்மகளின் அவலக் குரல்போல ஓப்பாரிப் பாடல் ஒன்று ஒலிக்கிறது. அது கரட்டியின் குரல்தான்.

"சாணாங்கி வாடவா மகனே... மகனே ஆ... ஆ...
மகனே திரும்பியே வருவியா மகனே... ஆ...ஆ...
மகனே சூளைக்கு உழைச்சனோ... ஆ... ஆ...
மகனே கொலைபாதகம் செஞ்சமோ... மகனே
கொலை பாதகம் செஞ்சமோ... ஆ...ஆ...
தெய்வமே... ஏ...ஏ...!"

கரட்டி பாடிக்கொண்டிருக்கிறான். ஆலமரமேட்டு டீக்கடையில் யாராவது பத்தோ, இருபதோ கொடுத்திருப்பார்கள். அதை அப்படியே சாராயம் வாங்கி ஊத்திக்கொண்டு பாட ஆரம்பித்திருப்பான்.

"நான் யாரை அழைப்பனோ... ஓ... ஓ...
என்னன்னு பாடுமோ... ஓ... ஓ...
மகனே ஆளாக்கி வளர்த்தனே... ஏ... ஏ...ஏ....
சாமி சூளைக்கு உழச்சமோ... ஓ... ஓ...
மகனே... கொலைபாதகம் செஞ்சோமோ தெய்வமே?
ஆ... ஆ... தெய்வமே!"

இந்தக் குரலை எத்தனை ஆண்டுகளாகக் கேட்கிறான். கிணத்துக்கடவில் இருந்த பத்து ஏக்கர் பூமியை விற்றுவிட்டு இடுப்பில் காக்கி நாடா போட்ட பெல்ட்டில் பணத்தைக் கட்டிக் கொண்டு இந்த வழியே வரும்போதுதான் இந்திரகாந்தி சுட்டுக் கொல்லப்பட்ட செய்தி வந்தது. இதே ஆலமரமேட்டில்தான் பஸ் நிறுத்தப்பட்டு விட்டது.

அங்கே அப்போதும் இப்படித்தான் பாடிக் கொண்டிருந்தான் கரட்டி. கருத்த உடல், ஒடுங்கின கன்னம். சிக்கு விழுந்த முடியுடன் பரட்டைத் தலை, காவிமயமான பாசமேறின பற்கள். உடம்பில் ஒரே ஒரு கோவணம்தான் இருந்தது. இன்று வரை அவன் உடைதான் சட்டை வேட்டிக்கு மாறியிருக்கிறது. உருவம் அப்படியேதான் இருக்கிறது. இந்த மலைவாசிகளுக்கு வயதே ஏறாதோ? என்று கரட்டியைப் பார்த்தால் அடிக்கடி

எண்ணத் தோன்றும். பல முறை கரட்டிக்குக் காசு கொடுத்து பாட்டுப்பாட ஊக்கப்படுத்தியிருக்கிறான்.

அந்தக் காலத்தில் கரட்டியின் அப்பன், தாத்தன், பாட்டன், பூட்டன் எல்லோருமே சந்திரமதி, லோகிதாஸ் நாடகத்தில் கூத்துக் கட்டி நடித்தார்கள். நல்லதங்காள் கதை, அரிச்சந்திரன் கதை வாய்மொழியாய் அட்டப்பாடி பிரதேசமெங்கும் சுமந்தார்கள். மகன் லோகிதாஸ் பாம்பு கடித்து இறந்த சேதி கேட்டு அழுது, அரற்றி, ஒப்பாரி பாடல் பாடி சந்திரமதி ஓடும் காட்சியில் கரட்டி பாடும்போது அழாத உள்ளங்கள் கூட அழுதுவிடும்.

போதையில் இருந்தாலும் சரி, இல்லாவிட்டாலும் சரி, இதைப் பாடும்போது கரட்டி கூட தேம்பித் தேம்பி அழுவதை அன்றுதான் முதன்முதலாகப் பார்த்தான். புரியாத பாஷை, புரியாத ஊர். புரிபடாத மக்கள். ஆனால் அந்த அழுகையும், ஒப்பாரியும் மனதை என்னவோ செய்துவிடும்.

அதோடு தம் மலைமக்கள் ஆதியில் தோன்றின விஷயத்தையும் அவன் கதையாகச் சொல்லுவான். பாட்டாகவும் பாடுவான்.

> "நாம இருப்பது மேலே நாடே- ராகிபுட்டு
> அவரை தந்த நாடே!
> நமக்கு நாடுதான் அய்யா மேலை நாடே- நாம
> இருப்பது சோலை நாடே!
> தானேதானேன்னா தானேனானன்னா- ஏலே
> லேலேலோ தில்லாலே லோலோ!
> அய்யா நாடு கெட்டுப் போச்சு தில்லாலே லோ லோ-
> ஊரும்
> கெட்டுப் போச்சு தில்லாலேலோலோ!
> அய்யா போகப் போக ரஜினி கடை- போயிப்
> பார்த்த ரொட்டிக் கடை.
> அய்யா போகப் போகக் கள்ளுக்கடை...
> குடிக்கக் குடிக்க கொண்டாட்டம்தான்- குடிச்சுப்
> பார்த்தா திண்டாட்டம்தான்
> நமக்கு நாடுதாய்யா மேல நாடே- நாம
> இருப்பது சோல நாடே!"

காரின் வேகத்திற்கு ஏற்ப, அவனின் பாடல் தூரத்தில் ஒலித்து, கிட்டத்தில் நெருங்கி வந்து சன்ன, சன்னமாய்ப் பாடலோசை மெலிதாகிக் காணாமல் போனது.

நாமும் இவ்வளவு சந்தோஷத்தோடுதானே இந்த ஊருக்கு வந்தோம்.

பத்து ஏக்கர் நிலம். வானம் பார்த்த பூமி. ஒரு ஏக்கர் பத்தாயிரம் ரூபாய் சொல்லியும் ஐயாயிரம் ரூபாய்க்குக் கேட்க ஆளில்லை. கொஞ்சம் கூடுதலாகக் கிடைக்காதா என்று ஒரு நப்பாசை. எப்படி, எப்படியோ போராடிப் பார்த்தான். ஏக்கர் நாலாயிரம் ரூபாய். பத்து ஏக்கர் நாற்பதாயிரம் ரூபாய். நேரடிக் கிரயம். அங்கங்கே இருந்த சில்லறைக் கடன். சொசைட்டிக் கடன் பத்தாயிரம் ரூபாய்க்கு மேல் போய்விட்டது. அட்டப்பாடியில் முப்பது வருஷமாக பண்ணையம் பார்த்த ஒன்றுவிட்ட சித்தப்பா ரங்கசாமி சொன்னார்.

“நீ அட்டப்பாடி வா பொன்னா. பெத்தன் மூப்பன் என் இணை பூமிக்காரன்தான், கொடுக்கறேங்கிறான். ஏக்கரு ஆயிரம்னா முடிச்சிடலாம். அஞ்சு ஏக்கர் வாங்கி ஐயாயிரம் முட்டுவிலி போட்டம்ன்னா ஆயிரம் லட்சமாகும். இங்கே இருக்கிற மலசர்களுக்கு விவசாயம் தெரியறதில்லை. சோளம், ராகி, அவரை, துவரைய விட்டா எதுவும் தெரியாது. அதுவும் மழை பேய்ஞ்சா போடுவானுக. வெயில் அடிச்சா தேனெடுக்கப் போயிருவானுக. நம்ம அப்படியில்ல. கிணறு வெட்டலாம். நீர் பாய்ச்சலாம். வாழை தென்னை வைக்கலாம். அதுலயும் தென்னையில கள்ளு இறக்கலாம். அதைத்தான் நம்மாளுக முகலமா செஞ்சிட்டிருக்காங்க!”

நல்ல விஷயம்தான்.

“நம்ம தமிழ்நாட்டுலதான் கள்ளு, சாராயத்துக்குத் தடை. மலையாள தேசத்துல கள்ளு பாரம்பர்ய பானமா அரசாங்கமே அறிவிச்சிருக்கு. மலைாளிங்க எது இருந்தாலும் இல்லைனாலும் இருப்பாங்க. ஒரு சொப்புக் கள்ளும், குழாப்புட்டும் இல்லாம இருக்கவே மாட்டாங்க. அதனால நம்மூரப் போல கள்ளுக்கடை

போயிரும்னு எல்லாம் பயப்பட வேண்டாம். ரோசனை பண்ணாம வா!" மந்திரம் போல் சித்தப்பனின் குரல் ஒலித்தது. மந்திரத்திற்கு கட்டுப்பட்டு சாமியாடினான்.

அஞ்சாயிரம் கொடுத்து அஞ்சு ஏக்கர் நிலத்தை அட்டப்பாடியில் வாங்கினான். கிணறு வெட்டினான். ஆயிரம் தென்னம் பிள்ளைகள் வச்சுட்டான். ஒரு வருஷம், ரெண்டு வருஷம் தழைச்சு மேல வந்தாச்சு தென்னம்பிள்ளைகள் அதுக்குள்ளே இங்கே ஜனங்களுக்கு அப்படியொரு கேடு வரும்ன்னு நினைக்கவில்லை. இவன் போயி எண்ணி மூணு வருஷம். குழியில் வெளியே தெரியாது தழைத்த தென்னம்பிள்ளைகள் இரண்டு ஆள் உயரத்திற்கு தழைத்து நின்றது. அப்போதுதான் அட்டப்பாடியில் பெரும் கலகம் வெடித்தது.

"கீழ்நாட்டுக்கார வந்தேறிகள் நம்ம ஜனங்களைக் கெடுக்குது. ஆதிவாசி நிலங்களை ஏமாத்தி வாங்குது. நம்ம நிலத்தை அவங்ககிட்டே குடுத்துட்டு கூலிக்கு நம்மளே போறோம் அந்தக் கூலியையும் கள்ளு கொடுத்து பறிச்சிக்கிறாங்க. ஏழைப்பட்ட பாவப்பட்ட ஜனங்க நம்ம மலைசாதி சனங்கள். படிப்பில்லை. பள்ளிக்கூடம் போற வசதியில்லை. இப்படியே விடலாமா? வந்தேறிகளை பண்ணையார்களாக்கலாமா?" ஊரெங்கும் கோஷங்கள் புறப்பட்டன.

"ஆதிவாசி நிலங்கள் யாருக்கு வித்தாலும் செல்லாது. உன் நிலத்தை போராடி வாங்கிறலாம். அவனுக கூட சேராதே. அவன் தோட்டங்காட்டுல வேலை செய்யாதே. கள்ளு இறக்கப் போவாதே. கள்ளு குடிக்காதே. குடிச்சுக்குடிச்சு சீரழியாதே!"

ஆதிவாசி இளைஞர்களைப் படை திரட்டுவதில் தனியொரு கும்பல் ஈடுபட்டது. திரும்பின பக்கமெல்லாம் போராட்டம்.

"வந்தேறிகளே... வந்தேறிகளே... கள்ளு விற்க வந்த வந்தேறிகளே...!"

"ஓடிப் போ ஓடிப் போ. எங்களண்ட ஆதிவாசி நிலங்களை விட்டுட்டு ஓடிப் போ!"

"ரத்து செய்... ரத்து செய்... கள்ளுக்கடை லைசென்ஸை ரத்து செய்...!"

“இறக்க விடாதே... இறக்க விடாதே... குடிகேடு கள்ளை இறக்க விடாதே!”

“வெட்டட்டும், வெட்டட்டும் கள்ளு விளையும் தென்னைகளை வெட்டட்டும்...!”

“உடையட்டும்... உடையட்டும்... கள்ளுப் பானைகள் உடையட்டும்!”

போராட்டக்காரர்கள் கோஷம் மட்டும் போடவில்லை. கோஷமிட்டதைச் செய்தார்கள்.

தோட்டங்காடுகளில் புகுந்து கள்ளுப்பானைகளை உடைத்தார்கள். தென்னை மரங்களை வெட்டிச் சாய்த்தார்கள். பழனிச்சாமி தோட்டத்தில் தென்னைகள் பூவும், பிஞ்சுமாய் பாளைகள் விட்டிருந்தன. ஒரு நாள் இரவு ஊருக்குக் குடும்பத்தோடு போய்விட்டு திரும்பியபோது ஆயிரம் தென்னை மரங்களும் வெட்டி கிடத்தப்பட்டுக் கிடந்தன.

“இப்படியொரு சோதனை எந்தக் காலத்திலும் நம்ம குடியானவங்களுக்கு வந்ததில்லை!” எனச் சொல்லிக் கண்ணீர் விட்டார் சித்தப்பா. அவர் தோப்பில் இருநூறு மரங்கள் காலி. இவனுக்கு ரத்தக்கண்ணீர் வராத குறைதான்.

“இது ஆதிவாசிகள் செய்வதல்ல. அவர்களை தூண்டிவிட்டு மன்னார்காடு மலையாளிகள் செய்கிற காரியம். இதுக்குள்ளே ஏதோ சூது இருக்கு. திட்டம் இருக்கு. தமிழர்களை விரட்டற சதி இருக்கு!' என்றெல்லாம் பேச்சு வந்தது.

கோயமுத்தூர், சத்தியமங்கலம், கோபி, குன்னத்தூர், பொள்ளாச்சி, கிணத்துக்கடவு, பெரியநாயக்கன்பாளையம், தொண்டாமுத்தூர் என கீழ்நாட்டிலிருந்து வந்து விவசாயம் பார்த்த தமிழ் மக்கள் மட்டும் அப்போது ஐயாயிரம் குடும்பங்கள் தேறும். அதில் பல பேர் சொந்த ஊருக்கு மூட்டையைக் காட்டினார்கள். பெரும்பகுதி தமிழர்கள் எதிர்கட்சியான காங்கிரஸில் இணைந்தார்கள். முன்னாள் மந்திரிகளைச் சந்தித்தார்கள். ‘இது மன்னார்காட்டு ஆளுக சதி!” என்பதை விளக்கினார்கள்.

தங்கள் பங்குக்குக் குழுவாக மாறி ஆர்ப்பாட்டம், போராட்டம் என்று இறங்கினார்கள். அதுவரை கைகட்டி வேடிக்கை பார்த்த மலையாள போலீஸ் இப்போ குண்டாந்தடி எடுத்தது. போராட்டக்காரர்களைத் தேடித் தேடிப் பிடித்தது. சிறையில் அடைத்தது. அதில் நான்கைந்து பஸ்கள் எரிக்கப்பட்டன. வனத்துறை அலுவலகங்கள் சூரையாடப்பட்டன. அகழி போலீஸ் ஸ்டேஷன் நோக்கி கல்லெறியப்பட்டது.

“இது தமிழ் ஆளுகள் செய்ததல்ல. தமிழ் ஆளுங்க மேல பழி சுமத்த மன்னார்காடுக்காரங்க செய்யற சதி!”ன்னு பதிலுக்கு குற்றம் சுமத்தினார்கள் குடியானவர்கள்.

144 அவசரகாலத் தடை உத்திரவு போடப்பட்டது. தற்காலிகமாக கள்ளு சாராயக்கடைகள் பூட்டப்பட்டன. மலையாளிக்கும், தமிழனுக்கும் மோதல் வலுத்தது. மலையாளிகளில் வருபவர்கள் எல்லாம் ஆதிவாசிகள் போர்வை போர்த்தே வந்தனர்.

அதனால் தமிழர்களைக் கொத்துக் கொத்தாய் அள்ளியது போலீஸ். ஜில்லா கலெக்டரே நேரில் வந்தார். ஆதிவாசிகளோட கிராமம் கிராமமாகச் சென்றார்.

புதூரு பஞ்சாயத்துல முள்ளி, நடுமுள்ளி, அடியாமுள்ளி, இழச்சி வழி, சாலையூர், காரத்தூரு, வெந்தபட்டி, கின்னகொரை, சாவடியூரு, ரெங்கயம்பாடி, புதூர், ஊமத்தம்படி, மேலேஊமத்தம்படி, சொர்ணகத்தை, பட்டனகல்லு, அரக்கோணம், ஷூட்டர் கோனை, செம்பா வட்டக்காடு, பூதயாரு, பழையூரு, தொடக்கி, கடுகுமண்ணு, தொட்டு கட்டி, கல்லுப்பட்டி, வள்ள வட்டி, தேக்கு பண்ணா, குழப்படி, பாலூர், குட்டி ஆர்கண்டி, குருக்கத்தி கள்ளு, தானியம், பொம்மியின்பாடி, தேக்கு வட்டை, அடியா மச்சி கண்டி, மேலே மஞ்சி கண்டி, படவயல், அபான் ஊர், வீட்டியூரு, அனக்கள்ளு, சுடலக்காடு, பன்னீர் படுகை, ஆனவாயி, சுண்டேகி, சோலையூர் பஞ்சாயத்துல ஆனைகட்டி, குழுக்கூறு, மரப்பாலம், சாவடியூர், நல்ல சிங்கை, கடம்பரை, சோலையூர், வெச்சபதி, வெள்ளகுளம், சிறுவாணி, மூலகங்கல், கோழி கூடம், பெட்டிக்கள், சித்தூரு, குரவம் பாடி, மூச்சிகடவு, வட்ட லக்கி,

தாசனூரு, மக்கத்துக் காடு, கோட்டத்துறை, வட கோட்டத்துறை, பட்டி மேளம், சம்பார் கோடு, அகழி பஞ்சாயத்துல நாயக்கர் பாடி, வண்ணாந்துறை மேடு, பூதிவழி, அகழி, நரசிமுக்கு, பிளாமரம், காவண்டிக்கள்ளு, குறவன் கண்டி, தாவளம், பாக்குலம், செம்மனூர், கல்கண்டி, கக்குப்பாடி, முக்காலி, கருவறை, கருவடம், கள்ள மலை, அச்சன் முக்கு, பாறை வளவு, குரங்கு மலை, கண்டியூர், போத்துபாடி, வரகம்பாடி. காரரை, ஜல்லி பாறை, நக்குப்பதி, முண்டம் பாறை, தோனி குண்டு, குட்டையூர், நெல்லிப் பதி, பள்ளியரை, கூலிகடவு... இப்படி அட்டப்பாடி ஊர்கள் அத்தனைக்கும் நடந்தே சென்றார்.

பஸ் இல்லை. பாதை இல்லை. நிறைய கிராமங்களுக்கு நடந்து செல்லக்கூட வழியில்லை. குடி தண்ணீர் இல்லை. பசிச்ச வயித்துக்குக் கூழு இல்லை. குழந்தைகள், ஆம்பிளை, பொம்பளைகள் எல்லாமே ரத்தசோகை நோயால் முகம் வெளிறி, உடல் நலிந்து கிடந்தார்கள். பெண்கள் நிலையோ ரொம்ப மோசம். அத்தனை பெண்களுக்கும் குழந்தை இருந்தது. பல பேருக்குப் புருஷன் இல்லை. அவளுக்குத் தன் புள்ளைக்கு அப்பன் யார் என்று சொல்லக்கூட பெயர் தெரியவில்லை. 'உன்னை இந்தக் கதிக்கு ஆளாக்கியது யாரானு?' என்று கேட்டால் கூட வெட்கப்பட்டுச் சிரித்து ஓடி ஒளிந்தார்கள். எதற்கு வெட்கப்படணும், எதற்குக் கோபம் காட்டணும் என்பதுகூட தெரியாத வெகுளிப் பெண்கள்.

கோட்டத்துறை, வட கோட்டத்துறை வந்தேறிகளின் கூடாரமாக இருந்தது. கஞ்சா கடத்தல், அபின், ஸ்பிரிட் கடத்தல் என சகல கடத்தல்காரர்களுக்கும் இந்த ஏரியா அடைக்கலக் கேந்திரமாக இருந்தது. இங்கிருந்த லாட்ஜ்களில் நாகமாணிக்கம், கருநொச்சி, கஜமுத்துன்னு புரிபடாத சமாச்சாரங்கள் சொல்லி பேரம் பேசி மோசடி செய்யும் புரோக்கர்கள் நிறைந்திருந்தார்கள்.

இரவுபகல் பாராமல் தங்கி மோசடி செய்யும் அந்த நபர்களுக்குப் புட்டியும், குட்டியும் ஆதிவாசிகள் மூலமே நடந்தது. அந்த ஆதிவாசி மக்களை மன்னார்காடு, மாஹி மாஃபியாக்கள் கைப்பாவையாக ஆக்கியிருந்தார்கள். எட்டு வயசு, பத்து வயசு

சிறுமிகளைக்கூட இவர்களுக்கு விருந்தாக்கினார்கள். இந்த கலெக்டர் வந்ததும் தினம் தினம் லாட்ஜுகளில் ரெய்டு. ஆளாளுக்கு ஓட்டம் பிடித்தார்கள். பிராத்தல் தொழிலில் பிடிபட்ட அப்பாவிப் பெண்கள் பலருக்கும் பனிரண்டு வயசு, பதினாலு வயசு. அறியாப் பருவத்திலேயே இந்த தொழிலுக்கு வந்துவிட்டதாக விகல்பமில்லாமல் பேசினார்கள்.

எல்லோருக்கும் மன்னிப்பு கொடுத்து வீட்டிற்கு அனுப்பினார் ஜில்லா கலெக்டர். யாருமே இல்லை என்று அனாதையாய் நின்றவர்களுக்கு எல்லாம் ஒரு சொசைட்டி ஏற்படுத்தி, தங்கும் ஹாஸ்டல்கள் தந்து தொழிலும் ஏற்படுத்தப்பட்டது. படிக்கிற வயசில் உள்ள பிள்ளைகள் எல்லாம் பள்ளிக்கு அனுப்ப கட்டாயப்படுத்தப்பட்டனர்.

நாட்டில் முன்னேறிய சாதிகள் பலதும் இருக்க, அவர்களுக்கு ஒரு நூறு வருஷங்கள் இங்குள்ள ஆதிவாசி மக்கள் பின்தங்கியிருப்பதாக ஜில்லா கலெக்டரே கூட்டம் போட்டுப் பேசினார்.

அதே நேரம் தரிசாய்க் கிடந்த அட்டப்பாடி மண்ணைச் சீர்படுத்தி விவசாயத்திற்கு ஏற்றதாக ஆக்கி, நீர் பாசனத்தையும் பெருக்கி அரை நூற்றாண்டாக இங்கே விளைச்சலுக்கு வித்திட்ட கீழ்நாட்டுக்காரர்களை நன்றியுடன் நினைவு கூர்ந்தார்.

'அவர்களைச் சேதப்படுத்துவது நமக்கான நாகரீகம் அல்ல; நன்றியல்ல. அவர்கள் நம்மோடு இருப்பது அவமானம் அல்ல. சுரண்டல் அல்ல. அறிவு!' என்பதை வலியுறுத்தினார். தூண்டி விடப்பட்ட மலை மக்களின் கோபம் தற்காலிகமாகத் தணிந்தது.

இந்த சூழலில் ஆனைகட்டி தொடங்கி மன்னார்காடு வரை உள்ள 50 மைல் நீள அகலமுள்ள அட்டப்பாடி பிராந்தியத்தில் கள்ளு, சாராயத்திற்கு ஸ்பெஷல் தடை உத்திரவு போட்டார் ஜில்லா கலெக்டர். ஆதிவாசிகள் சந்தோஷித்தார்கள். கொம்பு ஊதி, குழல் ஊதி இரவு நேரங்களில் தன் மகிழ்ச்சியை வெளிப்படுத்தினார்கள்.

ஆதிவாசிப் பெண்கள் 'எண்ட மல்லீஸ்வரா நல்லது செஞ்சியே!"

என மேற்கில் இருக்கும் மல்லீஸ்வரன் மலையை நோக்கி கும்பிட்டார்கள்.

இவர்கள் எல்லாம் அறியாத வண்ணம் ஒரு கும்பல் மன்னார்காட்டில் முக்கிய அரசியல்வாதிகள், அதிகாரிகள், கடத்தல் பேர்வழிகளுக்குப் பெரிய பார்ட்டியே வைத்துக் கொண்டாடியது.

அந்த பார்ட்டியில் கொச்சினிலிருந்து நடிகைகள் வந்திருந்தார்கள். காபரே ஆட்டம் நடந்தது. அப்பெண்களுடன் கூடிக்குலாவி ஆட்டம் போட்டுக்கொண்டிருந்தான் மாஹியிலிருந்து வந்த குன்னிக்கண்ணன்.

அவனுக்கும் இந்தப் போராட்டத்திற்கும் என்ன பங்கு? கள்ளுக்கடையை ஒழிப்பதிலும், தமிழர்களை விரட்டுவதிலும் அவனுக்கு அப்படி என்ன ஆர்வம்? கஞ்சா வளர்த்தி ஜெயிலுக்குப் போய் வந்த பெரிய மாஃபியா இந்தச் சின்ன வேலையைச் செய்வானா? என்றெல்லாம் யாரும் யோசிக்கவில்லை. நினைத்தும் கூடப் பார்க்கவில்லை. அதை நினைப்பதற்கு இவர்களுக்குத் தெம்புமில்லை. நேரமுமில்லை.

'பொலிவிழந்த பூமி. வெட்டி எறியப்பட்டத் தென்னை மரங்கள். நஷ்டப்பட்ட பொருளாதாரம். ஊருக்கே திரும்பிப் போய் விடலாமா? விற்றுவிட்டு வந்த பூமியை இனி மீட்க முடியுமா? வெறும் ஆறாயிரம் ரூபாய்க்கு விற்றுவிட்டு வந்த பூமி எண்ணி மூணு நாலு வருஷத்தில் 30 ஆயிரம், 40 ஆயிரமாக மாறி விட்டது. அந்த அளவு பணத்துக்கு எங்கே போவது? இங்கே இருக்கிற பூமி ஆதிவாசிகளுக்குத்தான் சொந்தம். விலைக்கு வாங்கியது செல்லாதுங்கறாங்களே... அப்படின்னா இதை யார் வாங்குவாங்க? வாங்கினாலும் பணம் கொடுப்பார்களா?'

புரியாத குழப்பங்கள். பயம். அச்சம். அதன் நடுவேதான் இஞ்சி விவசாயம் செய்ய ஆலோசனை சொன்னார்கள், இவன் பூமியைப் பார்வையிட வந்த சொந்தக்காரர்கள். அவர்கள் சொன்ன யோசனைப்படி செய்ததன் விளைவு, இஞ்சி இவன் தோட்டத்தில் அமோகமாய் விளைந்தது. அதையே பக்கத்துக்

காட்டுக்காரர்கள், அடுத்த காட்டுக்காரர்கள் செயல்படுத்த, பழனிச்சாமி எல்லோருக்கும் இஞ்சி விவசாயத்தின் ஆலோசகன் ஆனான். விளிம்பு நிலை மக்களான ஆதிகுடிகளுக்கு 'இஞ்சிக்காரன்' ஆனான். இவன் தோட்டம் இஞ்சிக்காரன் தோட்டம் ஆனது.

இதற்கிடைப்பட்ட காலத்தில் ஏற்பட்ட பாதக சாதகங்கள், நஷ்டங்கள் இழப்புகள் குடும்பத்தையே சூரையாட வைத்தது. வேலைவெட்டி இல்லாமல் மானம் பார்த்த பூமியையே பார்த்து உட்கார்ந்திருந்த புருஷனை சுலோசனா ஊரிலேயே மதிக்க மாட்டாள். இவன் படிப்பு எஸ்எஸ்.எல்.சி. 21 வயசில் கல்யாணம். அவளுக்கு 19 வயசு. பியுசி படித்து விட்டு பொள்ளாச்சியில் உர கம்பெனி ஒன்றில் சேல்ஸ் கேர்ளாக போனாள்.

கணிசமான சம்பளம். பேட்டா. ஊதாரியாய்த் திரியும் புருஷனாகவே இவனைப் பார்த்தாள். அதனால் அதிகாரம், மிடுக்கு இயல்பாகவே குடிகொண்டது. அவள் பணி முடிந்து வீட்டுக்கு வரும்போது இவன் ஒன்று வீட்டில் இருக்கக்கூடாது. இருந்தால் பரவாயில்லை. மரியாதை நிமித்தம் எழுந்து நிற்க வேண்டும்.

புருஷன் பொண்டாட்டியைப் பேர் சொல்லிக் கூப்பிடுவதுதான் கோயமுத்தூர் பண்பாடு. பழக்கவழக்கம். ஆனால் இங்கே 'யேய் பழனிசாமி' என்றுதான் பெண்டாட்டி அழைப்பாள். அதையும் மீறி இவன் ஏதும் அவளுக்குப் பிடிபடாமல் செய்தால் 'ஏ பழனிசாமி, ஏண்டா பழனிசாமி'யாக மாறும். இவன் எப்பவுமே பெண்டாட்டியை 'ஏனுங்க என்னங்க!'தான். உத்தியோகம் புருஷ லட்சணம்.

ஆனால் இங்கே உத்தியோகம் பார்ப்பவள் பொண்டாட்டியாக இருந்ததால் அவளே புருஷனாக - உத்தியோக லட்சணமாக திகழ்ந்தாள். அப்படி இருப்பவளைப் பார்த்து என்னங்க, ஏனுங்க போட்டால் குறைந்தா போய் விடுவோம் என்று தனக்குத்தானே மனச்சமாதானம் செய்து கொண்டான். இதைப் பார்த்துப் பங்காளிகள் மூக்கில் விரல் வைத்தார்கள்.

அப்பவெல்லாம் அவர்களுக்கு இவன் சொன்ன சமாதானம். “என்ன பண்றதுங்க. இந்தக் குழந்தைகளுக்காகப் பார்க்கிறேன். நம்மளும் முகச்சுகிட்டா குடும்பம் பாழாயிரும்ல?” என்பான்.

அந்த இரண்டு குழந்தைகளுக்குத் தாயான போதும் அவள் தாயாக இருக்கவில்லை. இவனே அவற்றுக்குத் தாயுமானவனாக இருந்தான். காட்டை வித்து கடன் கட்டிவிட்டு அட்டப்பாடி செல்லத் திட்டமிட்டபோது முதல் எதிர்ப்பு அவளிடமே கிளம்பியது. அப்போது திட்டல், வைதல் எல்லாம் இல்லை. அடிதான். கிடைத்த பொருட்களை எல்லாம் எடுத்து அடித்தாள். கட்டையிலேயே சாத்தினாள். மண்டை உடைந்து ரத்தம் வழிந்தது. அக்கம்பக்க வீட்டுக்காரர்கள் எல்லாம் வந்தார்கள். சமாதானப்படுத்தினார்கள்.

“ஏம் பழனிசாமி. அவளுக்குத்தான் புடிக்கலைல்ல? எதுக்கு நிலத்தை விற்கறே. அட்டப்பாடியில போய் நிலம் வாங்கறே? உட்டுத் தொலையேன்!” என்றெல்லாம் சொல்லிப் பார்த்தார்கள்.

இவன் மசியவில்லை. “எனக்குன்னு ஒரு வேலை வேண்டும். இந்தக் களிமண் பூமியில உட்கார்ந்துட்டு, கிணறு வெட்டக்கூட வகையில்லாம எத்தனை காலம்தான் இருக்கறது. அவ வேண்ணா அவ அப்பன் வீட்ல இருக்கட்டும். நான் போறேன். வெள்ளாமைய பெருக்கீட்டுச் சொல்றேன். அப்புறம் புள்ளைகளோட வந்தாலும் சரி. புள்ளைக மட்டும் வந்தாலும் சரி!” என்றான். அத்தனை பேரும் வாயுருகினார்கள்.

“நீ இவ்வளவு பிடிவாதக்காரனா இருப்பீன்னு நாங்க நினைச்சுக் கூட பார்க்கலை. சாது மிரண்டா காடு கொள்ளாதுங்கறது சரியாத்தான் இருக்குப்பா!”

அதே வேகத்தோடு அட்டப்பாடி வந்து தென்னம்பிள்ளைகள் வைத்து அவை போராட்டக்காரர்களால் சூரையாடப்பட்ட போது சுலோச்சனா ரௌத்திரகாளியாகவே மாறிப்போனாள். குழந்தைகளோடு, தன் தாய் வீட்டுக்குப் போனவள்தான். திரும்ப வரவேயில்லை. அந்த வலியோடுதான் இஞ்சிப் பயிருக்கான அத்தனை வித்தைகளும் செய்தான். அதில் நிபுணனாகவே

மாறினான். அப்போது கைகொடுத்தவர்கள்தான் மாதி, ரங்கன். அவர்கள் மகள்கள் மருதிக்கும், லட்சுமிக்கும் பத்து, பதினொரு வயசு இருந்தால் அதிகம். இளையவள் படு ஷூட்டிப்பாக இருந்தாள். அவள் அக்கா லட்சுமி ரொம்பவும் அமைதியானவள். ஒரு வார்த்தை பேச ஒன்பது முறை யோசிப்பாள். அதையும் மீறிப் பேசினால் வலிப்பு வந்து விழுந்து விடுவாள். அவளை ஆஸ்பத்திரிக்கு இட்டுச் செல்வதே மாதி, மருதி, ரங்கனின் அடிக்கடி வேலையாக இருந்தது.

மருதி எதிலும் படபடா, தடதடா... வெட்டு ஒண்ணு துண்டு ரெண்டு. பதிமூணு வயசிலேயே ஒரு குழந்தைக்கு தாய் என்பது நம்ப முடியாததாக இருந்தது. அவர்கள் குடும்பத்துடன் நெருங்கிப் பழக ஆரம்பித்த பின்பு இவனது வளர்ச்சி கூடுதலானது. சும்மாச் சொல்லக்கூடாது. இவன் இந்த ஆல்டா மாருதி வாங்கும் அளவுக்கு வளர்ச்சி வந்தது கூட அவள் ராசியால்தான் என்ற எண்ணம் இவனுக்கு அடிக்கடி வருவதுண்டு. வருஷம் ஓடியது. கொஞ்சம் வசதியானதும் சீராடிப் போன பொண்டாட்டி பிள்ளைகள் வந்தார்கள்.

பழைய முறையில் அவள் இவனை கட்டியாளப் பார்த்தாள். அதிகாரம் செலுத்தப் பார்த்தாள். முடியவில்லை. மக்களிடம் பாசம் காட்டும் அளவு அவளிடம் நெருக்கம் பாராட்ட இவனால் முடியவில்லை. அதனால் மேலும் ரௌத்திரமானாள். என்னை விட அந்தக் காட்டுவாசி உனக்கு இனிக்கிறாளோ? அப்படி என்ன சொக்குப் பொடி போட்டா அவ?" சண்டை முற்றியது.

அந்தச் சண்டைதான் மருதியை ஆள் வைத்து கொல்ல வைத்தது என்று ஊரே பேசினாலும் இவன் அதை ஏற்கவில்லை. சுலோசனா கோபக்காரிதான். ஆங்காரிதான். புருஷனை அடித்துத் துவம்சம் செய்யும் அளவு கொடூரக்காரிதான். கொலைகாரி அல்ல. அப்படி மட்டும் இருந்திருந்தால் அவள் எப்பவோ இவனுக்கு விஷம் வைத்து கொன்றிருப்பாள். அப்பாவி மருதியைக் கொலை செய்யும் அளவு போக மாட்டாள். அப்படிப் போகவும் அவளுக்குத் தெரியாது.

நிறைய யோசனைகள். கடந்த கால நினைவுகள். லட்சுமியை நினைத்தவுடன் மனதில் சங்கடம் தொற்றிக்கொண்டது. சின்னப்பெண். அதுவும் அடிக்கடி வலிப்பு வந்து விழும் பெண். சிறையில் என்ன பாடுபடுகிறாளோ? எப்படி அந்தத் துன்பத்தை தாங்குகிறாளோ?' கோயமுத்தூரில் வக்கீல்களைச் சந்தித்துப் பேசி வருவதற்குள் மதியம் சாப்பாட்டு வேளை கடந்து விட்டது. வக்கீல் சிவசாமி அட்டப்பாடிக்காரர். சொன்னவுடன் உள்ள சூழ்நிலையை சட்டென்று புரிந்துகொண்டார்.

“சும்மா சொல்லுங்க தலைவரே. நான் என்ன செய்யணும். ஒரு பத்திருபது வக்கீல்களை உங்க தோட்டத்துல கொண்டு வந்து குவிக்கட்டுமா? நானே வேண்ணா வந்து தங்கிக்கிறேன். ஒரு பய உள்ளே நுழைஞ்சுடுவானா பாக்கறேன். உங்க தோட்டத்துல ஒரு போலீஸ்கார நாய் வந்தாலும் கையக் கால வெட்டுவேன்!” உணர்ச்சி பொங்கத்தான் பேசினார்.

“அதெல்லாம் வேண்டாம் சார். இப்ப செய்ய வேண்டிய காரியம். லட்சுமியை முதல்ல வெளியில கொண்டு வரணும். அவ அச்சனும், அம்மையும் என்ன பாவம் செஞ்சாங்கன்னு... வேண்டாம்? அவங்க மேல எல்லாம் பிராத்தல் கேஸ் போட்டிருக்கான்னா எத்தினி நெஞ்சழுத்தம் இருக்கணும்!”

“புரியுது பழனிசாமி. அதுக்குத்தான் பாலக்காட்டில் ஒண்ணுக்கு ரெண்டு சீனியர் லாயர் ஏற்பாடு பண்ணிட்டேன். அது போக பாலக்காடு ஸ்பெஷல் சப் ஜெயிலில் எனக்கு வேண்டிய வார்டன் ஒருத்தன் இருக்கான். வாசுன்னு பேரு. அவன்கிட்டவும் பேசறேன். அவங்க பார்த்துக்குவாங்க. அது சரி வர்லீன்னா சொல்லுங்க வேற ஆளுகளை ஏற்பாடு செய்யலாம்!” சிவசாமியின் பேச்சு மனதுக்கு ஆறுதலாக இருந்தது. ரொம்பவுமே லட்சுமிக்காக விசனப்பட்டான் இஞ்சிக்காரன். அவளால் விரைவில் வெகு சீக்கிரம் தானும் சிறைச்சாலைக்கு செல்லப் போகிறோம் என்பது அவன் அப்போது அறியாதிருந்ததுதான் ஆச்சர்யம்.

★

கண்வ முனிவரின் மகன் குசூதி என்ற முனிவர் இந்திரனுக்கு விருப்பமானது சோம பானமே என்கிறார். சோமத்தைப் பற்றி அதிக சூக்தங்கள் செய்தவர் காசியப அசித் தேவல். சோமம் குறித்த துதிப் பாடல்கள், மூன்று பாதங்கள் கொண்ட காயத்ரி சந்தத்தில்தான் உள்ளது. ரிக்வேதம் 9-வது மண்டலத்தில் 114 சூக்தங்களில் சோமத்தின் பெருமை பாடப்பட்டுள்ளது.

7

காடெங்கிலும் கரும்பச்சை, காக்கி உடுப்புகளும், அடர் சிவப்பு வண்ண பூட்ஸ் கால்களும், ஏ.கே 47 இயந்திரத் துப்பாக்கிகளுமாகக் காட்சியளித்தன.

நள்ளிரவுகளில் கடகடா, கடகடா என்று துப்பாக்கி வெடிக்கும் சப்தமும் பறவைகளின் கூச்சலும், கடமான், புள்ளிமான்களின் சத்தமும், மயில்களின் அகவலோசையும் கேட்ட வண்ணம் இருந்தது.

பூதிவழி, நரசிமுக்கு, பிளாமரம், கள்ளமலை, கருவடம், குரங்குமலை, பாக்குலம், செம்மனூர், முக்காலி அச்சன்முக்கு என சகல ஊர்களிலும் மிலிட்டரி படை ரோந்து வந்தது. அத்தனையும் பிளஸ்எப் எனப்படும்

எல்லைப் பாதுகாப்புப்படை. அதில் வந்த வீரர்களுக்கு ஒருவருக்குக் கூடத் தமிழ், மலையாளம் தெரிந்த மாதிரி தெரியவில்லை.

ஏதாவது பேசினால் துப்பாக்கியை எடுத்து சுட்டு விடுவார்களோ என்று ஆதின் மக்கள் அனைவரும் தம் குடிசைகளுக்குள் ஓடி ஒளிந்தார்கள். ஆனால், இந்தப் படைக்கு ஒரு தமிழர்தான் தலைவர். விஜயகுமார் ஐபிஎஸ் என்றார்கள். அவர் இவர்களை மக்களுடன் அன்பு செய்யக் கட்டளையிட்டிருப்பதாகச் சொன்னார்கள்.

அதன் விளைவோ என்னவோ 'கரேபுரே' ஹிந்தியில் ஆதிவாசிகளுடன் நெருங்கி வந்து பேசினார்கள். தம்மிடம் உள்ள ரொட்டித்துண்டு, சப்பாத்தி, பிஸ்கட், சால்னாவை மக்களுக்குப் பகிர்ந்து கொடுத்தார்கள்.

பெரிய பித்தளை அண்டாவில் கொதிக்கக் கொதிக்க டீ வைத்து அவர்கள் தங்கியிருந்த ஊர்களில் உள்ள மக்களுக்குப் பரிமாறினார்கள். அப்படியும் ஆதிகுடிகள் அன்பு செய்தார்களா என்றால், இல்லை.

ஒரு நாள் போத்துப்பாடியில் நள்ளிரவு வேட்டுச் சத்தம் கேட்டதாகச் சொன்னார்கள் அங்குள்ள மக்கள்.

இன்னொரு நாள் கண்டிவழியில் துப்பாக்கிகள் முழங்கியதாகச் சொன்னார்கள்.

இப்படியே அகழி, சோலையூர், தாவளம், முக்காலியில் எல்லாம் தொடர் துப்பாக்கிச் சத்தங்கள். அதில் மற்ற ஊர்களின் மக்கள் தங்களது குடிசைக்குள் ஓடி முடங்கினார்கள். காடுகளில் தேனெடுக்க, பூச்சக்காய், கடுக்காய் பொறுக்க எவரும் போகவில்லை.

குறிப்பிட்ட நாளில் சோலையூர் காடுகளில் ஒரே பூட்ஸ் சத்தம்.

தமிழ்நாட்டின் சின்னாம்பதி, புதுப்பதி மலைக் கிராமங்களுக்கு வந்த வீரப்பன் கும்பல் போலீஸிடம் தப்பியிருக்கிறது. அவர்களைப் பிடிக்க நடந்த தேடுதல் வேட்டையில் மலையாள

தேசத்தின் வாளையாறு செம்மந்தி மலைக்காட்டில் துப்பாக்கிச் சூடு நடந்திருக்கிறது.

அந்த மலைக்காட்டில் வைத்து பிஎஸ்எப் வீரர்களால் சுடப்பட்ட வீரப்பன் சோலையூர் காடுகளில் புகுந்துவிட்டான் என்று ரேடியோக்களும், டீவிக்களும் செய்திகள் வாசித்தன.

காலில் பலமான குண்டுக்காயம் பட்டுத் தப்பித்த வீரப்பன் தன் உடை, உடமைகள், பாத்திர பண்டங்களைப் போட்டது போட்டபடி விட்டுவிட்டு தப்பி விட்டதாகவும், அவன் நெடுந்தூரம் போயிருக்க மாட்டான்; சோலையூர் காடுகளில்தான் திரிந்துகொண்டிருப்பான், அவனுக்கு அரிசியோ, பருப்போ, உணவுப் பொருட்களோ கொடுத்து உதவுவது குற்றம் என ஜீப்பில் மைக்செட் கட்டி முழங்கிக் கொண்டிருந்தது சோலையூர் போலீஸ்.

"வீரப்பனை சீக்கிரம் உயிருடனோ, பிணமாகவோ பிடிப்போம்!" என டீவிக்களில் முழங்கிக்கொண்டிருந்தார் விஜயக்குமார்.

அதே சமயம் சின்னாம்பதியில் முகாமிட்ட தமிழகச் சிறப்பு அதிரடிப்படை டிஐஜி சைலேந்திரபாபு சின்னாம்பதியிலிருந்து மலையேறி செம்மந்தி மலைக்காடுகளுக்குள் வந்து, வீரப்பன் சுடப்பட்ட இடத்தில் அவன் விட்டுப்போன பொருட்களை எல்லாம் ஆராய்ந்துவிட்டு, அங்கிருந்து வடக்கு நோக்கி சோலையூர் காடுகளில் நுழைந்திருந்தார்.

அதனால் சோலையூர், அகழி, மன்னார்காடு போலீஸ் ஸ்டேஷன்களில் திரும்பின பக்கமெல்லாம் காக்கி உடுப்புகளாக வலம் வந்தனர். தமிழ்நாடு, கேரளா, கர்நாடகா பத்திரிகை நிருபர்கள், போட்டோ கிராபர்கள், டீவிக்காரர்கள் மூலைக்கு மூலை மைக்குகளுடன் அலைந்தனர்.

அதில் ஒரு டீம் சோலையூர் போலீஸ் ஸ்டேஷனுக்குள் நுழைந்து அங்குள்ள போலீஸ் ஏஎஸ்ஐ- முகுந்தனைக் கேள்வி மேல் கேள்வி கேட்டது. அவர் மலையாளத்தில் பேசிக்கொண்டிருந்தார். வந்தவர்கள் தமிழில் கேள்வி கேட்டுக்கொண்டிருந்தனர்.

“சோலையூர் காட்டில் வீரப்பன் கும்பல் பற்றி ஏதும் தகவல் உண்டுங்களா சாரே!”

“யாதொரு தகவலும் இல்லை. நாலு நாள் முன்னாடி சின்னாம்பதியில் ஒரு வீட்டில் சோறு கேட்டிருக்கான் வீரப்பனும் மூணு ஆட்களும். அதைத் தமிழ்நாட்டு போலீஸின் இன்ஃபார்மர் ஒருத்தர் பார்த்துட்டு மதுக்கரை போலீஸுக்கு போன் செய்திருக்கு. ஸ்டேஷன்ல போலீஸ் பெரிசா இல்லை. அதனால ஆ இன்ஃபார்மர் சத்தியமங்கலம் ஸ்பெஷல் டாஸ்க் ஃபோர்சுக்கு போன் செய்திருக்கு. அவங்க அடிச்சுப் பிடிச்சு சின்னாம்பதி போறதுக்குள்ளே, வீரப்பன் நம்ப கேரளத்துக்குள்ளே நுழைஞ்சுட்டான். அப்படித்தான் செம்மந்தி மலைக்காட்டுல அவனைப் பார்த்து ஒரு டீம் சுட்டிருக்கு. வீரப்பனோட மூணு ஆள்காரங்க இருந்திருக்கு. ரெண்டு மூணு ஈயச்சட்டி, துணிமணிகள் அடங்கின பை எல்லாம் விட்டுட்டுப் போயிருக்கு. ஒரு ஆளுக்கு முழங்காலுக்கு மேல துப்பாக்கி குண்டு பாய்ஞ்சிருக்கு. அவங்க ரொம்ப தூரம் போயிருக்க முடியாது!”

பெரிய அதிகாரிகள் யாரும் பேட்டி கொடுக்க மறுக்கும்போது ஒரு குட்டியூண்டு இன்ஸ்பெக்டராவது இதைச் சொல்கிறாரே என்ற எண்ணத்தில் நிறைய நிருபர்கள், அவர் முன்னே மைக் நீட்டியிருந்தனர். ஏதேதோ பேசிய அந்த ஏஎஸ்ஐ கடைசியில் எல்லோரையும் மைக் ஆப் செய்யச் சொன்னார்.

“இது ஆஃப் த ரிக்கார்டு நியூஸானு!” என்று சொல்லிச் சுற்றுமுற்றும் பார்த்தார். சுற்றியிருந்தவர்கள், “சொல்லுங்க சாரே. சொல்லுங்க சாரே!” என்று சொல்லி அவர் வாயையே பார்த்தனர்.

“அதாவது வீரப்பன் சுடப்பட்ட இடத்தில் முப்பது லட்சம் ரூபா பணம் பிடிபட்டிருக்கு. எல்லாமே ஆயிரம் ரூபா கட்டு. அதுல நாலஞ்சு லட்ச ரூபா துப்பாக்கி ரவை பட்டதில ஓட்டையாகி கரிஞ்சு போச்சு. அதை நம்ம வாளையாறு போலீஸ் தமிழ்நாட்டுப் போலீஸ்கிட்ட பத்திரமாயிட்டு ஒப்படைச்சிருக்கு. ஆனா, அதை பாண்டி போலீஸ் கணக்குல

கொண்டு வந்ததோ?" கண் சிமிட்டி நிறுத்தினார்.

"மொத்தமா அடிச்சிருச்சா?"

"நீங்கள் போலீஸ். யானெப்படி அறியும். நீங்களே விசாரிச்சுக்குங்க!" என்று கண்சிமிட்டினார். அதற்கு மேல் ஒரு துளி செய்தியை அவரிடம் வாங்க முடியவில்லை. இங்கிருந்து புறப்பட்ட நிருபர்கள், மற்ற செய்தியாளர்களிடமும் இதைப் பரிமாறிக்கொண்டார்கள் இந்த தகவல் காட்டுத்தீ போல் மீடியாக்களிடம் பரவியது. கூட்டு அதிரடிப்படை அதிகாரிகளிடம் இது சம்பந்தமாய் சிலர் கேட்கவும் செய்தனர்.

"வீரப்பனிடம் பிடிபட்டது ஒண்ணு ரெண்டு உடுப்புகளும், இரண்டு பையும் அதில் சில பாத்திரங்களும், அரிசி பருப்பும்தான். பணம் ஏதும் பிடிபடவில்லை!" என்று உறுதிபடுத்தினர் அதிகாரிகள்.

அதை நம்புவதற்கு மீடியாக்கள் என்ன முட்டாளா? அதையும் வெளிப்படுத்தி வீரப்பன் சுடப்பட்டு தப்பித்த இடத்தில் கிடைத்த தடயங்களையும், சந்தேகங்களையும் புட்டுப் புட்டு வைத்தனர்.

இதன் பின்னே மறுபடியும் ஒரு தகவல் அட்டப்பாடி காடுகளில் பரவியது. ஆதி மக்கள் இதைப் பற்றி வெள்ளந்தியாக வேறு மாதிரி பேச ஆரம்பித்தனர்.

"சின்னாம்பதியில் நம்ம மலைவாசிக்குட்டிகள் ரெண்டு பேரை தமிழ்நாடு போலீஸ் கற்பழிச்சுது. எட்டு ஆள்காரங்களைக் கட்டி வச்சு அடிச்சு பொய் கேசு போட்டது. அதைக் கண்டுபிடிச்சு பேப்பர் டீவி எல்லாம் எழுதியது. அதுக்கு நடிகர் ராஜ்குமாரை கடத்தி வச்சுட்டு நியாயம் கேட்டாரு வீரப்பன். 'அவங்களுக்கு எல்லாம் ஆளுக்கு ஐம்பது லட்சம் ரூபா நஷ்ட ஈடு கொடு பேக்கு!'ன்னு பேசினார். அதுல கவர்ன்மெண்ட மசிஞ்சு கோடி, கோடியா பணம் கொடுத்துத்தான் ராஜ்குமாரை மீட்டுட்டுப் போச்சு. வீரப்பன் நியாயவான். சொன்ன சொல் தப்பாதவர். அரசாங்கத்துகிட்ட வாங்கின பணத்தைப் பேசினபடி மலைமக்களுக்கு கொடுக்க புறப்பட்டு வந்திருக்கார். ரேப்

செய்யப்பட்ட பொண்ணுக ரெண்டு பேருக்கு ஆளுக்குப் பத்து லட்சம். போலீஸ்கிட்ட மிதிபட்ட பசங்க எட்டு பேருக்கு ஆளுக்கு ரெண்டு லட்சம். ஆக மொத்தம் முப்பத்தியெட்டு லட்சம் ரூபா நம்ம மக்களுக்காகக் கொண்டு வந்திருக்கார். அதைக் கொடுக்க விடாத போலீஸ் அவரைச் சுட்டிருக்கு. அவர் விட்டுட்டுப் போன பணத்தை எடுத்து தானே வச்சுருச்சு. கள்ளன்கிட்டவே கள்ளன் செய்யுது பாண்டி போலீஸ். இங்கே கள்ளன் பெரிசா. போலீஸ் பெரிசா?!"

அட்டப்பாடி காடுகளில் புகுந்து விளையாடின இந்தத் தகவல் முள்ளியூர் வடுகிக்கும் எட்டியது.

"ரெண்டு பெண் குட்டிகள் கெடுக்கப்பட்டதற்கும், எட்டு புருஷன்மார்கள் உதைபட்டதுக்கும் இருபத்தெட்டு லட்சம் ரூவான்னா, இந்த அட்டப்பாடியில் எத்தனை பெண்குட்டிகள் சின்னாபின்னமாயிருக்கு. அவங்களுக்கு கேட்க ஒரு நாதி உண்டா? இனி இந்த போலீஸையும், வாட்ச்சர்மாரையும் நம்புவதை விட வீரப்பனை நம்பலாம்!" என்று தாய்க்குல சங்கப் பெண்களிடம் பிரச்சாரமே செய்துகொண்டிருந்தாள். அதைக் கேட்டு மற்ற பெண்கள் அச்சத்தில் ஆழ்ந்தனர்.

"அய்யோ வீரப்பன் பேரைச் சொன்னாலே நம்ம போலீஸ் கொண்டு போயிரும்!" என்றாள் மாரி.

"நான் மாட்டேம்பா!" நான்கைந்து பெண்கள் இதைப் பற்றி பேச்சு எழுந்த போதே எழுந்து போனார்கள்.

ஓரிருவர் மட்டும், "நீ சொல்றது சரிதான் வடுகி. ஆனா நம்ம எப்படி வீரப்பனைப் போயி பார்க்க முடியும்? எங்கே எப்படி? ஆனானப்பட்ட தமிழ்நாட்டுப் போலீஸ், கேரளா, கர்நாடகா போலீஸ் ஆயிரமாயிரம் பேர் தேடியும் கண்ணுல அகப்படாதவர் நமக்கு மட்டும் எப்படி கிடைப்பார்...?" என்றனர். அதற்கும் வடுகி பதில் வைத்திருந்தாள்.

"நாம் வீரப்பனைத் தேடிப் போவதில்லை. நம்மைத் தேடி வீரப்பன் வருவார்!" என்றாள்.

யாவரும் அவளைப் புரியாது பார்த்தனர். இந்தத் தகவல் மெல்ல மெல்ல முள்ளியூரில் எல்லா பெண்களுக்கும் சென்றது. "வீரப்பனாவது, நம்மள வந்து பார்க்கறதாவது. வடுகிக்குப் பைத்தியம்தான் பிடிச்சிருக்கு!" என்றனர் சிலர்.

சிலரோ வடுகி சொன்னால் அது சரியாகத்தான் இருக்கும் என்றும் பேச ஆரம்பித்தனர். இந்தத் தகவல் அகளி போலீஸிற்கும் எட்டியது. தமிழ்நாடு, கர்நாடகா போலீஸ் தன் உளவுப்பிரிவுகளை அனுப்பி அவளை நேரடியாக விசாரிக்கவும் செய்தது.

அவளிடமிருந்து ஏதும் தகவல் பெயரவில்லை. 'இது சுத்த டுபாக்கூர்!' என்றார்கள் உளவுப் பிரிவு போலீஸ்காரர்கள். 'அப்படி எதையும் முடிவு எடுக்க வேண்டாம். எதற்கும் வடுகி மீது ஒரு கண் இருக்கட்டும்!' என்றது வெளியூர் போலீஸ்.

இந்த நேரத்தில்தான் அந்த சம்பவம் நடந்தது. முள்ளியூர் காட்டில் மர நாற்றுக்கு நீர் பாய்ச்ச வந்த பெண்கள் அனைவரும் அன்று ஆடிப் போய் விட்டனர். அஞ்சாறு வருஷமா பார்த்துப் பார்த்து நட்ட மர நாற்றுக்கள். உயரமாய் வளர்ந்து நின்ற ஈட்டி, வேங்கை, புங்கன் எல்லா மரங்களும் வெட்டப்பட்டு சிமிறு மட்டும் மூலைக்கு மூலை குவிக்கப்பட்டிருந்தது.

"ஞாங்கள் குழந்தை மாதிரி வளர்த்தின மரங்களை இப்படி வெட்டிச் சாய்ச்ச படுபாவிக யாரானு?" கையில் கொடுவாளும், மம்மட்டி, அரிவாளுமாக அங்கே ஆடுமாடு மேய்த்துக் கொண்டிருந்த செக்கனிடம் கேட்டனர்.

"புதுசா நம்ப காட்டில மாஹி ஆட்கள் சாராயமொடா போட்டிருக்கு. அதுக்கு விறகு எரிக்க இந்த மரங்களை எல்லாம் நாலு நாளா வெட்டி சாய்ச்சிட்டிருந்தாங்க. நான் அப்பவே சொன்னேன். சேட்டா, சேட்டா இது எல்லாம் தாய்க்குல ஸ்தீரிகள் நட்ட மரம். வெட்டண்டான்னு. அதுக்கு அவனுக போடா நாய்க்கார மகனேன்னு அடிச்சுத் துரத்தீட்டாங்க. அவங்ககிட்ட பகை வேண்டாம் சேச்சி. அத்தனை பேரும் தடிதடியா இருந்தாங்க. ரொம்ப முரட்டு ஆளுங்க!" பேசும்

போதே செக்கனுக்கு உடல் நடுங்கியது.

“கள்ளச்சாராயக்காரனுக இங்கேயும் வந்துட்டானுகளா? பார்த்துடறோம்!” என்று கறுவிக்கொண்டுதான் அந்த காடுகளுக்குள் நுழைந்தார்கள்.

சைலண்ட் வேலிக்குள் நுழைந்து வரும் பவானி ஆற்றின் ஒரு பகுதி காட்டாறு இங்கேதான் ஆரம்பமாகிறது. அதிலிருந்து எல்லாமே சோலைக்காடுகள். இங்கேமட்டும் வெட்டவெளி. இதையும் நாம் பசுமையாக்கணும். காடுகளா மாற்றணும் என்று தாய்க்குலச் சங்க செக்கரட்டரி எடுத்த முடிவு.

நாற்பது பேர் கொண்ட குழுவுக்கு தலைவி வடுகி. ஆரம்பத்தில் படிச்சது ரெண்டாங்கிளாஸ். கையெழுத்து போடவே தெரியாது.

அகாட்ஸின் தாய்க்குலச் சங்கத்திற்கு வந்த பிறகு சீக்கிரமே எழுதப் படிக்கத் தெரிந்து விட்டது. பத்தாம் வகுப்பு பரிட்சை எழுதி பாஸ் பண்ணவும் முடிந்தது. தன் குழுப் பெண்களுக்கு எல்லாம் தானே வாத்தியாராக இருந்து பாடம் சொல்லித்தரவும் முடிந்தது.

ராத்திரியில் படிப்பு, பகலில் மர நாற்றுக்கள் நடவு. வாரத்திற்கு ஒரு நாள் ஒரு ஏரியா. நாற்று நடவு முடிந்த பிறகு வாரம் ஒரு நாள் தண்ணீர் விட வர வேண்டும்.

முண்டம்பாறை, தோனிகுண்டு, குட்டையூர், நெல்லிப்பதி, கூலிக்கடவு, நக்குப்பதி, ஜல்லிப் பாறைதான் இவங்களோட ஏரியா. முதன்முறையா முள்ளியூர்தான் இவங்களுக்கு நாற்று நடவுக்கான அனுபவத்தைத் தந்தது.

அதில் நட்ட நாற்றுக்கள் எல்லாமே நாலு வருஷத்தில் பெரிய மரமாகவே நின்றது. “மரம் இருந்தால் நல்ல காற்று கிடைக்கும். பூமி மிருதுவாகும். இது சோலைக்காடுகளா மாறும்போது நிறைய மழை கிடைக்கும். காட்டு மிருகங்களுக்குப் போக்கிடம் கிடைக்கும். நம்ம மக்களுக்கும் விளைச்சல் பெருகும்!” என்பதெல்லாம் தாய்க்குலப் பெண்களின் கோட்பாடுகள். ரத்தநாளத்தில் ஏற்றப்பட்ட சங்கதிகள்.

அப்படிப் பார்த்துப் பார்த்து வளர்க்கப்பட்ட மரத்தை சாராயக்கும்பல் வெட்டி எடுத்து ஊறல் மொடாக்களுக்கு அடுப்பெறித்திருக்கிறது என்றால் யாருக்குத்தான் கோபம் இருக்காது.

காட்டுக்குள் ஊறல் மொடாக்கள் போட்டிருந்த இடத்தைத் தேடினார்கள். அடர்ந்த சோலைக்குள், பவானிப் புழாவுக்கு அருகாமையில் இருந்தன வரிசையாய் மொடாக்கள். கேன்கள். ராத்திரி முழுக்க அடுப்பெறித்திருப்பார்கள் போல. காலையில் போட்டது போட்டபடி விட்டுச் சென்றிருக்கிறார்கள்.

அநேகமாக அடுத்த நாள் வந்து மறுபடி சாராயம் காய்ச்சுவார்களாக இருக்கும். 'இனி எப்படிக் காய்ச்சுவானுக பார்ப்போம்!' ஒன்று சொன்ன மாதிரி அத்தனை பெண்களும் முடிவெடுத்தார்கள்.

தன் கையில் இருந்த அரிவாள், கொடுவாள், மம்மட்டி, தடி போன்ற ஆயுதங்களால் அடுப்புகள் மீதிருந்த பானைகளை வரிசையாக உடைத்தார்கள். அதைத் தாண்டிச் செல்லும்போது ஆங்காங்கே குவிக்கப்பட்ட மண்மேடுகள். களைந்து பார்த்தால் அதற்குள் எல்லாம் சாராய மொடக்கள். நுரை ததும்பும் புளிச்ச சாறுகள். அதைப் பார்க்கும்போது பெண்களுக்கு இன்னமும் ரௌத்திரம் பொங்கியது.

"இதுதான்னே எங்க புருஷன்மார்களை எங்ககிட்ட இருந்து பிரிச்சது?"

"இதுதானே எங்க புள்ளை குட்டிகளை கெடுக்கறது...!"

"இதனால்தானே எங்க வம்சமே நிர்மூலமாக மாறியது!"

ஆளாளுக்குச் சொல்லிக்கொண்டே அந்தப் பானைகளைப் பிடுங்கி எடுத்தார்கள். அதில் இருந்த ஊறல் கழிவுகளை எல்லாம் கொட்டினார்கள். பானைகளை அடித்து உடைத்தார்கள்.

ஒரு பானை இரண்டு பானை அல்ல. ஒரு வரிசையாய் அல்ல. ஒன்பது வரிசையாய் பானைகள் மயம். தோண்டி எடுத்தார்கள். தலைக்கு மேல் தூக்கி கவிழ்த்தார்கள். போட்டு உடைத்தார்கள்.

அந்த ஏரியாவே சாராய ஊறல் புளிப்பு வாசத்தால் நாற ஆரம்பித்தது.

அத்தனை பானைகளையும் உடைத்து நொறுக்கிவிட்டு வெற்றி வீராங்கனைகளாய் தத்தமது வீடுகளை நோக்கிப் புறப்பட்டுச் சென்றனர் பெண்கள். அவர்கள் ஊறலை அழித்தது சாதாரண ஆட்களுடையதா?

மாஹியின் மாஃபியாக்கள். குன்னிக்கண்ணனின் ஆட்கள். சும்மா விடுவார்களா?

அதோ அந்த பெண்களுக்குத் தலைமை வகித்த வடுகியின் இல்லம் அன்றிரவு அல்லோலகல்லோலப்படுகிறது.

“ஏய் நாயிண்ட மகளே. இந்தக் கைதண்ணே எங்க சாராய மொடாக்களை உடைத்தது? இந்தா வாங்கிக்க!”

“தாய்க்குலச் சங்கமாம் வெங்காயமாம். நீ சாராய மொடாவை உடைச்சுட்டா. நாங்க விட்ருவமா? இன்னும் நூறு மடங்கு காய்ச்சுவோம்!”

“அவளை எதுக்குடே அப்படியே வச்சிருக்கு. துணி அவுத்து ரேப் செய்யுடே. நீ செய்யறியா? இல்லை நான் செய்யட்டா?”

வடுகியின் அலறல் சத்தம் அந்த வனாந்திரத்தில் ஒலிக்கிறது.

வடுகியின் புருஷன் வெளியே கட்டிலில்தான் கிடந்தான். ஃபுல் போதையில் உளறிக்கொண்டே இருந்தான்.

அவன் தாய் வயோதிகள். நோயில் மண் திண்ணையில் கிடந்தாள். எழ முடியாது கத்தினாள். “டேய் பட்டீண்ட மகன்களா. அவளை விடுங்கடா!” ஹீனஸ்வரத்தில் குரல்.

ஒரே ஒரு பையன். ஏழு வயசு. “எங்கம்மாவை விடுங்கடா. எங்கம்மாவை விடுங்கடா!” தன் கைக்கு எட்டிய தூரத்தில் உள்ள ஆட்களை தன் பிஞ்சுக் கைகளால் அடிக்கிறான். கடிக்கிறான்.

யாரோ விட்ட உதை பஞ்சாய்ப் பறந்து வெளியே போய் விழுந்து மயங்குகிறான்.

அந்த அத்துவானக்காட்டில் வீடுகள் ஏதுமில்லை. ஒற்றைக்குடிசை. அவள் ஓலம் மட்டுமே காடுகளில் இருட்டைக் கிழித்துக் கொண்டு ஒலிக்கிறது. ஒண்ணு ரெண்டு பேரில்லை. வரிசையாய் ஏழெட்டுப் பேர்கள். இவளைச் சின்னாபின்னபப்படுத்தி துணிகளை அவிழ்த்து... அவளின் அந்தரங்கம் ரத்தமாய் கொப்பளிக்கும் வரை விடவில்லை.

"இனி சாராய மொடாக்களை உடைக்க வர்றவங்களுக்கு இது ஒரு பாடமா இருக்கட்டும்!" நள்ளிரவில் அந்தக் கும்பலில் ஒருவன் ஆக்ரோஷமாக கத்திவிட்டுச் செல்கிறான்.

அடுத்தது இருட்டு பேரமைதி காத்தது.

★

சோமபானம் அருந்தியதால் இந்துக்கள் இழந்த சொத்துகள், பொக்கிஷங்கள் ஏராளம். 'அக்ஷய பாத்திரம் போச்சு; அமுத சுரபியும் போச்சு; சங்கப் பலகையைக் காணோம்; கோஹினூர் பிரிட்டனுக்குப் போச்சு; மயிலாசனம் ஈரானுக்கு போச்சு; கொலைகார சியமந்தக மணி அமெரிக்காவுக்குப் போச்சு; உலவாக் கிழியைக் காணோம். இதை எல்லாம் விட அரிய, பெரிய பொக்கிஷம் சோம லதை என்பட்டும் அரிய அதிசய மூலிகை.

8

பொழுது கிழக்கிருந்து மேலே ஏறி விட்டது. சுரீரென்று அடித்தது ஏறு வெயில். வியர்வை வழிய வேகுவேகுன்னு நடந்தாள் நஞ்சி. மூச்சிரைத்தது. அவள் தலையில் சும்மாடு கூட்டி பெரியதொரு ஈயப்பாத்திரத்தை வைத்திருந்தாள். கையில் ஒரு பெரிய பையை தொங்க விட்டிருந்தாள்.

இவளின் நடைக்கேற்ப அந்தப் பை அப்படியும் இப்படியுமாக ஆடியது. அதற்குள் தலைச்சுமை பாத்திரத்தில் பதினைந்து பேருக்கு ஆகிற மாதிரி இட்லி அவித்து அடுக்கியிருந்தாள். அதற்குள்ளேயே உள்ளடங்கிய மாதிரி ஒரு சில பாத்திரங்கள். அதில் தோசை, தக்காளி, வெங்காயச் சட்னி, ஒரு பாட்டிலில் இட்லி பொடி.

பத்து மணிக்குத் தோழர்கள் வந்து விடுவார்கள்; அதுக்கு முன்னமே கொண்டு வந்துட்டாப் பரவாயில்லை. நேரமே டிபன் சாப்பிட்டுவிட்டு முதல் செஷன் உக்காந்துக்குவோம்!" என்று சொல்லியிருந்தார் தோழர் பழனியப்பன்.

"மதியத்திற்கு இங்கேயே அரிசி, பருப்பு, காய்கறி, விறகு எல்லாம் இருக்கில்ல. மெதுவா சமைச்சா போதும்!" என்பதையும் தெரிவித்திருந்தார் தோழர் வாசுதேவ்.

கொஞ்சம் தாமதமாகி விட்டது. 'வெயில் அடிக்கறதைப் பார்த்தா எப்படியும் ஒன்பதுக்கு மேல இருக்கும். இன்னும் இரண்டு மைல் நடந்தாகணும். அரை மணிநேரத்தில் போக முடியுமா?' என தனக்குத்தானே சொல்லிக் கொண்டாள்.

அவள் மன வேகத்திற்கு கால்கள் ஈடுகொடுக்க முடியவில்லை. தலையிலும், கைகளிலும் பாரம். தாங்குசக்தியற்று கால்கள் தள்ளாடியது. "எல்லாம் பாழாப்போன புருஷனால் வந்த வினை. அவன் மட்டும் ஒழுங்கா இருந்திருந்தால் நம்ம ஏன் இப்படி மருகோணும்!" என்று அலுத்துக் கொண்டாள்.

அவன் வழக்கம் போலத்தான். நேத்து ராத்திரி பதினொரு மணிக்கு வந்தான்.

தோழர்கள் சொன்னதற்கு ஏற்ப இட்லிக்கு மாவு, சட்னிக்கு பொருள்கள் எல்லாம் தயார் செய்துவிட்டு காலை கோழி கூப்பிடவே, எழுந்து சமைப்பது என்று முடிவு செய்துதான் படுத்திருந்தாள்.

நல்ல தூக்கம். ஏதேதோ கனவுகள். போலீஸ். காக்கித் தொப்பிகள். ஜோல்னா பைகள். தோழர்கள் ஓடுகிறார்கள். யார் யாரோ பிடிபடுகிறார்கள். போலீஸ் அடித்து உதைக்கிறது. கை விலங்குகள் மாட்டுகிறார்கள். அவர்களிடமிருந்து சிவப்பு, கறுப்பு வண்ணத்தில் பல புத்தகங்கள். பிரித்து புரட்டுகிறார்கள். ஆவேசமாகக் கிழிக்கிறார்கள். இவள் கத்துகிறாள்.

'ஆ... மாதவனுக்கும் உனக்கும் என்னடி தொடர்பு? அவனும் நீயும் மாவோயிஸ்ட்டா? இல்லே, வீரப்பன் கேங்கா? சொல்லடி!'

ஒரு பெண் போலீஸ்காரி அறைகிறாள்.

“நாயிண்ட மகளே, தேவடியா சிறுக்கி. சொல்லுடி. மூதி. அப்படி என்னடி நெஞ்சழுத்தம்!” சொல்லிச் சொல்லி மறுபடி, மறுபடி அறைகிறாள்.

இவள் ‘குய்யோ முய்யோ’ என்று கூப்பாடு போடுகிறாள். கண்விழித்தால் அந்த அறை, உதை எல்லாம் நிஜம். குடிசையில் இருந்த நாடா விளக்கு வெளிச்சத்தில் கருமுசுன்னு ஒரு உருவம். இவளை அடி, அடின்னு அடித்துக்கொண்டிருந்தது. புருஷன்தான்.

“எந்தேடீ ஈ நேரத்துல நினக்கு உறக்கம். எந்தக் கள்ளப்புருஷன் கூட படுத்திட்டு இந்த சடவு?” அவன் கேட்டது புதுசில்லை. அடித்ததும் புதுசில்லை.

ஆனால் இப்படியொரு கனாக் கண்டபோது அடித்திருக்கிறான் அல்லவா அதுதான் புதுசு. முடியைக் கொத்தாகப் பிடித்தான். தூக்கி இவளை அப்படியே சுவற்றில் முட்டினான். பிறகும் உலுக்கினான். இவள் திமிறினாள்.

அப்பவும் அவனின் கேள்வி உக்கிரமாகப் பாய்கிறது.

“ஆ... மாதவன். ரொம்ப அழகோ. அவன் கூடத்தான் நீ இருப்பியோ. நாயிண்ட மவன். இன்னமும் அவன் சாகலையே!” அவன் அடியை விட வார்த்தைகள் வலித்தன.

“அவர் எங்க கட்சித் தோழர். அவ்வளவுதான். இதை உனக்கு எத்தனை தடவைதான் சொல்றது?” அவள் பதில் அவன் காதில் விழுந்த மாதிரி தெரியவில்லை.

எப்பவும்விட இப்போதைய அவன் தாக்குதல் ரொம்ப மோசமாக இருக்கிறது.

இவள் அந்த கொடூரக்காரனிடமிருந்து தப்பிக்க வேண்டுமென்றால் வேறு வழியில்லை.

தன் சக்தியை மொத்தமாகத் திரட்டிக்கொண்டு அவன் அடி வயிற்றில் ஓர் உதை விட்டாள். அவன் வயிற்றைப் பிடித்துக்

கொண்டு மல்லாக்காக விழுந்தான். மறுபடி தூக்கி நிறுத்தி எத்தி இன்னொரு உதை விட்டதில் அந்தக் குடிசையின் ஓலைக்கதவு பிய்ந்தது. அதைக் கிழித்துக்கொண்டு அவன் வெளியில் விழுவது தெரிந்தது.

எல்லாமே நிழலுருவம்தான்.

கரிய இருட்டில் எந்த நேரத்தில் இந்தப் புருஷன் வருவான். எந்த நாள் வருவான் என்பதெல்லாம் பொண்டாட்டியான இவளாலேயே அனுமானிக்க முடியாது.

தன்னாசி பயணம் திண்ணை உட்டா போச்சு. அந்த நாள் ராத்திரியும் வருவான். நாலு ராத்திரி கழிஞ்சும் வருவான். குன்னிக்கண்ணன் சாராயக் கும்பல்கிட்ட குடிக்கப்போனவன் கதி எப்பவும் இப்படித்தானே?

முதலில் பாடுபட்ட காசில் குடிக்கப் போனான். அப்புறம் பொண்டாட்டி தாலிய அடகு வச்சு குடிக்கப்போனான். அப்புறம் அவன்கிட்டவே சாராயம் காய்ச்சப் போயிட்டான். அப்புறம் நாள் ஏது கிழமை ஏது?

"ஒரு பொண்டாட்டி இருக்காளே. அவளுக்கு ரெண்டு புள்ளையக் கொடுத்திருக்கிறமே. நம்மளுக்கு அறிவு இருக்கா? நாலு காசு சம்பாதிச்சு குடும்பத்தைக் காப்பாத்தனுமேங்கிற புத்தி இருக்கா?"ன்னு இவள் கேட்காத நாளில்லை.

போதையில்லாத சமயம் பொறு, பொறுன்னு கேட்பவன் ராத்திரிக்கு வந்து குடுமியைப் பிடித்து சாத்துவான்.

"நீ எவன்கூட போறே. எவன் கூட படுக்கறே. எல்லாம் தெரியும்டி!" என்று போட்டுக் கொல்லுவான். எல்லாம் மாஹி சாராயக்கும்பல் செய்த கைங்கர்யம். தன்னிடம் சாராயம் காய்ச்ச, குடிக்க வரும் ஆண்களிடம் எல்லாம் அவங்க வீட்டுப் பொண்டு புள்ளைகளை தப்பா சொன்னாத்தானே அவன் மனசு கெடும்.

ஒரு பாட்டிலுக்கு, ரெண்டு பாட்டிலா வாங்கி குடிப்பான். அதோட போய் வீட்டில் உள்ளவங்களைப் போட்டு மிதிப்பான்

அதுலயும் எவன் பொண்டாட்டி தாய்க்குல சங்கத்தில் இருக்கிறாள். அவள் சாட்சரதா வகுப்பில் படிக்கிறாளா?ன்னு தெரிஞ்சுட்டா போதும்.

அவள் வீட்டில் ஒண்ணு புருஷன் இருக்கணும். இல்ல அவ இருக்கணும். புருஷன் போய்ச் சேர்ந்துட்டான்னா அவ வீட்ல ராத்திரி பகல்ன்னு இல்லாம நம்ம பூதணும். அவ மசிஞ்சா வப்பாட்டியாக்கிக்கணும். இல்லேண்ணா பத்துப் பேரை ராத்திரியில அனுப்பி அவளை மானபங்கம் செய்யணும். அப்படி செஞ்சுட்டா அப்புறம் எங்கே போயிடப் போறா. நம்மகிட்டத்தானே வரணும். வரட்டும். சாராயம் காய்ச்ச அடுப்பெரிக்க ஆள் வேணும். கர்ப்பிணி மாதிரி வயித்துல சாராய ட்யூப் கட்டீட்டுப் போய் மன்னார்காட்டுல ஊத்திட்டு வர ஆள் வேணும். அவளுக்கும் கொஞ்சம் ஊத்திக் கொடுத்துட்டா நம்மளுக்கும் அப்பப்ப பொண்டாட்டிய வந்துட்டுப் போறா!'

இப்படி அந்த சாராயக்காரன்கள்கிட்ட சிக்கிய பெண்கள் கொஞ்சமா நஞ்சமா. அது நஞ்சி மாதிரி சில பொம்பளைகள் கிட்ட மட்டும் நடக்கவில்லை.

அவர்கள் விட்ட படிப்பைத் தொடர்ந்தார்கள். நன்றாகப் படித்தார்கள். சாட்சரதா வகுப்பில் எழுத்தையும் எண்ணையும் சொல்லிக் கொடுத்து வாசிக்கக் கற்பித்துக்கொடுத்தார்கள் என்றால், இவள் மாதிரி பெண்கள் சுயமாய் ஏதேதோ புத்தகங்களைத் தேடித் தேடி வாசித்தார்கள். அது மற்றவரை நோக்கி கேள்வி கேட்க வைத்தது.

புருஷனேயானாலும் ஒழுக்கமில்லாவிட்டால் கட்டி வைத்து அடி உதை கொடுக்கவும் முன்னேற்றியது.

இதில் வீட்டியூர், வட்டலக்கி, மட்டத்துக்காடு, பட்டிமேளம், சாவடியூர், கோழிக்கூடம், பெட்டிக்கள், குறவம்பாடி பெண்கள் ஒருபடி மேலாகவே சென்றார்கள். புருஷனே ஆனாலும், அப்பன், பிள்ளை, சகோதரனே ஆனாலும் ஊருக்குள் குடித்துவிட்டு வந்தால் அவனை அங்கே கம்பத்தில் கட்டிவைத்து உதைத்து அபராதம் விதித்தார்கள்.

வீட்டியூர் பெண்களோ ஒட்டுமொத்தமாக எங்களுக்கு குடிகாரப் புருஷனே வேண்டாம் என்று தாலியறுத்து விதவைக் கோலம் பூண்டார்கள். புருஷன் இருப்பவள், இல்லாதவள் எல்லோரும் இதே உறுதிப்பாடுதான்.

இதில் கொஞ்சம் விதிவிலக்காக இருந்தாள் இந்த கடுகுமன்னு நஞ்சி.

எப்படியும் புருஷனைத் திருத்தி விட முடியும்.

"அவன் பாவம். குடித்தது, குடிகேடுக்கு உள்ளானதுதான் அவன் செய்த பாவம். அவனை அப்படி ஆக்கிய குன்னிக்கண்ணன், அவனிடம் அடியாள் வேலை செய்யும் மாஹி மாஃபியாக்கள், அந்த மாஹி மாஃபியாக்களை இயக்கும் மஸ்தான் சேட்டுகள், அந்த மஸ்தான் சேட்டுகளை உருவாக்கி வைத்திருக்கும் சர்க்கார். நம்ம எங்கே அடிக்கணுமோ அங்கே அடிக்கணும். உம் புருஷனைப் போல பாவப்பட்ட பல பேரைத் திருத்தத்தான் நாங்கள் வந்திருக்கிறோம். அவர்களை எல்லாம் போராளியாக்க வேண்டும். இந்தக் கல்விக்கெதிராக, சுரண்டலுக்கெதிராக. பெண்களைக் கொடுமைப்படுத்தும் அநீதிக்கு எதிராக, பாலியல் வன்முறைக்கு எதிராக. இப்போது நடக்கும் அரசுகள் எல்லாமே பூஷ்வா அரசு. கம்யூனிஸ அரசாங்கமே ஆனாலும் மாயப்பேய் அரசு. மேற்கு வங்கத்தில் நம்பினோம். அன்று நக்சல்பாரியை சுடுகாடாக்கினார்கள் அப்புறம் நந்திகிராமை பிணக்காடாக்கினார்கள். தெலங்கானாவில் ரவுடித்தனம் செய்தார்கள். இனி அப்படி விடக்கூடாது!" என்று ஆவேசமாக முழங்கின தோழர்கள் நம்பிக்கை ஊட்டினார்கள்.

அவர்களை முதன் முதலாகப் பார்த்தது இதே கடுகுமன்னுவிலிருந்து நாலு மைல் தொலைவில் மல்லீஸ்வரன் காட்டில்தான்.

அங்கே தாய்க்குலப் பெண்களோடு மர நாற்றுகள் நட்டுவிட்டு, பணி முடிந்து அந்த வழியே தனியாக வந்து கொண்டிருந்தாள்.

மாலை நேரம். தூரத்தில் மல்லீஸ்வரன் மலை. அதன் அடிவாரப்பகுதியில் சின்னப் புகைச்சல். அங்கே யார் அடுப்பெரிப்பார்கள்.

காட்டுத்தீ மூண்டு விட்டதோ என்றுதான் கண்ணுக்கு கை வைத்துப் பார்த்தாள். நிச்சயம் இல்லை. வெறும் புகைதான். இப்படிக் காட்டில் பொதுவாகவே ஜனசஞ்சாரம் இருக்காது. மலை மக்களைத் தவிர யாருமே தனியாகப் போக பயப்படுவர்.

கரடி, புலி, சிறுத்தை, யானை எல்லாம் இங்குண்டு. ஃபாரஸ்ட்டோ, போலீஸோ பார்த்தால் முட்டிக்கு முட்டி தட்டிக்கொண்டு போய் விடுவர். அப்படி அத்துவானக் காட்டில் யார் இப்படி புகை போடுவர். அதை நெருங்க நெருங்க முக்கோண வடிவில் ஒரு தார்ப்பாய் டெண்ட் தெரிகிறது.

ஏழெட்டு கோல்கள் தாங்கிப் போடப்பட்ட கூடாரம். இரண்டு மூன்று ஆட்களின் அசைவுகள். கிட்டப்போய்ப் பார்த்தபின்பு முதலில் ஒரு பேண்ட் சட்டை போட்ட பையன் தெரிந்தான். அவன்தான் மூணு முட்டாங்கல் வைத்து சுள்ளி எரித்துத் தீப்போட்டிருந்தான்.

அவனுக்குப் பக்கத்தில் இரண்டு பேர். ஒருத்தர் பைஜமா ஜிப்பாவில் இருந்தார். இன்னொருவர் அழுக்கான வேட்டி சட்டையில். இந்த இருவருக்கும் அதிகம் இருந்தால் 22 வயது தாண்டாது. அந்தப் பையனுக்கு எவ்வளவு வயசிருக்கும். மூஞ்சியைப் பார்த்தால் மீசை இல்லை. தாடி கூட இல்லை.

முகம் மொழு, மொழுவென்று பளபளப்பாய் இருக்கு. அடியேய் மூதி முண்டை, அவன் பையன் இல்லை. பொம்பளைடி. பதினெட்டு பத்தொன்பது வயசு இருந்தால் அதிகம். கிராப்பு வெட்டியிருந்தாள். இவளைப் பார்த்ததும் மூவருமே சிநேகமாய் சிரித்தார்கள். இவளோ தைரியமாகக் கேட்டாள்:

“யாரானு நீங்கள். இங்கே யாது செய்யுது? சாராய கேங்கோ? போலீஸ் கண்டா கொண்டு போயிரும் தெரியுமோ?” என்கிறாள். அதைக் கேட்டு மூவரும் சிரித்து விட்டார்கள்.

அவர்கள் இவளின் தோற்றம். தோரணை, செய்கை எல்லாவற்றைப் பார்த்ததும் மலைவாசிப் பெண் என்று தெரிந்து கொண்டார்கள். அதை விட முக்கியம், “நீ தாய்க்குலச் சங்கமோ?” என்று எடுத்த எடுப்பில் கேட்டதே.

இவளுக்கு இன்னும் கொஞ்சம் குழப்பமானது. இவர்கள் நல்லவர்களா? கெட்டவர்களா? நமக்கு எதிரியா? சிநேகமா?

"ஒண்ணும் பேடிக்கண்டா மகளே. ஞாங்களும் மனுசங்கதான். ஈ அட்டப்பாடி பிராந்தியத்தில் பீடித்துத் திரியும் சாராய பிராந்தை ஒழிக்க வந்த ஆட்கள்தான் நாங்கள். இவள் பேரு தோழர் சகுந்தலா. எம் பேரு பழனியப்பன், அவர் பேரு வாசுதேவ். எல்லோருமே தோழர்கள்தான். இதோ இவரு மாதவன். உங்க உள்ளூர்தான். இவர் சப்போர்ட் இல்லாட்டா நாங்க இங்கே வாசம் செய்ய முடியாது!" என்றபடி முறுவல் பூக்க சிரித்தார்கள்.

ஏனோ அவர்களின் அந்தப் பேச்சு இவளுக்குக் காந்தமாய் இழுத்தது. உடனடியாகவே அவர்கள் பிடித்துப்போனார்கள்.

அவர்கள் அங்கேயே சப்பாத்தி சுட்டிருந்தார்கள். கூடவே தக்காளியை வதக்கி சப்ஜி செய்திருந்தார்கள்.

ஒரு அட்டைத் தட்டில் போட்டு இவளுக்கும் உண்ணக் கொடுத்தார்கள். மதியம் ராகிக்கழியும். கொஞ்சம் கம்பங்கூழும் சாப்பிட்டது. நல்ல பசி. அவர்கள் கொடுத்ததை ஆர்வமுடன் சாப்பிட்டாள். அதற்குள் அவர்கள் இவளின் பூர்வோத்திடத்தை விசாரித்துத் தெரிந்து கொண்டார்கள்.

"உன் புருஷன் மட்டுமில்ல; ஈ அட்டப்பாடி பிராந்தியத்தில் ஓராயிரம் புருஷன்மார்கள் இப்படித்தான் உண்டு. அவங்களை அடித்து உதைப்பதால் யாதொரு புண்ணியமுமில்லை. நீங்கள் பெண்கள் எப்படி படிக்குதோ, அதே போல் ஆ ஆண்களையும் படிப்பிக்கச் செய்ய வேண்டும். படிப்பு என்றால் சாட்சரதா வகுப்பில் படிக்கும் எண்ணும் எழுத்தும் படிப்பது மட்டும் படிப்பல்ல. அது ஒரு அடிப்படை கல்வி. நமக்கு லிபி என்பது அறிவை அளிக்கவல்ல ஆற்றல் கோடு அவ்வளவுதான். அந்த ஆற்றல் கோட்டை, ஆயுதமாக்கி எதையெல்லாம் படிக்கிறோமோ அங்கேதான் அறிவு உருவாகும், பெருக்கெடுக்கும்... பள்ளிக்கூடத்துல, காலேஜ்ல, யுனிவர்ஷிடியில படிக்கறது எல்லாம் மெக்காலே கல்வி.

அதனால் பூஷ்வாஸ், முதலாளிமார்கள் உருவாவாங்க. மனுஷன் உருவாக மாட்டான். மனுசன் மனுஷனா உருவாகணும். சக மனுசனா மனுசியா பார்க்கணும். வழி நடத்தணும்ன்னா இதையெல்லாம் படிக்கணும்!”

வாசுதேவ் அப்பவே நிறைய பேசினான். தன் ஜோல்னா பையிலிருந்த புத்தகங்களை எல்லாம் அங்கேயே தூக்கி வெளியே போட்டான். எல்லாமே சிவப்பு, கறுப்பு அட்டையில் பைண்ட் செய்யப்பட்ட புத்தகங்கள். தமிழில், ஆங்கிலத்தில், மலையாளத்தில், இந்தியில் என பல மொழிகளில் புத்தகங்கள்.

அதில் தமிழில் இருந்த புத்தகங்கள் இரண்டை எழுத்துக் கூட்டிப் படித்தாள். ‘போரும் அமைதியும்’ ‘ரெட் புக்-மாவோ’ மக்ஸிம் கார்க்கி ‘தாய்’.

“ஈ புக்கை நான் வாசிக்க இயலுமோ?”

“நிச்சயமாய் முடியும். முடியாதது எதுவும் இல்லை!” என்ற வாசுதேவ் உடனே அந்தப் புத்தகத்தை இவளிடம் கொடுத்தான்.

“எவ்வளவு முடியுமோ அவ்வளவு படித்துவிட்டுக் கொடு!’

இவள் நடுக்கத்துடன்தான் வாங்கினாள். இரவில்தான் கிடைத்தது ஓய்வு. சிம்னி விளக்கில், நாடாத்திரி விளக்கில் முதலில் படிக்கும்போது ஒன்றும் புரியவில்லை.

திரும்பத் திரும்ப எழுத்துக்கூட்டி கஷ்டப்பட்டுப் படித்தாள். ஓரிரு முறைதான் அவர்களுடன் அந்தக் காட்டில் சந்திப்பு. அவர்கள் நெருங்கிப் பழகி விட்டார்கள்.

மக்ஸிம் கார்க்கியின் தாய் நாவலில் வரும் பாவெல்லை வாசுதேவ்வாக கற்பனை செய்துகொண்டாள். அவனுடன் இருந்த சகுந்தலாவை நதாஷாவாக எண்ணிக்கொண்டாள். பழனியப்பனை சனிக்கிழமைதோறும் பாவெலின் வீட்டில் கூடும் நண்பர்களில் ஒருவனாகக் கருதிக்கொண்டாள். பாவெலின் தாயான பெலகேயா நீலிவ்னாவாக தன்னையே ஸ்வீகரித்துக் கொண்டாள்.

மக்ஸிம் கார்க்கியும், தாய் நாவலும் கதை புரிய ஆரம்பித்து விட்டது. அடுத்த முறை படித்தாள். மனதில் கொழுந்துவிட்டு எரிய ஆரம்பித்தது.

தாய் கதையை இன்னமும் தன் ஊரில் இருந்த மக்களுக்குச் சொன்னாள். இந்தக் கதையை எனக்குக் கொடுத்தது யார் தெரியுமா? என்று கேட்டுவிட்டு இந்தத் தோழர்களை வீட்டிற்கே வரவழைத்தாள்.

ஒருநாள் இரவுப் பொழுதில் தீ மூட்டி ஆடல் பாடல்களை நடத்தி அத்தனை பேரும் தம்மை மறந்திருந்த வேளையில் அவர்களை அறிமுகப்படுத்தினாள்.

அங்கேயும் அவர்கள் புத்தகம், படிப்பு சம்பந்தமாகவே பேசினார்கள். ஊரில் பெரும்பாலும் ஆண்கள் இல்லை. ஒன்றிரண்டு சிறுவர்களே இருந்தார்கள்.

“ஆண்கள் எங்கேதான் போனார்கள்?” என்று கேட்டுவிட்டு முகம் சோர்ந்தார்கள்.

“இங்கே எல்லாம் பெண்கள் படிக்கணும் படிக்கணும்னு அலையறாங்க. ஆண்கள் குடிக்கணும் குடிக்கணும்னு திரியறாங்க. என்ன முரண்பாடு பார்த்தீங்களா தோழர். ஆம்பிளைகளை நம் வேலைக்குத் தயார்படுத்துவதும், அவர்கள் புரட்சிக்குப் புறப்பட்டு ஆயுதம் ஏந்துவதும் இப்போதைக்குச் சாத்தியமில்லை போலத்தான் இருக்கிறது. இதோ இந்தப் பெண்கள், பெண் படை போதும். ஒவ்வொரு ஆளும் பத்து ஏ.கே 47-க்கு சமம் இல்லியா தோழர்?”

வாசுதேவ் கேட்டபோது தனக்கே உரிய பாணியில் பழனியப்பன் சிரித்தார். மாதவன் எப்பவுமே இவர்களுடன் இருக்கும்போது பேச மாட்டான். எப்பவுமே அவர்கள் பேசுவதைக் கூர்ந்து கவனிப்பான்.

இவர்களுடன் அன்று மேலும் மூவர் வந்திருந்தனர்.

எல்லோருக்கும் சொல்லிவைத்த மாதிரி முகமெல்லாம் தாடி. பரட்டையாய் முடி. எந்த நேரமும் ஏதாவது ஒரு புத்தகங்கள் பற்றியே பேசினார்கள்.

சீனாவில் மாவோ, ருஷ்யாவில் கோர்ப்பச்சேவ், க்யூபாவில் சேகுவாரா பற்றியே பேசினார்கள்.

"அவங்க எல்லாம் யார்? உங்க சொந்தக்காரங்களா?" என்று கடுகுமன்னு மக்கள் கேட்டபோது சிரிப்பாய் சிரித்தார்கள்.

"யேய் சும்மாயிரு. அவங்க எல்லாம் பெரிய பெரிய தலைவர்கள். இப்படியா கேட்பது?" என்று அவர்களைக் கடிந்துகொள்ளும் அளவு நஞ்சி அவர்களை விட அறிவில் வளர்ந்திருந்தாள்.

அதற்குள் அவள் தாய் நாவலை மூன்று முறையும், போரும் அமைதியும், கார்ல் மார்க்ஸ்-ஜென்னி காதல், லியோ டால்ஸ்டாயின் புத்துயிர்ப்பு நூலையும் வாசித்து முடித்திருந்தாள்.

"இவர்கள் இவ்வளவு வெள்ளந்தியாக இருக்கிறார்கள். அதுதான் இவர்களை வந்தேறிகள் எல்லாம் பயன்படுத்திக்கொள்கிறார்கள். போராட்டத்திற்கும் புரட்சிக்கும் ஏற்ற ஜனங்கள் இவங்கதான்!' என்றெல்லாம் புரிபடாத விஷயங்களைத் தோழர்கள் மக்களிடம் சொன்னார்கள், புரியாத இடங்களில் எல்லாம் அவர்களுக்குப் புரியும்படி எடுத்துச்சொன்னாள் நஞ்சி.

அதே காலகட்டத்தில் இவளின் புருஷன் குடித்துவிட்டு வருவதும், இவளை அடித்து உதைப்பதும், துன்புறுத்துவதும் அதிகமாகிக்கொண்டே இருந்தது.

"எனக்கு வர்ற ஆத்திரத்துக்கு இவனை விஷம் வச்சு கொன்னுடலாம்னு தோணுது தோழர்!" என்று தோழர் பழனியப்பனிடமும், மாதவனிடமும் வெளிப்படையாகக் கூறுவது வாடிக்கையாகிவிட்டது. தோழர் பழனியப்பனுக்கு 60 வயது. மாதவனுக்கு அதிகம் போனால் 40 இருக்கும். பழனியப்பன் பொறுமையாகச் சொன்னார்:

"பொறுடி மகளே. உன்னை மாதிரியே அட்டப்பாடியில அத்தனை பொண்ணுகளும் நினைச்சா ஆம்பிளையாளுகளே இருக்காது!" என்றார்.

"அதுதான் ஆம்பிளையாளுகளே இல்லாம வீட்டியூர் ஒரு ஊரே இருக்கே. நீங்க வேண்ணா பாருங்க தோழர் ஒரு நாள் இல்லாட்டி ஒருநாள் இந்த அட்டப்பாடியே ஆம்பிளைக இல்லாத வீட்டியூர் தேசமா மாறப்போவுது. ஆம்பிளைங்க

அத்தனே பேரும் குடிச்சுக் குடிச்சேதான் சாகப்போறாங்க!"

அவளின் கண்களில் ஆவேசம்.

"அப்படி இல்லே தோழர். எய்தவன் இருக்க அம்பை நோகக்கூடாது. பொறுமையா இரு. உம்புள்ளை ஆஸ்டல்லதண்ணே படிக்குது. அதுக்காகவாவது கொஞ்ச காலம் அமைதியா இரு!" இருந்தாள்.

அப்படி இருப்பது எரிகிற நெருப்புக்கு எண்ணெய் ஊற்றுவது போலாகிவிட்டது.

எப்பவாவதுதான் வீட்டிற்கு வருவான் புருஷன். வரும்போதே நாவில் பெரிய ஆயுதத்தை ஏந்தி வருவான். குடிசைக்குள் நுழைந்ததும் சந்து பொந்தெல்லாம் தேடுவான். பாத்திரத்தை உருட்டுவான். டிரங்குப் பெட்டியை திறப்பான். துணிகளை எல்லாம் கலைத்து எறிவான். குடிசைக்கு பின்னால் இருக்கும் பாத்ரூமுக்கு ஓடுவான்... அவன் கண்கள் அரக்கப் பறக்க எதையோ தேடிக் கொண்டே இருப்பான்.

"எங்கேடி வச்சிருக்கே உன் கள்ளப்புருஷனை?" இவளுக்கு ஆரம்பத்தில் இந்தச் செய்கை நெஞ்சில் நெருப்பைக் கொட்டிய மாதிரிதான் இருந்தது.

கூட்டத்திற்குப் போகும்போது, காடு திருத்தும் வேலைக்குப் போகும்போது தாய்க்குலப் பெண்களிடம் பேசப்பேச, அதைவிட அதிகமாய் போராட்டங்களில் கலந்து கொள்ளும்போது, மைக் பிடித்துப்பேசும்போது இது சாதாரணமாகிப் போனது. இவள் புத்திப் பூர்வமாக சிந்திக்கச் சிந்திக்க, புருஷனோ புத்தி பேதலித்தவனாகவே மாறிக்கொண்டிருந்தான்.

"அந்த நாயிண்ட மகன். குன்னிக்கண்ணன் கையில் புத்துப் பெறப்பட. அவன்தான் நம்ம புருஷன்மார்கிட்ட எல்லாம் உம் பொண்டாட்டிக்கு கள்ளப்புருஷன் உண்டுன்னு கிளப்பி வைக்கிறது. அப்படி இருந்தால்தானே அவன் இப்படியே குடிகேடோட அவன் காலடியிலயே கிடப்பான்!"

இது வீட்டுக்கு வீடு வாசப்படியல்ல. குடிப்படி. குடிகாரன்படி.

நேற்று இரவும் அது கொஞ்சம் அதிகமாகப் போனது. போன வாரம் நடந்த சமரனில் மாதவனும், இவளும் திறந்த வேன் மேடையில் மைக் பிடித்து மாறி மாறிப் பேசியதை குன்னிக்கண்ணன் ஆட்கள் கவனித்திருக்க வேண்டும். அதை வைத்து இவனை நன்றாக உசுப்பேத்தியிருக்க வேண்டும்.

"உசுப்பேத்தட்டும், புருஷன் இல்லாட்டி மயிரு ஒண்ணாச்சு!"

இவள் அங்கு போய்ச் சேரும்போது சுமார் பதினேழு பேர் கூடியிருந்தார்கள். அவர்கள் இவள் வரத் தாமதமாவதை உணர்ந்து கூட்டம் ஆரம்பித்திருந்தார்கள்.

டெண்ட் கொட்டகையில் பழனியப்பன் மட்டும் இருந்தார். அங்கிருந்து இரண்டு பர்லாங் தூரத்தில் ஒரு காட்டு வேலி, பாறைக்கு மறைவில் ஒரு வேங்கை மரத்தடியில்தான் கூட்டம். பலர் பேசிய பேச்சு ஒண்ணுமே புரியவில்லை.

ஒருவர் இந்தியில் பேசினார். இன்னொருவர் தெலுங்கில் பேசினார். மற்றொருவர் என்ன மொழி என்றே தெரியவில்லை. அதில் கரே, புரே என்றார்.

"அதுதான் ஓரிய மொழி. வந்திருப்பவர் ஓரிசா பிரதிநிதி அப்துல்லா!" என்றார் பழனியப்பன்.

"ஓரியா அது எங்கே இருக்கு?" இவள் புரியாமல் கேட்க, லேசாக சிரித்தார் பழனியப்பன்.

"ஓரிசா நம்ம தேசத்துலதான் இருக்கு. அதேபோல உத்ராஞ்சல், வங்கம், தெலங்கானா, அஸ்ஸாம், மேகாலயா, பஞ்சாபிலிருந்தெல்லாம் ஒவ்வொரு பிரதிநிதி வந்திருக்காங்க!" பழனியப்பன் சொல்ல, இவள் யோசித்தாள்.

அதற்குள் கூட்டத்தில் வாசுதேவ், "டிபன் வந்தாச்சு. எல்லோரும் சாப்பிட்டுட்டுப் பேசலாம்!" என்றபடி எழுந்தான். அமைதியாய் இருந்த கூட்டம் சலசலத்தது. எல்லோரும் டெண்ட் நோக்கி நடந்தார்கள். இவள் யோசனையாய் இருந்தாள். பழனியப்பனுடன் நடந்தாள்.

“ஏன் தோழரே இவங்க எல்லாம் யாரு? நம்ம என்ன செய்யறோம்?”

“எல்லோரும் நம்ம தோழர்கள்தான். நம்ம தேசத்துல மட்டுமல்ல, உலகமெங்கும் நமக்கு படைபலம் இருக்கு. நம்மளை மாவோயிஸ்ட்டுன்னுதானே கவர்மெண்ட் சொல்லுது!”

ஊருக்குள்ளே ஸ்பெஷல் போலீஸ் வண்டி, வண்டியா வந்திறங்கி, ஊர், ஊராத் தேடுவது இவர்களைத்தான். பல பேரோட முகங்களை போட்டோ புடிச்சு போலீஸ் ஸ்டேஷன்வாரியா ஒட்டியிருக்கிறது. தீவிரவாதி, பயங்கரவாதி-கண்டுபிடிச்சு துப்பு சொன்னா ரூ. 10 லட்சம் பரிசுன்னு அறிவிப்பு வேறு. அநேகமா எதிர்காலத்தில் நாமும் அந்த புகைப்படங்களில் இடம் பெறுவோமோ? நம்ம தலைக்கு ரூ. 10 லட்சம் இந்த அரசாங்கம் அறிவிக்குமோ?’ என எண்ணிக்கொள்கிறாள் நஞ்சி.

அவள் மனசை போல் பழனியப்பனிடம் மிருதுவாய் அந்தக் குரல்:

“நம்ம சாதாரண ஆட்கள் பிழைப்பிலயா மண்ணைப் போடறோம். அரசாங்கம் நடத்தறவனோட அடிமடியிலயில்லை கைய வைக்கிறோம். நம்மளை தீவிரவாதி, பயங்கரவாதின்னு சொல்லித்தான் போஸ்டர் ஒட்டுவாங்க. நீயும், நானும், மாதவனும் மட்டும் இப்ப ஊருக்குள்ளே உலாவறதால அந்த யோகம் வரலை!” சொல்லிச் சிரித்தார்.

★

சோமலதை மூலிகைக்கு அபூர்வ சக்தி உண்டு. இதைப் பற்றிய ரிக் வேதப் பாடல்களின் முக்கிய அம்சங்களை மட்டும் சொல்ல முடியும். உலகின் பழமையான நூல் ரிக் வேதம்; ஜெர்மானிய அறிஞர் ஹெர்மன் ஜாகோபி இந்த நூல் ஆறாயிரம் ஆண்டுகளுக்கு (கி.மு.4500) முந்தையது என்கிறார். விட்னி (Whitney) போன்ற அறிஞர்கள் கி.மு 2000-க்கு முந்தையது என்பர். மாக்ஸ்முல்லர் இந்த வேதத்தை கி.மு. 1200-க்கும், கி.மு 3000-க்கும் இடையே வைப்பர். எப்படியாகிலும் எகிப்திலோ, பாபிலோனியாவிலோ, சீனாவிலோ இதையும் விட பழைய புத்தகம் இல்லை.

9

"அய்யோ... எண்டா மல்லீஸ்வரா...!" வாய்விட்டுக் கத்திவிட்டாள் லட்சுமி

கன்னத்தைப் பற்றி எழுகிறாள். இருட்டாயிருந்தது. சுற்றுமுற்றும் பார்த்தாள். இருட்டாக இருந்தது. வெளியே சின்னதாக வெளிச்சம். அதையொட்டி ஒரு கம்பிக் கதவு. அதன் நிழல் நீண்டு இவள் மீது விழுந்துகொண்டிருந்தது. உடல் தொப்பலாக வியர்த்திருந்தது. கெட்ட கனவுதான். இப்போது அடிக்கடி இப்படியான கெட்ட கனவுகளில் அந்த இன்ஸ்பெக்டர் பல்லிளித்துக் கொண்டு வருகிறான். மருதியும் கோரமாய் இறந்து கிடக்கிறாள். இவள் கத்தின கத்தலில் இன்னும் சில பெண்களும் விழித்துக்கொண்டார்கள்.

"எந்துடி.... எதுக்கடி கத்தினே?" என்கிறார்கள்.

எல்லோரும் மங்கலான இருட்டில் மிருகங்கள் போல் தெரிகிறார்கள். அதன் பிறகுதான் தான் சிறையில் இருக்கிறோம் என்பது லட்சுமிக்கு உறைக்கிறது. தண்ணி தாகமெடுக்கிறது. "தண்ணி... தண்ணி...!" என்கிறாள். ஒருத்தி கம்பிக்கதவின் வழியே சத்தமிடுகிறாள். வார்டன் வருகிறாள். "எந்தடி?"

"இவ பயந்து கிடக்கு. மயக்கம். தண்ணி வேணும்...!"

"நினக்கு எந்துடி கேடு?!" விசாரித்துவிட்டு எங்கிருந்தோ ஒரு குவளையில் தண்ணீர் கொண்டுவந்து கம்பிக்கதவின் வழியே கொடுக்கிறாள். இவள் வாங்கி மடக், மடக்கென்று குடிக்கிறாள். கொஞ்சம் மனசு தேறின மாதிரி இருக்கிறது.

"கெடக்குடி!" யாரோ ஒருத்தி கடுமையான குரலில் சொல்லுகிறாள்.

ஏதும் பேசாமல் ஒருக்கழித்துப் படுக்கிறாள். அந்தக் கொட்டடியில் மொத்தம் ஐந்து பெண்கள். அவர்கள் மூலைக்கு ஒருவராகப் படுத்துக் கிடக்கிறார்கள். "சமயம் எந்தா இருக்கும்?" கேட்டால், "ஜெயிலுக்குள் மணி பார்த்துட்டு எங்கேடி போறே? கெடடி!" என்று அதற்கும் ஏத்து கிடைக்கும். வெளியே நீள ஜெயில் வராண்டாவில் ஒரே ஒரு பல்பு. அதைத் தாண்டி முற்றிலும் இருட்டு. மணியை அனுமானிக்க முடியவில்லை. தூக்கமும் பிடிக்கவில்லை. யோசிக்கிறாள்.

சில நாட்களில் என்னவெல்லாம் நடந்துவிட்டது?

இவளை மட்டுமல்ல, இவளுக்குச் சாதகமாக வந்த பெண்கள் கூட்டத்தையே வளைத்துப் பிடித்து எப்படியெல்லாம் கேஸ் போட்டுவிட்டான் அந்த இன்ஸ்பெக்டர்.

தாய்க்குலப் பெண்கள் வராவிட்டால் நம்மளை தனியா அன்றைக்கு அதோ கதிதான் ஆக்கியிருப்பான் அந்த இன்ஸ்பெக்டர். அவங்க வந்ததால அத்தனை பேரோட அடி தாங்காம கூடவந்த போலீஸையும் கூட்டீட்டு ஜீப் ஏறி ஓடிப்போனான். அப்புறம்தான் போலீஸ்ன்னா என்னன்னு

காட்டினான். இரண்டு வெள்ளை வேன் நிறைய இரும்புத் தொப்பி போலீஸ். எண்ணி ஒரு மணி நேரத்தில் லட்சுமியின் வீட்டு வாசலில் இருந்தது.

'தப்பு மன்னிச்சிடுங்க. பகவானே!' என்று மாதியும், ரங்கனும் வந்த படையோடு வந்த இன்ஸ்பெக்டர் காலில் விழுந்தார்கள். அவனிடம் துளி கருணை பிறக்கவில்லை. வீட்டிற்குள் ஓடின லட்சுமியைத் துரத்தி முடியைக் கொத்தாகப் பிடித்தான். "நடடி தே... யா மகளே!" தரதரவென்று இழுத்துச் சென்றான். வந்த மற்ற போலீஸ் மூலைக்கு மூலை பாய்ந்தது. இன்ஸ்பெக்டரும், உடன் வந்த ஏட்டைய்யாவும்,

"அவிட நோக்கு, அங்கே நோக்கு. ஆ வீட்டில...!" என்றெல்லாம் சப்தமிட்டனர்.

இரும்புத் தொப்பி போலீஸ் ஒருத்தரை விடலை. எந்த வீட்ல பெண்கள் இருந்தாலும், அத்தனை பேரையும் அள்ளிக்கொண்டு வந்து வேனில் தூக்கிப் போட்டது. உலகத்தில் எத்தனை எத்தனை கெட்ட வார்த்தைகள் உண்டோ அத்தனையும் பிரயோகப்படுத்தி பெண்கள் மீது காறிக் காறி துப்பியது. மாதியையும், ரங்கனையும் கூட விட்டு வைக்கவில்லை.

இரண்டு வேனில் மொத்தம் 30 போலீஸ், 18 பெண்கள். ஒரே ஒரு ஆம்பிளை. ரங்கன் மட்டும். அவன் வெடவெடவென நடுங்கிக் கொண்டிருந்தான். தன் மகள் லட்சுமியை, "எல்லாம் உன்னால வந்ததுடி மகளே. உன்னால வந்தது!" என முரட்டுத்தனமாய் அவள் முதுகில் அறைந்தனர். இவள் சிலைபோலவே இருந்தாள். அத்தனை பேரு மீதும் பிராத்தல் கேஸ். வீட்டில் கஞ்சா வைத்திருந்து விற்றதாக கேஸ். கொஞ்சம் வயசுப் பொண்ணு என்றால் ஆண்களை சல்லாபித்ததாக, வயசாளிப் பெண் என்றால் பிராத்தலுக்கு இந்தப் பெண்களை சப்ளை செய்ததாக...

எல்லோருக்கும் ஆங்காரம். ஆவேசம். 'ஆ... இன்ஸ்பெக்டரை விடக்கூடாது!' சிறை செல்லும்போது 17 பெண்களும் சூளுரைத்தார்கள். மற்ற ஊர் தாய்க்குலப் பெண்களுக்கும் தகவல் சொன்னார்கள்.

பாலக்காடு சிறைக்குள் அதை விடக் கொடுமை. பதினேழு பேரையும் வேற வேற கொட்டடியில் மற்ற குற்றவாளிப் பெண்களோட அடைத்தார்கள். ஒவ்வொரு கொட்டடியிலும் மூன்று நான்கு பெண்கள்.

அத்தனையிலும் அதிகம் பேர் பிராத்தல் கேஸ்தான். லாட்ஜில், குடோனில்... தனியாக ரூம் போட்டு, வாடகைக்கு எடுத்து... "ஏய்... நீ எந்த ஓட்டடல்டி? எத்தனையாவது தடவை?" என்று கூசாமல் கேட்டார்கள். அத்தனை பேரும் ஆம்பிளைன்னாலே மரத்துப் போனவர்களாக இருந்தார்கள்.

"இல்லை. ஞாங்கள் பிராத்தல் இல்லை. தாய்க்குலப் பெண்கள். ஆ... போலீஸ் இன்ஸ்பெக்டர் பழி வாங்கிடுச்சு...!" என சொல்லும்போது அவள்கள் விகாரமாய் பல்லிளித்தார்கள்.

"யேய் போதும்டி. ஞாங்களும் புதுசா வரும்போது இப்படித்தான் சொல்லீட்டு இருந்தோம். சும்மா விடாதடி!" என்று கிண்டலடித்து இவளின் துணியை உருவினார்கள். ரவிக்கையைப் பிய்த்தார்கள். இரவு நேரத்தில் சொல்லவே வேண்டாம். எவள் எவளோ வந்து இவள் மீது படுத்து நசுக்கினார்கள். இவர்கள் பொம்பளைகளா? வேற ஏதாச்சுமா? அதில் சில பெண்கள் அப்பாவியாகவும் இருந்தார்கள். அதிலும் பாதிப்பேர் அட்டப்பாடியைச் சேர்ந்தவர்களாகத் தெரிந்தார்கள்.

"எந்தானு. நீங்களுக்கு அட்டப்பாடியோ?"

"நீங்கள்...!"

"நான் ஒண்ணும் இல்லை. குன்னிக்கண்ணனுக்கு விறகு எடுக்கப்போனது. சாராய ஊறல் கேஸ். கஞ்சா கேஸ். ஜெயிலுக்கு வந்து இரண்டு மாசம் ஆச்சு. நான் மூணு மாசம் ஆச்சு. அடுத்தது தண்டனை கழிஞ்சு போயிருவேன்!" என்றார்கள். சில பேர் வருஷக்கணக்கில் இருந்தார்கள். அவர்கள் மீது கஞ்சா கேஸ். விசாரித்துப் பார்த்தால் கஞ்சா எப்படியிருக்கும் என்றே தெரியாதவர்களாய் இருந்தார்கள். எல்லாமே பொய்க்கேஸ். புருஷன் தெரியாது. புள்ளைக என்ன பண்றாங்க தெரியாது. அப்பன் அம்மா வயசாளிகள். தன் குழந்தையை எப்படி

வளர்த்தறாங்களோ கவலையில் சில பெண்கள். அவர்கள் அத்தனை பேரும் மாற்றமில்லாமல் ஏதாகினும் ஒரு போலீஸ் ஒரு ராத்திரியாவது அவளைப் பெண்டாட்டியாக ஆக்காமல் விட்டதில்லை என்பதும் தெரிந்தது.

லட்சுமிக்கு மூச்சு முட்டியது. அம்மையை கெடுத்த போலீஸ் ஒன்று மட்டுமல்ல. நம்மைக் கை வைத்த இன்ஸ்பெக்டர் ஒருத்தன் மட்டுமில்ல. எல்லாருமே மோசம்தான். இந்தப் பெண்களுக்கு நம்ம என்ன செய்ய முடியும்?' என்று யோசிக்க ஆரம்பித்தாள்.

ஒருநாள். ரெண்டு நாள் இதே நினைப்புதான்.

“எங்களுது தாய்க்குலச் சங்கம். எங்கள்கிட்ட ஒரு ஆபீசர் உண்டு. அவர் பேரு உஷா. சட்டமந்திரி, முக்கிய மந்திரிகிட்டவே தகிரியமா பேசுவார். அவங்ககிட்ட பேசி உங்களை வெளியில கொண்டு போறேன். அங்கே அகாட்ஸ்ன்னு ஒரு ஸ்தலம் உண்டு. அங்கே நிறைய பணிகள் உண்டு. நீங்கள் அங்கே ஜீவிக்கலாம். வர முடியுமோ?” என்றாள்.

பெண் சிறைவாசிகள் சிரித்தார்கள். பெரிய சிரிப்பு. “இப்படி ஜெயிலுக்குள்ளே வந்து வெளியே எடுக்கறேன். வேலை வாங்கித் தர்றேன். நிம்மதியா பொழைக்கலாம்ன்னு சொன்ன முதல் ஆளு நீதான்!” என்றார்கள். அதில் ஒருத்தி, “நீ நல்லா அழகு சொக்கறே லட்சுமி. நீ எங்கூட வா. நம்ம லாட்ஜ் முதலாளி ஒனக்கு பெருந்தொகை கொடுப்பான். அதோட வர்ற சேட்டன்மாருக உன்னை விரும்புவாங்க. நல்ல காசு கிடைக்கும். சுகத்துக்கு சுகம். காசுக்கு காசு!” என்றாள். இவளுக்கு வந்ததே கோபம். அவளை தயவு தாட்சண்யம் பார்க்காமல் அறைந்தாள். “எந்தா பேசுதடி. நீயும் ஒரு பொம்பளையா?” காறி மூஞ்சியிலயே உமிழ்ந்தாள். அதில் மற்ற பெண்கள் ஆடிப்போனார்கள். லட்சுமியிடம் பேசவே பயந்தார்கள். இந்த ரவுடிப் பெண்களிடம் பயந்து கொண்டு இணக்கமாகப் போய்க்கொண்டிருந்த அப்பாவிப் பெண்கள் இவளிடம் பதுங்கினார்கள்.

“சேச்சி. எனக்கும் என் புள்ளையப் பார்க்கணும். என் பர்த்தாவை நோக்கணும். நீங்கள் ஹெல்ப் செய்யுமோ?” என்று கரைந்தார்கள்.

"கண்டிப்பாகச் செய்வேன். அதுக்கு நீங்கள் முதலில் தாய்க்குலச் சங்கத்தில் சேரணும்!"

சேர்ந்தார்கள். மொத்தம் அந்தப் பெண்கள் சிறையில் எழுபத்தாறு பேர். அதில் நாற்பது பேர் லட்சுமியுடன் கரம் பிணைத்தார்கள். தாய்க்குலச் சங்கம் என்ற பெயரைத் தன் நெஞ்சில் ஏந்திக் கொண்டார்கள். சிறைக்குள் வந்த நான்கைந்து நாட்களில் லட்சுமி வசம் பெரியதொரு பெண் படையே சேர்ந்து விட்டது. சிறையில் இருந்தபோது தன்னைப் பார்க்க தாசனூரிலிருந்து யாரோ வந்திருப்பதாகச் சொன்னார்கள். விண்ணப்பம் போட்டு பார்க்க வந்திருந்தவன் இஞ்சிக்காரன்.

அவனைப் பார்க்கவே பிடிக்கவில்லை. அவன் முகத்தைப் பார்த்தவுடன் திருப்பிக் கொள்ளத்தான் நினைத்தாள். ஆனால் அவன் விடவில்லை. இவளின் அம்மையைப் பார்த்துப் பேசியவன், இவளையும், 'லட்சுமி. என் மேல கோபம் கிடக்கட்டும். அது காட்டற நேரமில்லை. நான் உனக்கும், நிண்ட அம்மை அச்சனுக்கும் ஜாமீன் ரெடி பண்றேன்!" என்று சொல்லி கத்துகிறான். இவள் முகம் திரும்பியே நிற்கிறாள். அவன் ஏதேதோ சொல்லுகிறான்.

"அந்த இன்ஸ்பெக்டர் படுபாவி. அவன் உங்களை மட்டுமல்ல. என்னையும் பிடிச்சு ஜெயிலில் போடத் துடிக்கிறான். கஞ்சா கேஸ் எல்லாம் போட்டா நம்ம இரண்டு வருஷம் வெளியே வர முடியாதுங்கறான்!"

இவள் பேசவில்லை. திரும்பிப் பார்க்காமலே கொட்டடிக்கு வந்து விட்டாள். ஆனாலும் அவளுக்கு அவன் நினைப்பாகவே இருந்தது. தப்பு செய்தவன் இப்படி ஜெயிலுக்கே வந்து பார்ப்பானா? இவள் வந்தபிறகுதான் அம்மை வந்து உடுத்த துணி கொடுத்து விட்டுப்போனாள். இவளுக்கும், அம்மைக்கும் அச்சனுக்கும் துணிமணி கொண்டு வந்திருந்தான் அவன் என்பது பிறகுதான் தெரிந்தது. அவன் மீது தனியான ஒரு கரிசனம் பிறந்தது. அந்த இன்ஸ்பெக்டரின் நோக்கம்தான் என்ன என்ற கேள்வி எழும்பியது. 'வேறென்ன, அவனுக்கு இந்த லட்சுமியை தாலி கட்டாத பொண்டாட்டியாக்க வேண்டும்.

ஒரு நாள் பொண்டாட்டி. அவ்வளவுதான்!' நினைக்கும்போதே அருவருப்பாய் இருந்தது.

"இல்லை. அவனை விடக்கூடாது...!" கறுவிக்கொண்டாள். அடுத்தநாள் தாய்க்குலச் சங்கத்தின் பிரதேச கன்வீனர் வந்தாள். நடந்ததையெல்லாம் சொன்னாள். அவள் வந்தபிறகு ஜெயில் வார்டன்கள் நடுங்கினார்கள். அவள் சட்டமந்திரி, ஜெயில் மந்திரியிடம் ஸ்பெஷல் பர்மிஷன் வாங்கி வந்திருந்தாள். அவள் கேட்ட கேள்விக்கெல்லாம் வார்டன்களால் பதில் சொல்ல முடியவில்லை. "இந்தப் பெண்கள் யாவரையும் கண்ணியமாக நடத்தணும். எந்தா?" என்றதும், 'சரணம் சரணம்!' என்று சொல்லாத குறையாக வார்டனும், அசிஸ்டெண்ட் வார்டனும் கும்பிட்டார்கள். இந்த நேரத்தில்தான் இப்படி ஜெயிலில் ஒரு கனவு.

"என்னடி லட்சுமி. விளிச்சோ...!"

அடுத்ததாய் படுத்திருந்தவள் கேட்கிறாள். அவளும் இவளுக்காக பரிந்து வழக்குப் பதிந்து வந்த தாய்க்குலப் பெண்தான்.

"இல்ல...!"

"சரி ஒறங்கு..!"

"ஒறக்கம் வரலை!"

"மருதி கனவுல வந்தோ?"

"மருதி மட்டுமில்ல. ஆ இன்ஸ்பெக்டரும்....!"

சிறிது நேரம் இருவருக்குமிடையே மவுனம்.

"அந்த நாயிண்ட மவன். அவன் கையில் புத்து பெறப்பட, அவனை நாயி, நரி இழுத்துட்டுப் போக...!" ஏதோ நினைத்துக் கொண்டவளாக அவள் சபிக்கிறாள்.

மறுபடி கார்பெட்டில் படுக்கிறாள். தூக்கம் வரவில்லை. இப்போது கண்களுக்குள் மருதியை விட அந்த இன்ஸ்பெக்டரே நிறைந்தான்.

"அவன் மனுசன்தானா? அக்கா தங்கச்சிகளோட பொறந்தவன்தானா? அவனையும் ஒரு பொம்பளைதான் பெத்தாளா?" மனசெல்லாம் அலையாட்டம்.

இந்த மூணு மாசத்தில் எப்படியெல்லாம் அலைக்கழித்து விட்டான்.

இதை விடக்கூடாது. கறுவினாள். "என் தங்கச்சியின் சாவு மட்டுமல்ல, நம்ம ஊரில் எந்தங்கச்சியைப் போலவே மரிச்ச சகோதரிமாரின் மர்ம மரணத்திற்கு நியாயம் வேணும்!" என்று ஜெயிலுக்கு வந்த தாய்க்குலச் சங்க கன்வீனர்கிட்ட வேண்டி நின்றாள். லட்சுமிக்கு எழுதப் படிக்கத் தெரியாது. கன்வீனர் எழுதி வந்தாள். இவள் கைரேகை மட்டும் இட்டாள்.

'சி.எம். சகாவே. நான் குழிக்கூரில்... இல்லத்தில் வசித்து வருகிறேன். என் சகோதரி மருதி, வயசு 20 முகம் சிதைத்து, உறுப்புகள் நொறுக்கி பவானியின் பாம்பு கால்வாயில் இட்டிருந்தார்கள். இது மாதிரி எங்க சுத்துப்புற ஊரில் மட்டும் இளம்பெண்கள், முக்கியமா மலைவாசிப் பெண்கள் மானபங்கம் செய்து நூற்றுக்கணக்கில் சாகடிக்கப்பட்டிருக்கிறார்கள். மருதியைப் பொருத்தமட்டில் முழங்கால் அளவு வாய்க்காலில் விழுந்து தற்கொலை செய்துகொண்டாள் என்று போலீஸ் ரெக்கார்டு பதிவு செஞ்சிருக்கு. அவளுக்கு தற்கொலை செஞ்சிக்கிற சூழல் இல்லை. பவானி ஆற்றில் பெருவெள்ளம் வரும்போது கூட அந்த வாய்க்காலில் முழங்கால் அளவு தண்ணி தாண்டாது. தவிரவும் அவளுக்கு நல்லாவே நீச்சல் தெரியும். அப்படிப்பட்டவ முகஞ்சிதைச்சு, அந்தரங்கத்தைச் சின்னாபின்னப்படுத்தி சாகடிச்சிருக்காங்க. அதுலயும் அவ மானபங்கப்படுத்தப்பட்டிருக்கா.'

'இங்கே போலீஸ் மட்டுமல்ல, டாக்டர்மாருக கூட கொலையாளிக்கு சாதகமாகவே சர்டிபிகேட் கொடுக்கிறாங்க. ஆதிவாசிப் பொண்ணுக சாவுன்னா அப்படி ஆகிப்போச்சு. அகழி போலீஸிற்கு ஆதிவாசிப் பொண்ணுக சாவுகள் எல்லாம் தற்கொலை கேஸிற்கான ஒரு கணக்கு அவ்வளவே. இதைத் தட்டிக் கேட்கும் பெண்களை எல்லாம் இப்படி பிராத்தல்

கேஸ்ல, கஞ்சா கேஸ்ல போடுது போலீஸ். அதனால இதைப் பார்த்து பெண்கள் பயந்து, பயந்து தினம் தினம் செத்து செத்துப் பிழைக்கிறாங்க. அட்டப்பாடி நூத்தி எண்பத்தி மூணு ஊர்களிலும் இந்தத் துயர் நடக்கிறது. இது ஒரு மாஃபியா கும்பலின் கைவரிசையே. நீங்களே ஸ்பெஷல் ஃபோர்ஸ் வைத்து விசாரித்தால் நிறைய உண்மைகள் தெரியவரும். இனி அபலைப் பெண்கள் சாகடிக்கப்படுவது தடுக்கப்படும். முக்கிய மந்திரி மகராசாவே நீங்கள்தான் கடவுளாய் எங்களைக் காப்பாத்த வேணும்!"

அதைப் படிப்பித்துக் காட்டி தற்குறி லட்சுமி என்று எழுதினார் தாய்க்குலச் சங்கத்து கன்வீனர். அதற்குப் பிறகு பாலக்காடு ஜெயிலிலிருந்து முத்திரையிடப்பட்டு திருவனந்தபுரம் சென்றது. எண்ணி மூன்று நாள், திருச்சூரிலிருந்து, திருவனந்தபுரத்திலிருந்தெல்லாம் போலீஸ் படை அணி, அணியாய் அகழி ஸ்டேஷனை நோக்கிப் புறப்பட்டிருந்தது.

★

இவ்வளவு பழமையான ரிக்வேதத்தில் ஒரு மண்டலம் முழுதும் சோமபானம், சோம ரஸம் பற்றிப் பாடியுள்ளனர். சோமம் என்னும் மூலிகை குறித்து வெளிநாட்டினர் நிறையவே பிதற்றி உள்ளனர். காரணம் என்னவெனில் இதை அவர்களால் கண்டுபிடிக்க முடியவில்லை. கண்டு பிடித்திருந்தால் அதைப் பயிரிட்டு, சோம ரசத்தைப் புட்டியில் அடைத்து கோடி கோடியாகச் சம்பாதித்திருப்பர். ஆகையால் காளான் என்பர்; கொடி என்பர்; இல்லை செடி என்பர்; உளறலுக்கு அளவே இல்லை.

10

வளைந்து வளைந்து செல்லும் மலைப் பாதையில் எதிர்ப்படும் பெரிய வளைவில் பரபரப்பு நிறைந்த ஏரியாவாக இருந்தது அகழி.

பத்துப் பதினைந்து டீக்கடைகள். இரண்டு ஆட்டோ ஸ்டேண்ட். அதன் எதிர்ப்பக்கம் வரிசையாய் நிறுத்தப்பட்டிருக்கும் வேன்கள். அதன் ஓரமாய் ஒரு கார் ஸ்டாண்ட். நான்கைந்து காம்ப்ளக்ஸ் கட்டடங்கள். அதில் துணிக்கடை, மளிகைக்கடை, மேல்மாடியில் ஒரு ஸ்டுடியோ, கம்யூட்டர் சென்டர் இப்படி நானாவித கடைகள். இன்னொரு பக்கம் பள்ளிக்கூடம். அரசு ஆஸ்பத்திரி. சின்னச் சின்னதாய் சில கிளினிக்குகள். மருந்துக் கடைகள்.

புத்தகக்கடைகள். வரிசையாய் மரங்கள். பெரியதொரு ஆலமரம். அதை ஒட்டிய மாதிரி ஒரு பஸ் ஷெல்டர். அங்கே பஸ்ஸுக்காக காத்திருக்கும் ஒரு கூட்டம். தடதடத்து மேலும், கீழும் செல்லும் ஆட்டோக்கள்.

இதிலிருந்து சற்று விலகி சாலையின் தெற்குப் பகுதியில் ஒரு பள்ளமான பகுதியில் மஞ்சளும், சிவப்புமில்லாமல் அமைந்திருந்தது ஒரு கட்டடம். அதன் முன்பகுதியில் போலீஸ் ஸ்டேஷன் என்று தமிழிலும், மலையாளத்திலும், ஆங்கிலத்திலும் ஒரு பெயர்ப் பலகை. சிவப்பும், நீலமுமான இரட்டை வண்ணத்தில் இருந்த பெயர்ப் பலகையில் எழுத்துக்கள் வெள்ளை நிறத்தில்.

எப்பவும் காலை பத்து மணியானால் கூட கொட்டாவி விட்டுக்கொண்டிருக்கும் ஸ்டேஷன் அன்று காலை எட்டு மணிக்கே என்றுமில்லாத பரபரப்பில் ஆழ்ந்திருந்தது. புதுபுதுசாய் பாலக்காட்டிலிருந்தும், மன்னார்காட்டிலிருந்தும் வந்த கம்பி வலையடிக்கப்பட்ட போலீஸ் ஜீப்புகள் உறுமலுடன் அங்கே வந்து நிற்பதும், சர்க்கிள் இன்ஸ்பெக்டர், சப் இன்ஸ்பெக்டர், அசிஸ்டெண்ட் இன்ஸ்பெக்டர்களை இறக்கி விடுவதும், பிறகு உறுமியபடி மேலே செல்வதுமாக இருந்தது. அதேவேளையில் வெள்ளை நிற போலீஸ் வேனில் திபுதிபுவென காக்கிச் சட்டை போலீஸார், கார்டுகள், துப்பாக்கி ஏந்திய போலீஸார் வந்து இறங்கி, ஸ்டேஷன் வாசலில் வரிசையாக அட்டென்ஷன் பொசிஷனில் நிற்பதும், தங்களுக்குத் தாங்களே ஒழுங்குபடுத்திக் கொள்வதுமாக இருந்தனர்.

‘அட்டப்பாடியில் ஐநூறுக்கும் மேற்பட்ட ஆதிவாசி பெண்குட்டிகள், அச்சன்பேரு தெரியாமலே குட்டிகளை பெற்றுட்டு உண்டு. அப்பாவி ஆதிவாசிகள் யாதொரு குற்றமும் செய்யாமல் நூற்றி நாற்பத்திரெண்டு பேர் ஜெயிலில் உண்டு. தாய்க்குல சங்கத்துப் பெண்கள் கள்ளச்சாராய மாஃபியாக்களை எதிர்த்ததனால, சாராய ஊறல் மொடாக்களை உடைச்சதனால வந்து விழுந்த கேஸுகை எல்லாம் பிராத்தல், பிராஸ்ட்டிட்யூட் கேஸுகள். இது தேசமா? நாசமா?’ சிறைச்சாலையில் லட்சுமி

போட்ட கைரேகைக்கு அவ்வளவு வேல்யூ வந்திருந்தது. மலையாள தேசத்து அத்தனை திசையிலும் பற்றிக்கொண்டது. முதலில் முக்கிய பத்திரமான தேசாபிமானியில் அச்செய்தி வந்தது. அடுத்தது மலையாள மனோரமா, மாத்ருபூமி, ஆசியாநெட் சேனல் எல்லாமே இந்த செய்தியை சென்சிடிவ் ஆக்கியது.

அதோட எதிரொலிதான் சிவப்பு விளக்குப் பொருத்தப்பட்ட கார்கள். போலீஸ் ஜீப்புகள் அட்டப்பாடிக்குள் புகுந்தது. அகழி போலீஸ் ஸ்டேஷனில் திரும்பின பக்கமெல்லாம் கார்கள். போலீஸ் ஜீப்புகள், வேன்கள். டிஜிபி உத்திரவின் பேரில் ஏடிஜிபியே அட்டப்பாடிக்கு விசிட் செய்திருந்தார். அதனால் அந்தக் கூட்டத்தில் டிவிஷனல் எஸ்பி, டிஸ்ட்ரிக்ட் ஏடிஎஸ்பி, ரூரல் டிஒய்எஸ்பி எல்லாமே சிறு புள்ளியாகத் தெரிந்தார்கள். அதே சமயம் ஒரே நாளில் அத்தனை பேருக்கும் முக்கியத்துவம் பெற்றவர் ஆகிவிட்டான் சர்க்கிள் இன்ஸ்பெக்டர் பல்பனா நாயர்.

காலை பத்து மணிக்கு ஏடிஜிபி முன்னிலையில் தொடங்கின கூட்டம் மதியம் ரெண்டு மணி வரை நீடித்தது.

மீடியாக்கள், செய்திப் பத்திரிகைகள் கேமரா சகிதம் அங்கே குவிந்திருந்தன. யாருக்கும் அனுமதியுமில்லை. பேட்டியுமில்லை. கட்டடத்தின் பின்பக்கம் ஒரு சின்ன ஹால். எண்ணிப் பனிரெண்டு போலீஸ் அதிகாரிகள். அதில் நடுநாயகமாய் ஏடிஜிபி கங்காதரன் பாபு. மிடுக்காக இருந்தார். யூனிபார்ம் சட்டை பைக்கு மேலே பதக்கங்கள் பளபளத்தன. தொப்பியை டேபிளில் வைத்திருந்தார். அதில் வரிசையாய்க் கோடு, கோடாய், பட்டைப் பட்டையாய், பூப்பூவாய் வெள்ளியின் மினுக்கம். ஏடிஜிபிக்கான முத்திரை.

அவர் அருகில் இடது பக்கம் அடிஷனல் ஏடிஜிபி அகர்வால். வலது பக்கம் டிஸ்ட்ரிக்ட் எஸ்.பி சுரேந்தர். அவரைத் தாண்டி மன்னார்காடு ஜில்லா டிஒய்எஸ்பி சந்திரன். இன்னும் வெவ்வேறு நாற்காலிகளில் காக்கி உடுப்புகள். அதிகார மிடுக்குகள். இவர்களுக்கு நடுவே கற்றை, கற்றையாய் கோப்புகளைச் சுமந்து

கொண்டு அதிகாரிகளிடம் மாறி மாறி ஓடிக் கொண்டிருந்தார் அகழி சர்க்கிள் இன்ஸ்பெக்டர் பல்பனா நாயர். அந்த அறையில் வரிசையாய் மின் விசிறிகள். அந்தப் பக்கம் நாலு. இந்தப் பக்கம் நாலு. முழு வேகத்தில் ஓடியும் இன்ஸ்பெக்டருக்கு வியர்த்துக் கொட்டியது. அடிக்கடி தன் கர்சீப்பால் துடைத்துக் கொண்டே அலைந்தார். ஏடிஜிபி ஏதோ சைகை செய்தார்.

அவரின் டவாலி ஓடிப் போய், முன்புறக் கதவுகளை அடைத்தார். அடுத்து எஸ்.பிக்கு சமிக்ஞை. சிவந்த நிறம். உருண்ட மீசை. ரோஸ் கலர் உதடுகள். அடர்ந்த புருவம். வயிறே தெரியாத மாதிரி பெல்ட்டை இறுக்கிக் கட்டியிருந்தார். டக் இன் செய்த பேண்டை மறுபடி இழுத்து மேலே விட்டுக் கொண்டு எழுந்தார்.

“இந்த அகழி ஸ்டேஷன் ரொம்ப குட்டி ஸ்டேஷன். இங்கே ஒரு ஏடிஜிபியே வர்றதுங்கறது சரித்திரத்திலேயே நடவாதது. இப்ப நடந்திருக்குன்னா என்ன அர்த்தம்? இங்கே தப்பு நடந்திருக்குன்னு அர்த்தம். அந்த தப்பு என்னன்னு உங்களுக்கு தெரியாதது இல்லை. அதுக்கு மூல கர்த்தா இதோ இங்கே இருக்காரே இந்த இன்ஸ்பெக்டர் பல்பனா நாயர்!” என்று சொல்லி நிறுத்தினார்.

அத்தனை பேர் பார்வையும் ஒரு கணம் பவ்யமாய் அனைவருக்கும் பின்னே நிற்கும் பல்பனா நாயரின் மீது சென்றது.

“சாரே...!” என்று இழுத்தார் பல்பனா. ஏதோ சொல்ல வந்தவரை, சட்டென்று, “ஷட் அப். நிங்களுக்கு பேச வாய்ப்புண்டு. அப்ப பேசலாம்!” என்றார். உடனே இரண்டு விரல்களால் வாயைப் பொத்திக்கொண்டு பவ்யம் காட்டினார் இன்ஸ்பெக்டர்.

“பட்சே. இங்கே நம்ம காக்கியாட்டு மந்தையில் கருப்பாடு இந்த பல்பனா நாயர் மட்டுமில்ல. அவர் முதல் அக்யூஸ்ட்தான். அடுத்தது அவருக்கு உடந்தையா ஏராளமான அக்யூஸ்ட் மாருக நம்ம காக்கி சட்டையிலயே உண்டு. அதுதான் இங்கே இத்தனை தப்பு நடந்திருக்கு!” மறுபடியும் பேச்சை நிறுத்தினார்.

இப்போது நாற்காலியில் அமர்ந்திருந்த டிஓய்எஸ்பி சந்திரனுக்கு வியர்த்தது. அவரைச் சார்ந்து அமர்ந்திருந்த மன்னார்காடு சர்க்கிள் இன்ஸ்பெக்டர், இன்ஸ்பெக்டர், எஸ்.ஐக்கள் மூவர், அனைவருக்கும் வேர்த்தது.

அதை ரொம்ப நுட்பமாகக் கவனித்துக்கொண்டு, கவனிக்காதது போலவே முகத்தை வைத்துக்கொண்டிருந்தார் ஏடிஜிபி கங்காதரன். எஸ்.பி. பேசிக் கொண்டேயிருந்தார். ஒரு கட்டத்தில், *"மிஸ்டர் அகழி சர்க்கிள். நான் கேட்கிற கேள்விக்கு முதல்ல பதில் அளிக்கு!"* என்றார்.

சர்க்கிள் பல்பனா எழுந்து நின்றார்.

"ஈ அகளி ஸ்டேஷன்ல இந்தப் பத்து வருஷத்துல எத்தனை கள்ளச் சாராயக்கேஸ் புக் செய்தூ?"

"....!" தன் கையிலிருந்து ஃபைலை புரட்டினார் பல்பனா. எஸ்.பி விடவில்லை.

"பைலை புரண்டண்டா. அங்கே இருந்தால்தண்ணே சொல்ல முடியும். சும்மா தோராயமாயிட்டு எத்தினி கேஸ் இருக்கும்?"

"ஒரு பத்து, இருபது...!"

"ஆக, வருஷத்துக்கு ஒண்ணு ரெண்டு...!"

"அட்டப்பாடியில எத்தினி செட்டில்மெண்ட் வில்லேஜ்கள் உண்டு?"

"நூற்றி நாற்பதோ, நூற்றி அம்பதோ!" தலையை சொறிந்து கொண்டு தன் சப்- இன்ஸ்பெக்டரைப் பார்த்தார் பல்பனா. இப்போதும் எஸ்.பியின் முகம் கடுமையானது.

"183 செட்டில்மெண்ட் வில்லேஜ். அது கூட தெரியாம இங்கே நீ சர்க்கிள், இல்லே...?"

பல்பனா தலையைத் தொங்கப் போட்டுக் கொண்டார்.

"சரி. நீ இந்த அகளி ஸ்டேஷன் சர்க்கிளா வந்து எத்தினி வருஷமாயிட்டுண்டு?"

"மூணு வருஷம், ஆறு மாசம் சாரே!"

"இந்த காலகட்டத்தில் மட்டும் எத்தினி கள்ளச்சாராய கேஸ் புக் செய்து...!"

"இருபது முப்பது இருக்கும்...!"

"தோராயமா வேண்டாம். மைண்யூட்டா பறையும் சாரே!"

மறுபடி ஃபைலை டேபிளில் வைத்துப் புரட்டினார். அதற்கு இடைமறித்து மன்னார்காடு டிஒய்எஸ்பி எழுந்தார். வாய் திறந்தார்.

"2000-ல் 12, 2001-ல் 11, இந்த வருஷம் 2002-ல் பதினாலு சாரே!" என்றார்.

அதைப் பார்த்து கடுப்பானார் எஸ்.பி.

"நீ மிண்டாதிருக்கு சாரே. சிட் டவுன்!" அதட்டல் போட்டார்.

"ம் நீ பறையு...!"

முழித்தார் பல்பனா.

"சரி. நிண்ட ஏரியாவில் எத்தனை பிராத்தல் கேஸ் போட்டு. அதில் ஆதிவாசிப் பெண்கள் எத்தனி பேர்?"

"அது நூறு இருநூறு பேர் இருக்கும் சாரே. ஆ கேஸ்ல வர்றது எல்லாம் ஆதிவாசிதண்ணே. ஒரு பிட்டுக்கும், சாராயத்துக்கும் சோரம் போற பெண்கள் ஆ இனத்துல ஜாஸ்தி சாரே. ஒரு வீட்டுக்கு ஒருத்தி கூடத் தேற மாட்டா!"

அந்தப் பதில் ஏடிஜிபியின் கன்னக்கதுப்புகளை துடிக்க வைத்தது. சட்டென்று அதைப் புரிந்துகொண்ட எஸ்.பி வலிமையாக ஒரு கேள்வியைப் போட்டார்.

"ஆ பெண்குட்டிகள் அத்தினியும் உன்னாலதான் ரேப் செய்யப்பட்டவங்கன்னு ரெக்கார்டு இருக்கு தெரியுமா?"

அதில் அதிர்ந்து போனார் பல்பனா.

"சாரே... நான் பெண் குட்டிகளை மதிக்கறவன். ஏக பத்தினி விரதன்!"

அமர்ந்திருந்தவர்களுக்கு பலருக்கு சிரிப்பு முட்டியது. பெரிய அதிகாரி, ஏடிஜிபி முன்பு சிரிப்பது அவமரியாதையாகும். அடக்கிக்கொண்டனர். இப்போது எஸ்.பியின் முகத்தில் எள்ளும் கொள்ளும் வெடித்தது.

“இத நோக்கு. நிண்ட லட்சணம் பெண்குட்டிகள் மத்தியில் சிரிப்பா சிரிக்குது!”

தன் கையிலிருந்த ஃபைலில் ஒரு சில தாள்களை உருவி இன்ஸ்பெக்டர் பல்பனா முகத்தில் எறிந்தார். இன்ஸ்பெக்டர் தடுமாறினார். அந்த தாள்களை கையில் பிடித்தார். புரட்டினார். கண்ணில் எழுத்துகள் தெரியவில்லை.

“இல்லே சாரே. அது வந்து... நம்ம போலீஸ் ஸ்டேஷனுக்கு ஸ்டெரந்த் இல்லை...போன் வசதி இல்லை. ஹில்ஸ் ஏரியா, வாக்கி டாக்கி வேலை செய்யறதில்லை. இருப்பது ஒரே ஒரு ஜீப்பு. அதுவும் ரிப்பேராகிடுது... நான் ஒரு இன்ஸ்பெக்டர். நாலு பிரவெண்டீஸ் ஆபீசர்மார்க... பத்து கார்டுகளை வச்சு, நூத்துக்கணக்கான ஆதிவாசி ஊருகளை கவனிக்கணும்!” என்று ஏதேதோ பிதற்ற ஆரம்பித்தார். உடனே ஏடிஜிபிக்கு வந்தது மூக்குக்கு மேல கோபம்.

“ஷட் அப் அண்ட் சிட் டவுன் ஐ...ஸே!” சின்ன ஒற்றை வரிதான். குண்டூசி விழுந்தால் கூட சப்தம் கேட்கும். அந்த ஹாலில் மயான அமைதி.

“எஸ்.பிகாரு. நீங்கள் பேச வேண்டியதே பேசும். சொல்ல வேண்டியதைச் சொல்லும்!' என்றார். இப்போது திரும்ப பேச ஆரம்பித்த எஸ்.பியின் குரல் இயல்பான நிலைக்கு மாறியது.

“ஈ அட்டப்பாடி பிரதேசத்தில நூற்றி எண்பத்தி மூணு ஆதிவாசி ஊருகா இருக்குன்னு நீங்கள் எல்லாம் அறியும். இங்கிருந்து 1992-ல் ஆரம்பிச்சு இன்று 2002 ஏப்ரல் 5ம் தேதி வரைக்கும் மட்டும் சிறிசும் பெரிசுமா 2534 பிராது மனுக்கள் நம்ம முக்கிய மந்திரி கேந்திரத்திற்கு மட்டும் வந்துட்டு உண்டு. இது நம்ம கேரளத்தில் எந்த பிராந்தியத்திலும், டிஸ்டிரிக்கிலும், ஒரு ஜில்லாவிலும் கூட இத்தினி மனுக்கள் வந்துட்டில்லான்னு

முக்கிய மந்திரியின் சீஃப் செக்கரட்டரி ஃபீல் பண்ணுதாரு. அதிலும் இந்த மூணு வருஷத்துல வந்த பிராதுக்கள் மட்டும் 2300-க்கும் மேல. ஏன் இப்படி? இங்கே காக்கி யூனிபார்ம் மாட்டீட்டு எந்தா செய்துட்டு இருக்கு நம்ம டிபார்ட்மெண்ட்? இங்கே நடந்திருக்கும் கிரைம் பட்டியல் நோக்கு. இது தோராயமாயிட்டுத்தான் உண்டு. நிஜத்தில் கணக்கெடுத்தால் பட்டியலே மாறும்!" என்றவர் தொடர்ந்து சில தாள்களை எடுத்து வாசிக்கலானார்.

"1995 ஆம் வருஷம் ஈ அட்டப்பாடி ஏரியாவுல கேரள ராஜ்யத்தின் மற்ற ஊருகளைப் போலவே கள்ளு, சாராயக்கடைகள் நிறைய இருந்தது. அப்போ நிறைய மிஷனரீஸ் இங்கே பாவப்பட்ட ஆதிவாசி மக்களுக்காக சர்வீஸ் செய்ய வந்திருக்கு. அதோட இவங்களை மதம் மாத்தவும் ஆரம்பிச்சிருக்கு. அதுல புரோட்டஸ்ட்டன்ட், கத்தோலிக்குக்குள்ளே போட்டி. அப்போ இங்கே வந்த ஃபாதர் ரெவரண்ட் டேவிட் சந்தானு ஈ ஜனங்கள் குடியிலும், கூத்திலும் தள்ளாடறதைப் பார்த்தார். சுத்தமா படிப்பு இல்லை. வசதி இல்லை. வேலை இல்லை. நிலமும் அவங்க கையில இல்லை. அது எல்லாத்துக்கும் காரணம் குடிகேடுன்னு ஜனங்களை குடியிலிருந்து மீட்க அரும்பாடுபட்டார். அதுக்காக சின்னச்சின்ன ஸ்கூல்ஸ் ஆரம்பிச்சார். படிப்புக் கற்பிக்கவும் இந்தச் சாராயக்கடைகளும், கள்ளுக்கடைகளும் நிறைய இடைஞ்சலா இருந்திருக்கு. இந்திய தேசத்திலேயே இப்பிடியொரு பாவப்பட்ட மக்கள் இல்லை. அதுவும் இத்தினி பேர் ஒரே இடத்துல இல்லை.

"இந்தப் பாழும் குடியினால வீட்டுக்கு வீடு ஆம்பிளையாளுக செத்துட்டிருக்கு. இங்கே மட்டுமாவது இந்தக் கள்ளு சாராயக்கடைய ஒழிக்கணும். பூரண மதுவிலக்கு அமல்படுத்தணும்னு போராட்டத்தை செஞ்சார். அதில் வூட்டுக்கு ஒரு பொம்பளையாட்களை ஈடுபடுத்தினார். அது கேட்டு இங்கே சோதனையிட்ட அப்போதைய டிஸ்ட்ரிக்ட் கலெக்டர் அட்டப்பாடிக்கு மட்டும் ஒரு ஸ்பெஷல் உத்திரவு இட்டார். அட்டப்பாடி ஊருகளிலே இனி கள்ளு சாராயக்கடைகளுக்கு தடை. குட்டிமார்கள், மூத்த மக்கள்

எல்லோருக்கும் படிப்பு சொல்லிக் கொடுக்கவும் ஏற்பாடு செஞ்சார். அது முதலே கள்ளுக்கடைகள், சாராயக்கடைகள் ஒழிஞ்சது. பட்சே, கள்ளச்சாராயம் பெருக ஆரம்பிச்சுருச்சு. அது நம்ம டிபார்ட்மெண்ட் நினைச்சிருந்தா தடுத்திருக்கலாம். அதைச் செய்யலை. மாமூல் வாங்கீட்டு சாராய மாஃபியாக்களை அனுமதிச்சது நம்ம ஆட்களோட சாபக்கேடு. நமக்கெல்லாம் அவமானம். அதைத்தான் நமக்கு வந்திருக்கும் அட்டப்பாடி பொதுமனுசர்களோட பிராதுகள் எல்லாம் காட்டுது!" என்றவர் கொஞ்சம் நிறுத்திவிட்டு, எல்லோரையும் ஒருமுறை பார்த்து விட்டு பிறகு பேச்சை தொடர்ந்தார்.

"கள்ளச்சாராயம் பெருகியதால இங்கே மர்டர், ரேப், சூசைடு கேஸ்க பெருகிடுச்சு. அதுல என்னவெல்லாம் நடந்திருக்கு? நம்ம எல்லோரும் கரிசனத்தோட நோக்க வேண்டியது அவசியம். இங்கே உள்ள ட்ரைபிள் ஆஸ்டலிலே தங்கிப் படிச்சிட்டிருக்கும் மகனைப் பார்க்கப்போன கக்குப்பாடி லட்சுமி, பவானி ஆத்துல அடுத்தநாள் செத்துக்கிடந்தா. உடம்பு முழுக்க நகக்காயங்கள், கடிபட்ட காயங்கள் இருந்தும்கூட அவள சூஸைடு கேஸுன்னு முடிச்சிருக்கு நம்ம போலீஸ். வெள்ளியங்கிரிங்கிற ஒரு மனுசனை கள்ளச்சாராயம் மாஃபியாக்கள் தீ வைச்சு எரிச்சே கொன்னிருக்கு. அதுவும் சூஸைடு கேஸ்ன்னே பதிவாயிருக்கு. மருதி, ராணி, செவந்தின்னு இதுவரைக்கும் அம்பதுக்கும் மேற்பட்ட பெண்கள் ரேப் செய்து மர்டர் செய்யப்பட்டிருக்குன்னு ரெட் பிளாக்ங்கிற அமைப்பு நமக்கு தொடர்ந்து பிராது அனுப்பியிருக்கு.

"2003-2005 வரைக்கு 10 கொலைகளும், 30 சந்தேகச் சாவுகளும், 85 தற்கொலைகளும் நடந்ததா நம்ம ரெக்கார்டுல பதிவாகியிருக்கு. இப்படி 2005- 2006 ஆம் வருஷத்தில் மட்டும் 72 தற்கொலை கேஸுகள் அகளி, சோலையூர் ஸ்டேஷன்கள்ல பதிவாகியிருப்பதா அவங்க புள்ளி விவரம் சொல்லியிருக்காங்க. இது கேரள ராஜ்யத்தில் ஒட்டுமொத்தமா நடந்த தற்கொலை புள்ளிவிவரத்தை விடக் கூடுதல். இது என்ன அட்டப்பாடி தற்கொலைக்குன்னே அவதாரம் எடுத்த பிரதேசமான்னு

நம்ம போலீஸ் மந்திரி கேட்கிறார். நம்மால பதில் சொல்ல முடியலை. பாலக்காடு சப்-ஜெயிலிலே மொத்தம் உள்ள 130 சிறைவாசிகள் ஸ்டெரந்த்ல 50- 60 பேர் அட்டப்பாடி ஆதிவாசி மக்களாத்தான் இருக்காங்க. பொம்பளை ஆளுக ஜெயில்ல பார்த்தாலும் ஆதிவாசி மக்கள்தான். அத்தனை பேர் மேலயும் பிராத்தல் கேஸு. அவங்க யாருக்கும் சுத்தமா படிப்பு இல்லை. வசதி இல்லை. ஜாமீன் எடுக்கக்கூட ஆளில்லை. எல்லாம் கஞ்சா கேஸு, கள்ளச் சாராயக்கேஸு, சந்தனக் கட்டை கேஸு.

அது என்ன ஆதிவாசி மக்கள்தான் இங்கே சாராயம் காய்ச்சறாங்களா? மத்த ஆளுக்காரங்க யாருமே இல்லையா? இல்லே அவங்க சரியா மாமூல் கொடுத்திடறதால கேஸ் போடறதில்லையா? அதை இங்கே சஞ்சரிக்கிற சர்க்கிள் இன்ஸ்பெக்டருக்கும், மன்னார்காடு டிஒய்எஸ்பிக்குமே வெளிச்சம். இதா இப்ப ஒரு பொண்ணு எழுதியிருக்கா. இந்தா ஈ இன்ஸ்பெக்டர் பல்பனா நாயர் தன் தங்கை மருதி 10 பேருக்கு மேற்பட்டவரால ரேப் செஞ்சு கொல்லப்பட்டிருக்கான்னும், அதை இன்வெஸ்டிகேஷன் செஞ்ச இன்ஸ்பெக்டர் அதை சூசைடுன்னு கேஸ் எழுதீட்டு, அதுக்கு ஒத்துழைக்குமாறு தன்னையும், தன் அச்சன், அம்மையையும் வற்புறுத்தியதாகவும், அதோட அவன் தன்னை பொண்டாளப் பார்த்தான்னும், அதுக்கு அவங்க மசியாததால அத்தனை பேரையும் அடிச்சு, மிதிச்சு பிராத்தல், கஞ்சா, கள்ளச்சாராயம், போலீஸ் மேல அசால்ட்ன்னு கேஸ் போட்டு உள்ளே தள்ளியிருக்கான்னும் ஸ்டராங்கா சி.எம்முக்கு ஜெயிலிலிருந்தே பெட்டிஷன் போட்டிருக்கா.

அது அட்டப்பாடி தாய்க்குலச் சங்கம் மூலம் புறப்பட்டு டெல்லியின் நேஷனல் விமன்ஸ் ஃபெடரேஷனுக்குப் போயி, அங்கிருந்தே நமக்கு வந்திருக்கு. இதே காப்பி சி.எம்.செல்லுக்கும் வந்திருக்கு. இனி அதோட என்கொயரிய விமன்ஸ் கமிஷன் விசாரணைக்கு எடுத்து வந்தா நம்ம டிபார்ட்மெண்ட் நிலை என்ன ஆகும். இதையெல்லாம் உடனே களையணும்.

அதுக்குத்தான் இப்ப ஏடிஜிபியே நேரில் வந்திருக்கார். இது எத்தனை சீரியஸான விவகாரம்ன்னு இங்குள்ள நம்ம டிபார்ட்மெண்ட் ஆட்கள் முதல்ல புரிஞ்சுக்கணும். இதுல ஈ இன்ஸ்பெக்டர்தான் முதல் கரப்ட். அந்த ஆளை சஸ்பெண்ட் இல்லை. டிஸ்மிஸ் செஞ்சாலும் தகும். அதை இந்த டிஒய்எஸ்பி செய்யணும். இல்லங்கில் எஸ்.பியாகிய நான் டிஒய்எஸ்பியோட, இன்ஸ்பெக்டரை மட்டுமல்ல, இந்த ஸ்டேஷன்ல உள்ள அத்தனை ஆளுகளையும் கூண்டோட சஸ்பெண்ட் செய்ய வேண்டியிருக்கும்!"

இப்போது எல்லோருக்கும் வேர்த்திருந்தது. இன்ஸ்பெக்டர் பல்பனா நாயர் தொப்பலாகவே நனைந்திருந்தான். டிஒய்எஸ்பி ரத்தினம் நடுங்கியே போனார். இருந்தாலும் தைரியத்தை வரவழைத்துக் கொண்டு எழுந்தார்.

"சமூகம் என்னை மன்னிக்கணும். இந்தக் கள்ளச்சாராய ஒழிப்பு விவகாரத்தில உள்ளூர் போலீஸ் என்ற முறையில பல சங்கடங்கள் எங்களுக்கு இருக்குன்னு நீங்கள் அறியாதது அல்ல. முக்கியமா கேரள ராஜ்யம் முழுக்க கள்ளுக்கடைகள் உண்டு. அதனால மதுவிலக்கு சட்டம் அமலில் இல்லை. அது போலத்தான் அட்டப்பாடி பிரதேசத்துல மதுவிலக்குன்னு ஸ்பெஷல் கலெக்டரோட உத்திரவு இருந்தாலும், அது சட்டமா இல்லை. ஒரு ஜில்லாவுக்கு, டிஸ்ட்ரிக்ட் மட்டுமே இப்படியொரு சட்டம் போட வழியில்லை. சட்டத்துல இந்த ஓட்டைய வச்சுட்டுக் கள்ளச்சாராய மாஃபியாக்கள் மேல கள்ளச்சாராயக் கேஸ் போட முடியறதில்லை. அதை மீறி அவங்க மேல கேஸ் போட்டா கோர்ட்ல ஜட்ஜுககிட்ட நம்ம டிபார்ட்மெண்ட் படறபாடு கொஞ்ச நஞ்சமல்ல. அதுதான் இங்கே போலீஸ் கைகள் கட்டப்பட்டிருக்கு...!"

அவர் பேசப்பேச எஸ்.பியின் முகம் சிவந்தது. ஏடிஜிபி அவரை ஒரு பார்வை பார்த்தார்.

அதைப் புரிந்துகொண்டு, "ஷட் அப் ஐ ஷே. சிட் டவுன். முதல்ல உன்னை சஸ்பெண்ட் செய்தா சரியாப்போகும்ய்யா. இந்த அகளி ஸ்டேஷன் இன்ஸ்பெக்டர் உனக்கு மாசா மாசம்

எவ்வளவு மாமூல் கொடுக்கிறான். சொல்லு. அதுக்கு தனியா ஒரு விங்க் போட்டு விசாரிப்பேன்!" உரத்துப் பேசினார். இப்போது கூட்டம் மறுபடியும் கப்சிப் ஆனது. கடைசியாக ஏடிஜிபி ரெண்டொரு வார்த்தை மட்டும் பேசினார். கூட்டம் கலைந்து புறப்படும்போது டிஒய்எஸ்பியை அழைத்து தனியாக எச்சரிக்கை செய்தார்.

"ஆ ஆளு இன்ஸ்பெக்டர் மேல உடனே நடவடிக்கை எடுக்கணும். ஏடிஜிபியை கொஞ்சம் கன்வின்ஸ் பண்ணியிருக்கேன் உனக்காக கொஞ்சம் விட்டு வச்சிருக்கேன். அதை சரிசெய்ய வேண்டிய பொறுப்பு உனக்குத்தான் இருக்கு. ஒரு வாரத்துல எனக்கு இந்த விவகாரத்தில நல்ல ரிசல்ட் வரணும். இல்லை உன் போஸ்ட்டுக்கு கூட நான் உத்திரவாதமில்லே!"

"ஆகட்டும் சாரே... ஆகட்டும் சாரே...!" என்றபடி கூழைக்கும்பிடு போட்டபடி அவர் பின்னாலேயே பவ்யமாய் நடந்தார் டிஒய்எஸ்பி. அவர் பின்னாலேயே தயங்கித் தயங்கி வந்து கொண்டிருந்தார் இன்ஸ்பெக்டர். இவர்கள் எல்லோருக்கும் முன்னால் சென்று கொண்டிருந்த ஏடிஜிபி சற்று நின்றார். எஸ்.பியை மட்டும் சைகை செய்தார். இவர் ஓடினார். எஸ்.பியின் தோளில் கைபோட்டபடி நடந்துகொண்டே அவர் காதோரமாய் ஏதோ சொன்னார். எஸ்.பி பலமாக தலையாட்டிக் கொண்டே நடந்தார்.

சற்று நேரத்தில் அகழீ போலீஸ் ஸ்டேஷனின் சுற்றுப்புற வெட்டவெளியில் நிறுத்தப்பட்டிருந்த சிவப்பு விளக்கு பொறுத்திய கார்கள், போலீஸ் ஜீப்புகள் அணி, அணியாய் உறுமிக்கொண்டு புறப்பட்டன.

★

இந்தியாவில் இருந்து ஈரானுக்குச் சென்று பார்ஸி மதத்தை ஸ்தாபித்த ஜொராஸ்தரும் சோமத்தைப் புகழ்ந்து பேசியுள்ளார். பழங்கால உலகில் இவ்வளவு கீர்த்தி பெற்ற செடி கொடி வேறு எதுவும் இல்லை. சோம பானத்தின் நன்மைகளைத் தமிழ்க் கல்வெட்டிலும் காணலாம். ஒருவரை "மனோ சுத்த சோம யாஜி" என்று அழைக்கிறது. இதன் பொருள், மனதைச் சுத்தப்படுத்தும் சோம யாகம் செய்தவர்.

11

பழுப்பு நிற ராடியுடன் தலைசாய்த்து நின்றது நெற்பயிர்கள். கண்ணுக்கெட்டிய தூரம் வரை பச்சைப் பசேல் என்று பச்சைக்கம்பளம் விரித்தது போல் அலையாடியது வயக்காடு. அதைத் தாண்டி ஒரு பக்கம் சேறு கலக்கி நாற்று விட்டிருக்கும் வயலில் முண்டுகட்டிய பெண்கள் குறிப்பிட்ட இடைவெளியில் நேர்த்தியாய் நடவு வேலையைச் செய்து கொண்டிருந்தார்கள்.

ஒரு பக்கம் அறுவடைக்குத் தயாராகிக் கொண்டிருக்கும் நெற்பயிர்கள். இன்னொரு பக்கம் நடவுக்குச் சென்றுகொண்டிருக்கும் நெல் நாற்றுகள். இரண்டு வயக்காட்டையும்

ஒரே ஒரு வண்டிப்பாதை பிரித்தது. வண்டிப்பாதையில் ஒரு ஜீப், கார் செல்லலாம். எதிரில் எந்த வாகனமும் வராவிட்டால் லாரிகள் போகலாம்.

ஒரு மைல் தூரத்தில் நேர்கோடாய் அந்த வண்டித்தடம். அதைத் தாண்டி பெரிய மைதானம் போல் பெருவாசல். அங்கே குதிர்களாய் வைக்கோல்கள். போரடித்துக் கொண்டிருந்த கூலியாட்கள். அதைத் தாண்டி பிரம்மாண்டமாய் மச்சு வீடு. பழைய காலத்து ஸ்டைலில், மூன்று மாடிகள் கொண்ட மச்சு வீடு. அது முழுக்க ஜப்பானிய ஸ்டைலில் முக்கோண வடிவில் அடுக்கடுக்காய் ஓட்டுக்கூரைகள் வேயப்பட்டு கலையம்சத்தோடு காணப்பட்டன. அதன் முகப்பில் 10-15 கார்கள் நிறுத்துமளவு பிரதான போர்டிகோ.

அந்த போர்டிகோவில் பச்சை நிறச் சீருடை அணிந்த ஒரு காவலாளி காவல் இருந்தான். உள்ளே ஹாலின் ஓரமாய் ஒரு கண்ணாடிக் கூண்டு. அதற்குள் சந்தனப் பொட்டு கீற்றுடன் ஒரு மனிதர். நல்ல சிகப்பு. பளிச் முகம். வழுக்கைத் தலை. நரைத்த மீசை. குழிவிழுந்த கன்னம். 60 வயது கடந்த தோற்றம். நாற்காலியில் அமர்ந்து தன் முன்னே இருந்த டேபிளில் தாள்களை விரித்து ஏதோ கணக்கு வழக்குகளைப் பார்த்துக் கொண்டிருந்தார்.

அவரைத் தாண்டி ஹாலிலிருந்து உள் அறைகளுக்குள் ஒன்றிரண்டு சிப்பந்திகள் பரபரப்புடன் போவதும் வருவதுமாக இருந்தனர். அவர்களுக்கிடையே கருப்பு நிற சஃபாரி உடையில் சிலர். பருத்த உடல். கடுகடுத்த பார்வை. அகண்ட மீசை. இறக்கி விடப்பட்ட கிருதா.

மன்னார்காடு டவுனிலிருந்து மூணு மைல் சங்கலேரி கிராமம். அதிலிருந்து கொஞ்சம் உள்ளடங்கி இருக்கும் இந்த சங்கலேரி தரவாட்டு ஹவுசிற்கு அவ்வளவு சுலபமாய் தெரிந்தவர்கள் யாரும் வரமாட்டார்கள்.

நீலம்பூர் அரண்மனை போல் பாரம்பர்ய ஸ்டைலில் நவீனமாய் சமீபத்தில் குன்னிக்கண்ணன் கட்டிய வீடு இது.

காரண காரியம் இல்லாமல் உள் நுழையும் அந்நியர்களை கப்பென்று பிடித்து "ஏன் வந்தே? எதுக்கு வந்தே? எந்தா காரியமாயிட்டு வந்தே" எனக் கேட்டு பிராண்டி எடுத்து விடுவார்கள்.

அது மட்டுமல்ல, இங்கே அப்படி சந்தேகத்தின் பேரில் வந்து சிக்கியவர்கள் ஒருநாள் முழுக்க வீட்டுக்காவலில் வைக்கப்படுவர். அவன் அம்மை யாரு, அச்சன் யாரு? பூர்வீகம் என்ன, குலம் கோத்திரம் என்ன? என சகலத்தையும் விசாரித்து எந்தச் சந்தேகமும் எழாமல் இருந்தாலே வெளியே விடப்படுவர்.

சந்தேகத்தில் அகப்பட்டு விட்டால் போச்சு. நேராகப் போலீஸ் ஸ்டேஷன்தான். மன்னார்காடு டவுன் போலீஸ் ஸ்டேஷனே குன்னிக்கண்ணன் வீசும் எலும்புத் துண்டுகளுக்கு அடிமை.

இங்கிருந்து அங்கே கொண்டு போகப்படும் நபர்கள் அடுத்தது பாலக்காடு ஸ்பெஷல் ஜெயிலில் களி சாப்பிட்டுக் கொண்டிருப்பார்கள். அவர்கள் மீது சந்தனக்கட்டை வழக்கு. கஞ்சா வழக்கு, சாராய வழக்கு பதியப்பட்டிருக்கும். குன்னிக்கண்ணன்தான் என்ன செய்வான் பாவம்?

அட்டப்பாடி ஜில்லாவில் அவனின் கள்ளச்சாராயம் முப்பத்தியாறு ஊர்களில் ஊறல் போடப்பட்டிருக்கு. எண்பத்தி எட்டு ஊர்களில் விற்பனை நடந்துகிட்டிருக்கு. ஒரு ஊருக்கு மாசத்துக்கு ரெண்டு வழக்கு கொடுக்க வேண்டி கண்டிஷன். அப்படி இருபத்தி நாலு ஊருக்கு இருநூற்றி நாற்பத்தெட்டு வழக்கு கொடுத்தாகணும்னா சும்மாவா?

விசுவாசமாய் ஊறல் போடறவன், ஒரு பாட்டில் இரண்டு பாட்டில் விற்கறவனுக்கு எல்லாம் ஒரு நாள் கோர்ட்டுக்குப் போய் அபாரதம் கட்டினால் போதும். ஜெயிலுக்கு அனுப்பும் கணக்கு இப்படி இளிச்சவாயன்களால்தானே முடியும்?

இதோ அந்த சங்கலேரி தரவாட்டு ஹவுஸ் வண்டித்தடத்தில் நீலமும் சிகப்புமான வண்ணத்தில் அந்த போலீஸ் ஜீப் சீறிப்பாய்கிறது.

நாற்று நடவில் ஈடுபட்டிருந்த பெண்கள் வியர்வையைத் துடைத்துக் கொண்டு நிமிர்கிறார்கள். நாற்றுக்கள் அடங்கிய கட்டை ஒரு கையில் வைத்துக் கொண்டே மறுகையை நெற்றிக்கு வைத்து உன்னிப்பாக ஜீப்பில் உள்ள ஆட்களைப் பார்க்கிறார்கள்.

பத்து செகண்ட்தான். மறுபடி இயல்பு நிலைக்குத் திரும்பி நாற்று நடவில் ஈடுபடுகிறார்கள். முன்களத்தில் குதிர் போடும், ஆண்களோ தலை நிமிர்ந்து பார்த்தவர்கள் கொஞ்சம் விக்கித்து நின்றார்கள். பிறகு தன் பணியில் லயிக்கிறார்கள்.

அந்த ஜீப் மட்டுமல்ல, அதில் இருந்த உருவமும் இங்கே அடிக்கடி வந்து பரிச்சயப்பட்டதுதான். மன்னார்காடு டிஒய்எஸ்பி சந்திரன். குன்னிக்கண்ணன் வீடு தேடி வருகிறார் என்றால் அன்றைக்கு அவருக்கு மாமூல் வசூலுக்கான தேதி என்று அர்த்தம். அதிகாலையில் வயலில் ஆட்கள் வேலையில் இறங்கிய நேரத்தில் வருகிறார் என்றால் ஏதோ அவசரம், வம்பில் மாட்டிக்கொண்டார் என்று அர்த்தம்.

இன்று வம்பில்தான் மாட்டிக்கொண்டிருந்தார். அதற்கு தீர்வு குன்னிக்கண்ணனிடமே கிடைக்க வேண்டும். அதுவும் நல்லதாக, தன் பதவிக்கு பங்கம் வராததாக இருக்க வேண்டும் என்று ‘எண்டே குருவாயூரப்பா!’ என தன் இஷ்ட தெய்வத்தை வேண்டிக் கொண்டார்.

இவர் ஜீப் போர்ட்டிகோவில் சென்று நின்றதும். வாசலில் நின்ற செக்யூரிட்ட அட்டென்ஷன் பொசிஷனில் நின்று சல்யூட் அடித்தான். ஹாலில் உலாவின நான்கைந்து கருப்பு சஃபாரி ஆசாமிகளும் ஓடி வந்தனர்.

“சார் உண்டுல்ல?”

“உண்டு சாரே!” சஃபாரி சூட் ஆட்கள் சல்யூட் அடிக்கிறார்கள். அதில் இருவர் அவசரமாய் ஹாலைத் தாண்டி வலதுபுறம் உள்ள அறைக்கு செல்கிறார்கள். கதவு திறந்து மூடும் வேகத்தில் உள்ளே அமர்ந்திருக்கும் உருவம் டிஒய்எஸ்பி சந்திரனுக்கு பளிச்சென்று தெரிந்து மறைகிறது.

குன்னிக்கண்ணன்...!

அவன் உருவத்தைப் பார்த்தவுடனே சந்திரன் ஒரு சாண் குறுகுகிறார். சட்டென்று விறைப்பாகிறார். மரியாதை நிமித்தமான விறைப்பு. உயர் அதிகாரிகளை கண்டு விட்டால் வருகிற பயத்தைத் தாண்டி பயம். உள்ளே சென்ற சஃபாரிகள் போன வேகத்தில் திரும்புகிறார்கள்.

"வெயிட் பண்ணுங்க சாரே!" நாற்காலியைக் காட்டுகிறார்கள். இவர் அமரவில்லை. அமர்ந்தால் வேறு ஆட்கள் உள்ளே போகும்போதெல்லாம் குன்னிக்கண்ணன் உருவம் தெரியும். அப்படித் தெரியும் போதெல்லாம் எழுந்து எழுந்து அமரவேண்டும்.

குன்னிக்கண்ணன் மீது அப்படியென்ன ஒரு போலீஸ் அதிகாரியான இவருக்குப் பயம்... அவனிடம் மாதா மாதம் வாங்கும் மாமூலா? அவனிடம் இருக்கும் கொலைபாதக ஆட்களா? ஒரு எஸ்.பியின் கதையையே முடித்துவிட்டு ஜெயிலுக்குப் போனதன் அச்சமா? அப்படிப்பட்ட கேஸையே ஒன்றுமில்லாமல் செய்து விட்டு வெளியில் வந்து தொழிலை மாற்றிக்கொண்டு சக்கை போடு போடும் அவன் தைரியமா?

அந்த சம்பவம் நியாபகம் இருக்கிறது. அன்றைக்கு அவசர அழைப்பின் பேரில் பல்பனாவுடன்தான் வந்திருந்தார் சந்திரன். குன்னிக்கண்ணனைக் காண நிறைய கூட்டம். அரசியல்வாதிகள் முதல் கோயில் திருப்பணி செய்யும் ஆட்கள்வரை. அதனூடே தொழில் முதலாளிகள்.

இதே கதவுக்கு நேராகத்தான் அமர்ந்திருந்தார் சந்திரன். ஒவ்வொரு ஆள் போகும்போதும் வரும்போதும் கதவு திறந்து மூடுவதாக இருந்தது. இவர் சலனமற்று நாற்காலியில் அமர்ந்து ஏதோ யோசனையில் இருந்தார்.

திடும்மென ஒரு பரபரப்பு. அறையிலிருந்து வெளியே வந்திருந்தான் குன்னிக்கண்ணன். அவனைப் பார்த்தமாத்திரத்தில் அத்தனை பேரும் எழுந்து நின்று விட்டனர். பல்பனா எழுந்து நின்றதோடு கூனிக்குறுகி வணக்கம் சொன்னார். எல்லோரும்

நிற்பதைப் பார்த்து இவரும் தயங்கித் தயங்கி எழுந்து நின்றார்.

அவ்வளவுதான். ஓங்கி ஒரு அறை யாருக்கு விழுந்தது என்று தெரியவில்லை. பளார் சத்தம் மட்டும் அந்த ஹாலில் ஒலித்தது. ஒற்றை ஆள். குன்னிக்கண்ணனிடம் அடிவாங்கியவன். அவனும் சஃபாரிதான்.

"நாயிண்ட மவனே. என்ட உப்பைத் தின்ன நாதேரி. வாங்கித் திங்கறியே விசுவாசம் வேண்டாம். அறிவு வேண்டாம். மனுசனைப் பார்க்கும்போது எழுந்து நிற்கணும்னு மரியாதை தெரிய வேண்டாம்...!" அடிவாங்கியவன் குன்னிக்கண்ணனை விடவும் தடிமாடு மாதிரி இருந்தான்.

கன்னத்தைத் தடவியபடி பிரமை பிடித்தவன் போல் நின்றான். சந்திரன் தன் கன்னத்தை தடவிக் கொண்டார். அதைக் குன்னிக்கண்ணனும் பார்த்தார். அது, அதைத்தானே அவன் எதிர்பார்த்திருக்க வேண்டும். தனக்கே உரிய வில்லன் சிரிப்பை பெரிதாக உதிர்த்தார்.

"ஓ... ஆபீசர் டிஒய்எஸ்பியா? நான் கவனிக்கவேயில்லை... வரணும். வரணும்...!" என்று பல்லிளித்தான். சந்திரன் இன்னமும் கன்னத்தைப் பற்றிக்கொண்டிருந்தார். குன்னிக்கண்ணனோ, "சும்மா வா சாரே!" என கையைப் பிடித்து இழுத்துச் சென்றார். நாற்காலியைக் காட்டி, "சும்மா இருக்கு சாரே!" என்றான். இனி அவன் எதிரில் அமர பைத்தியமா பிடித்திருக்கு. அவன் அவனது ஆசனத்தில் அமர்ந்த பின்பும் இவர் அமரவேயில்லை. அன்று மட்டுமல்ல, அதற்குப் பிறகு ஒரு நாள் கூட அமர்ந்ததில்லை.

"வாங்கித் திங்கற நாயே. நாயிண்ட மவனே!" அப்படி அமர நினைப்பு வந்தால் இந்த வார்த்தைகள்தான் அதிபயங்கரமாய் காதருகில் ஒலிக்கும். அப்பப்ப 'இவனிடம் ஏண்டா வந்து அகப்பட்டுக் கொண்டோம்!' என்றிருக்கும். ஆனால் எல்லாவற்றையும் அசைபோட்டு 'வேற வழியில்லையே!' என்றும் தோன்றும்.

மன்னார்காடு ஸ்டேஷனுக்கு இவர் டிஒய்எஸ்பியாக வரும்போது எல்லாமே விசாரித்து விட்டுத்தான் வந்தார். இந்த ஜில்லா

போலீஸிற்கே சவாலாக இருக்கும் மாஃபியா குன்னிக்கண்ணன் என்பது மட்டும் தெரியும். அது போலீஸ் ரெக்கார்டிலேயே இருந்தது.

அவன் மாஹி மாஃபியா, மஸ்தான் சேட்டுவோட ஆள். சேட்டு இந்த மலையாள தேசம் மட்டுமல்ல, ஆந்திரா கர்நாடகா, தமிழ்நாடுன்னு நாலு ஸ்டேட்லயும் ஸ்பிரிட் சப்ளைக்கு கைகண்டவன். அவனிடம் மட்டும் இந்தியா முழுக்க இருந்து ஒரு நாள் முழுக்க ஓராயிரம் லாரிகள் ரூட்டில் ஓடுவதுண்டு. அத்தனையும் ஸ்பிரிட்.

அதோட பவர் இந்த நாலு ஸ்டேட் போலீஸிக்கும் சிம்ம சொப்பனம். திஹார், அலிப்பூர் ஜெயிலில் இவன் சொன்னதுதான் சட்டம் என்ற பேச்சும் உண்டு. அப்படியான மாஃபியாவின் கையாட்கள் எல்லாம் குட்டி மாஃபியாக்கள். அதில் அட்டப்பாடி கேந்திரத்திற்கு ராஜாதான் இந்த குன்னிக்கண்ணன்.

மன்னார்காடு ஸ்டேஷனின் டிஒய்எஸ்பியாக வருபவர் ஒண்ணு குன்னிக்கண்ணன் செயல்பாட்டுக்கு எண்ணெயாக இருக்க வேண்டும். இல்லையென்றால் டிரான்ஸ்பர் வாங்கி விட்டு ஓடி விடவேண்டும். இரண்டும் இல்லாமல் வேறு மாதிரி இருந்தால் உயிரோடு இருக்க முடியாது. எனவே எடுத்த எடுப்பில் எண்ணெயாக மாறிவிட்டார் சந்திரன்.

அப்படி ஆக்குவதில் உறுதுணையாக இருந்தவன் அகழி இன்ஸ்பெக்டர் பல்பனா. அவன் மூலமாகத்தான் இதே சங்கலேரி ஹவுசில் வைத்து மூன்று வருஷங்கள் முன்பு குன்னிக்கண்ணனைச் சந்தித்தார் சந்திரன். அவனைப் பார்க்கும் வரை நடுக்கம் இல்லை.

ஒரு போலீஸ் அதிகாரியாகவே இருந்தார். அவன் சஃபாரி ஆட்கள் சூழ சிகரெட்டைப் புகைத்துக்கொண்டு வந்த தோரணை. அந்த ஹாலில் அமர்ந்திருந்த அத்தனை பேரும் சடக்கென்று எழுந்து நின்று கும்பிட்ட வேகம். இவருக்குள் பெரிய அச்சத்தை விதைத்து விட்டது. இவரும் எழுந்து நின்றார்.

சல்யூட் வைத்தார். பக்கத்தில் நின்ற பல்பனா நடுங்கினார்.

அத்தனை பேரையும் பார்த்துவிட்டு, கடைசியாகத்தான் அவர் அறைக்குள் அழைத்தான் குன்னிக்கண்ணன். கதவைத் திறந்ததும் அறைந்தது ஏ.சி. உள்ளே சுகந்த மணம். குண்டான உருவம். பெரியதொரு ஆசனம். அவனுக்குப் பின்னே பெரிதாக குருவாயூரப்பன் படம். முழுக்க, முழுக்க தங்க ஜரிகையில் ஜொலித்தார்.

“வணக்கம். வணக்கம் சாரே...!” பார்த்தவுடனே பத்து முறை இடைவிடாமல் கும்பிட்டார் பல்பனா.

“இவர்தான் புதுசா வந்திருக்கிற நம்ம மன்னார்காடு டிஒய்எஸ்பி சந்திரன் சார்...!”

பவ்யம் மாறாமல் சொன்னார் பல்பனா. இவரிடம் அசைவில்லை. குன்னிக்கண்ணனையே பார்த்துக் கொண்டிருந்தார். குன்னிக்கண்ணன் பெரிதாக அலட்டிக் கொள்ளவில்லை. பெல்லை அழுத்தினார். ஒரு சஃபாரி ஓடி வந்தான். அவன் கையில் ஒரு சூட்கேஸ். அப்படியே வாங்கி விரித்தார். உள்ளே கட்டுக்கட்டாய் பணம். அத்தனையும் ஆயிரம் ரூபாய் நோட்டு கட்டுகள்.

“இந்தாங்க மிஸ்டர் சந்திரன். பெஸ்ட் ஆப் லக்!” நீட்டினான். சந்திரனின் உடல் ஏசியிலும் கடுமையாக வியர்த்தது. வாங்கத் தயங்கினார். பல்பனா வாங்கித் திணித்தார்.

“வையுங்கோ சாரே. இது எல்லாம் நம்ம சாருக்கு சாதாரணம்!” என்று குழைந்தார் பல்பனா.

பெட்டியைக் கும்பிட்டு வாங்கும்போது நடுக்கம். பல்பனா கையில் இருந்த பெட்டி தாழ்ந்தது. அப்படியே குறுகி அதைப் பிடித்து வாங்கினார். அப்போது குறுகியதுதான். அதற்குப் பின்பு சந்திரன் குன்னிக்கண்ணனை பார்க்கும் காலங்களில் எப்போதும் நிமிரவேயில்லை.

இதோ நினைவைக் கலைக்கும்விதமாக சஃபாரிகள் இருவர் வந்து விட்டார்கள்.

"சார் வரச் சொல்லுது!" எண்ணி இரண்டு வார்த்தைகள். சந்திரன் யூனிபார்மை சரிசெய்து கொண்டார். கையிலிருந்த தொப்பியைத் தலையில் பொருத்திக்கொண்டார். கதவைத் திறந்துகொண்டு உள்ளே நுழைந்தவர், "நமஸ்காரம் சாரே!" குரலில் நடுக்கம். ஏதோ தாளில் மூழ்கியிருந்த குன்னிக்கண்ணன் நிமிர்ந்தான். சந்திரனை உட்காரக்கூட சொல்லவில்லை. ஜாடை கூட காட்டவில்லை.

"வாரும் சந்திரரே. இன்னெய்க்கு எந்தா சிக்கல் கொண்டு வந்திருக்கு?"

காலையில் டிஒய்எஸ்பி வந்தாலே வம்பு என்பதை அந்தப் பண்ணையின் வேலையாட்களே தெரிந்து வைத்திருக்க, அவர்களின் முதலாளி அறியாதிருப்பாரா?

"நேற்று ஏடிஜிபி கூட்டம் நடந்தது!"

"யான் அறியும்...!"

"சின்ன ஸ்டேஷனுக்கு ஒரு பெரிய அதிகாரி வந்து மீட்டிங் போட்டது கேரள போலீஸ் வரலாற்றிலேயே இதுதான் முதல் முறை சாரே!"

"அதையும் யானறியும்!"

"ஞாங்கள் எல்லாம் இப்ப வம்பில் மாட்டியிருக்கு சாரே!"

"அதைக்கூட யானறியும்!"

"எங்க வேலைக்கே சிக்கல் வந்திருக்கு முதலாளி...!"

இப்போது சந்திரனை நிமிர்ந்து பார்த்தான் குன்னிக்கண்ணன்.

"எந்தா பெரிய சிக்கல். டிரான்ஸ்பர். சஸ்பெண்ட்... இல்லே... டிஸ்மிஸ்... அவ்வளவுதண்ணே. நானிருக்கு உங்களுக்கு தெரியும்ல? மாசம் உங்களுக்கு என்ன சம்பளம்? அறுபதனாயிரம். மாமூல் ஒரு லட்சம். ஆக மொத்தம் ஒரு லட்சத்து அறுபதனாயிரம். வருஷம் இருபது லட்சம். பத்து வருஷத்துக்கு ரெண்டு கோடி. அவ்வளவுதண்ணே? அதை நான் உனக்கு ஒரே தவணையில தந்துடும் செரியா? எதுக்கு

பயந்து சாகறது?” கச, கசவென்று பேசினான். டிஒய்எஸ்பி தலையைச் சொறிந்தார். இன்னமும் அவர் அமரவில்லை. குன்னிக்கண்ணனும் அமரச் சொல்லவில்லை.

“நீங்கள் எல்லாம் கொடுக்கும் சாரே. பட்சே. அவ அந்த பெண்குட்டி லட்சுமி சீஃப் செக்கரட்டரிக்கும், சிஎம்முக்கும் அனுப்பின பிராது ஸ்டாராங்க இருக்கு. அவ தங்கச்சி மர்டர் கேஸ்ல சிவியர் ஆக்சன் எடுக்காட்டி நானும் பல்பனாவும் இந்த ஸ்டேஷனில் இருக்கவே முடியாது... அந்த அளவுக்கு வார்ன் பண்ணியிருக்கார் எஸ்.பி!”

தயங்கித் தயங்கி வார்த்தைகளை உதிர்த்தார் சந்திரன். குன்னிக்கண்ணனின் கண்கள் சிவந்தது.

“ஆ... எஸ்.பி மட்டும் என்ன விதிவிலக்கு. அவனும் என்கிட்ட மாமூல் வாங்குதுதானே? அதையும் நீதாண்ணே கொண்டு போய் கொடுக்கறே?”

“வாஸ்தவம்தான். ஆனா தலைக்கு மேல வெள்ளம் போனா எஸ்பியாவது, டிஒய்எஸ்பியாவது? அதுதான் இப்ப நிலைமை சாரே. ஆ... ஏடிஜிபி தமிழ் ஆளு. நேர்மை, சத்தியம்ன்னு இருக்கற ஆளு. நம்ம சாராய கேங்கையே பிங்கர் டிப்ஸ்ல வச்சிருக்கார். நேற்றைய மீட்டிங்லயே மன்னார்காடு, அகளி, சோலையூரு ஸ்டேஷன்ல அத்தனை எஸ்.ஐ, ஏஎஸ்ஐ, இன்ஸ்பெக்டர் எல்லாத்தையும் சஸ்பெண்ட் செய்யற கோபத்தோட வந்தார். அந்த ஆளுகிட்ட இருந்து எஸ்.பிதான் தற்காலிகமா காப்பாத்தியிருக்கார்!”

அவர் சொல்லச் சொல்ல குன்னிக்கண்ணனுக்கு கோபம் வந்தது.

“மடையா... உங்க எஸ்.பி எங்கே காப்பாத்திச்சு. நானில்ல நிண்ட எஸ்.பியையும், உன்னையும் காப்பாத்தினேன்!” என்கிறான்.

டிஒய்எஸ்பி அமைதி காத்தார். அவன் சொல்லட்டும். நொடி நிமிஷமானது. புரிந்து கொண்டான் குன்னிக்கண்ணன்.

“சொல்ல வந்ததை சொல்லு!” இப்போது கொஞ்சம் தைரியம் வந்தது.

"நீங்கள் சொல்றது வாஸ்தவம்தான். நீங்கள்தான் எங்கள் அத்தனை பேரையும் தாங்குது. பொலிட்டீஷனோட பேசி எங்க இடத்தைத் தக்க வைக்குது. ஆனா இப்ப நிலைமை அப்படியில்லை. எங்களுக்கு மேல கத்தி தொங்குது. ஒண்ணு அந்த மருதி சாவுல ஆக்சன் எடுத்தாகணும். அது தற்கொலையல்ல கொலைதான்னு ரெக்கார்டு மாற்றியாகணும். இல்லேன்னா நீங்கள் யாரும் இருக்க முடியாதுன்னு எஸ்.பி தனிப்பட்ட முறையிலயே எச்சரிச்சுட்டார். அதோட மட்டுமல்ல. மருதி சாவுக்கும் இன்னும் நிறைய ஆதிவாசிப் பெண்களோட டெத்துக்கும் காரணமே கள்ளச்சாராயம்தான். அந்தக் குடிகேடுதான் இத்தனையும் செய்யுதுன்னு ஜனங்க நம்புது. அதையே மீடியாக்களும் வரிஞ்சு கட்டி எழுதுது. அதுதான் இப்ப சென்சிடிவ் இஷ்யூ ஆயிருச்சு. அதனால பெரிய சாராய கேங்கை நாங்க பிடிச்சதா கணக்கு காட்டியாகணும். இல்லேன்னா இங்கே இருக்க முடியாது...!"

அவர் சொல்லச் சொல்ல குன்னிக்கண்ணனுக்கு கோபம் மறுபடியும் எட்டிப் பார்த்தது.

"நீ போலீஸ்காரன்தானே? அறிவில்ல?" என்றான். இவர் கன்னக்கதுப்புகள் துடித்தது.

"விட்டா மருதி சாவுக்கு காரணம்னு என்னையே அரெஸ்ட் பண்ணுவே போலிருக்கு. அவளை நானாய்யா நடுக்காட்டில் வச்சு ரேப் பண்ணினேன்...?"

இவர் மறுபடியும் அமைதி காத்தார். தலைகவிழ்ந்தார்.

"அவ செத்ததுக்குப் பின்னாடி அந்த இஞ்சிக்காரன்தான் இருக்கான்னு ஊரே நம்புது. அவளோட அக்கா லட்சுமியும் அவன் மேலதான் பிராது சொல்லியிருக்கா? அதை வச்சு அவனை அரெஸ்ட் பண்றதுக்குக் கூட உனக்கு துப்பில்லையா? அதோட அந்தக் கேஸ் அமுங்கிட்டுப் போவுது...!"

"இல்லே சாரே. ஆ ஆளு தமிழன். அவன் மேல மருதியோட அச்சனுக்கும், அம்மைக்கும் பிராது தர விருப்பமில்லை. தவிரவும் அவன் கொலை பாதகம் செய்யும் ஆளுமில்ல...!"

“அப்ப நான்தான் கொலை செஞ்சனே. இந்தா, இந்தா அரெஸ்ட் செய்...!” கையை நீட்டிக்கொண்டு ஆவேசமாக எழுந்து வந்தான் குன்னிக்கண்ணன். இவரின் மீது தன் மடக்கிய முஷ்டியால் முட்டினான். மறுபடியும் அமைதி காத்தார் டிஒய்எஸ்பி. வேறு வழியில்லை. இவன் சொன்ன மாதிரி செய்ய வேண்டியதுதான். இல்லாவிட்டால் நமக்கு டிபார்ட்மெண்டால் மட்டுமல்ல, இவனாலும் பெரிய ஆபத்து.

“ஆகட்டும் சாரே. உங்க இஷ்டப்படியே செய்யறேன்!” சல்யூட் அடித்தார்.

‘அது’ என்கிற மாதிரி அவனைப் பார்த்தான் குன்னிக்கண்ணன். வெளியே வந்து ஜீப் ஏறப்போன டிஒய்எஸ்பியிடம் சஃபாரிக்காரன் ஒருவன் ஓடி வந்து ஒரு சூட்கேஸை வைத்தான். தானே ஜீப்பை ஓட்டிய டிஒய்எஸ்பி அந்த வண்டித்தடம் தாண்டியதும், ஸ்டியரிங்கை ஒடித்து, வண்டியின் வேகத்தை ஸ்லோவாக்கி சூட்கேஸைத் திறந்து பார்த்தார். வழக்கமான ஆயிரம் ரூபாய் கட்டுகள். எப்படியும் இருபது லட்சம் இருக்குமா? “இதை வைத்து பெரியதொரு ஆபரேசனுக்கு தயாராக வேண்டியதுதான்!” தனக்குத்தானே சொல்லிக் கொண்டான்.

★

சோம பானம் ஒரு தெய்வீக மூலிகை; இதைக் கருடன் கொண்டுவந்து கொடுக்கும்; இது போதைப் பொருள் அல்ல என்பது. உலகில் போதைப் பொருளைப் போற்றி ஆயிரம் ஆண்டுகள் குடித்துச் சாப்பிட்டு வளர்ந்த எந்த இனமும் கிடையாது. இது போதை தரும் குடியாக இருந்தால் இந்துக்களும் அவர்கள் பாடிய வேதமும் அழிந்து போய் இருக்கும்.

12

ஆஸ்பத்திரியில் நினைவில்லாமல் கிடந்தாள் வடுகி. அவளைப் பார்க்க நஞ்சியுடன் பூச்செண்டுவும் வந்திருந்தாள்.

“அவனுகளைக் கொல்லணும். அடிச்சே கொல்லணும். விடக்கூடாது. டேய் பாவிகளா... விடுடா... விடுங்கடா... எண்ட தெய்வமே... வலிக்குதடா... உயிர் போகுதடா... வீரப்பா... எண்ட தெய்வமே.. வீரப்பா... !” இன்னும் அவள் என்னன்னவோ பிதற்றினாள்.

இரண்டு நாட்களாகியும் நினைவு வந்து வந்து போகிறது. அகழி ஆஸ்பத்திரியில் பிடுங்கியெடுத்து சுக்கு நூறாக குதிறப்பட்ட நார் போல வடுகி கிடந்ததைப் பார்க்கப் பார்க்க பற்றிக்கொண்டு வந்தது நஞ்சிக்கு.

அவள் அருகில் ஏழு வயதுச் சிறுவன். "நிறையப் பேர் வந்துச்சு. அம்மைய அடிச்சது. நான் கடிச்சு வச்சேன். உதைச்சுது... நான் விழுந்துட்டேன். அச்சன் குடிச்சுக் கிடந்து...!" தனக்குத் தெரிந்த மொழியில் ஏதேதோ சொன்னான். பக்கத்தில் புருஷன் இல்லை. அநேகமாக இன்றும் அவன் குன்னிக்கண்ணன் சரக்குப் போட போயிருப்பான். அவனின் தாய், வடுகியின் மாமியார் மட்டும் இருந்தாள். உடம்பெல்லாம் சுருக்கம். தளர்ச்சி. பேசக்கூட அவளிடம் திராணியில்லை.

"எந்தக் கேடு கெட்டவன்க இதைச் செஞ்சிருப்பான். அவன் எல்லாம் அவ அப்பன் ஆத்தாளுக்குத்தான் பொறந்தானா? அவனுக்குன்னு ஒரு பொம்பளைப் புள்ளை இருந்தா இப்படிக் குதறினா ஒத்துக்குவானா? மனுஷியா இல்ல மாடா?" வாய்விட்டே பேசினாள்

அவளையும், படுக்கையில் கிடந்த வடுகியையும் மாறி மாறிப் பார்த்தாள் செண்டு. என்னதான் வடுகிக்கு நடந்த கொடுமையை நஞ்சி சொல்லி விட்டாள் என்றாலும், அவள் ஆஸ்பத்திரியில் கிடந்த நிலையை நேரில் பார்க்கும்போதுதான் அதன் பயங்கரம் தெரிந்தது. தன் சோகம் மறந்தாள். தன்னைப் போல, வடுகியைப் போல, இந்த நஞ்சியைப் போலத்தான் நம் அட்டப்பாடியில் அத்தனை பொம்பளைகளும் பாடாய்படுகிறார்கள் என்று நினைத்து தன்னிரக்கம் கொண்டாள்.

புருஷனை இழந்து பத்து நாள் கூட முடியவில்லை. எப்படியாவது புருஷனை அந்தக் குடிகேடுவிலிருந்து மீட்டுவிட முடியும் என்று நம்பியிருந்த நம்பிக்கை. வீண்போகவில்லை. அது எல்லாமே சரியாகி விட்டது. வயிறானும் இவளைத் தாண்டி ஒன்றும் செய்யாத நிலைக்கும் வந்து விட்டான். அது கூட அந்தக் குன்னிக்கண்ணன் கும்பலுக்குப் பொறுக்கவில்லை. ஆளையே முடித்து விட்டார்கள்.

இதோ இந்த வடுகியின் உயிரும்கூட அப்படித்தான் முடிந்திருக்கும். ஏதோ ஒரு தாங்கு சக்தி. அவள் உயிரைப் பிடித்துக்கொண்டிருக்கிறது குற்றுயிராய் இந்த ஆஸ்பத்திரியில் கொண்டுவந்து சேர்த்திருக்கிறது.

நஞ்சிக்கும், வடுகிக்கும் தோழமை முறையில் உறவு என்றால் வடுகிக்கும், செண்டுவுக்கும் பிறந்த ஊரு, புகுந்த ஊரு என்ற முறையில் நெருக்கம்.

வீட்டியூரில் வாழ்க்கைப்பட்டவள் செண்டு. வீட்டியூரிலிருந்து புருஷன் வீடு சென்றவள் வடுகி. செண்டுக்கும் நஞ்சிக்கும் பத்துப் பன்னிரண்டு வயது வித்தியாசம்.

இவள் வயிறானை கன்னாலம் கட்டிக் கொண்டு வரும்போது வடுகி பாவாடை சட்டைச் சிறுமி. பக்கத்து வீடு. எப்பவும் ட்ரீ...ட்ரீ என ஆடுமேய்த்துக் கொண்டு வருவாள்.

புது ஊரு. புது ஆளுக. நிறைந்த அச்சம். அதை சரிப்படுத்தும் வண்ணம் இவளின் மணப்பெண் கோலத்தில் வந்து பார்த்தவள் வடுகிதான். கண்மை, நெற்றில் சாந்துப் பொட்டு. சடை வில்லை. குஞ்சம். எல்லாவற்றையும் தொட்டுத் தொட்டு ஆராய்ந்தாள்.

“அக்கா இது நல்லாயிருக்கு. எனக்கு கொஞ்சம் மாட்டி விடறியா?” என்று குழந்தையாய் கொஞ்சினதில் ஆரம்பித்த நட்பு. அத்தனை அலங்காரங்களையும் அவளுக்கு மாட்டி விட்டாள்.

கண்ணாடி காட்டினாள். பூரித்துப் பூரித்து தன்னைத்தானே பார்த்துக்கொண்டாள். அவள் அப்படி பார்க்கையில் இவளுக்குள்ளே எதுவோ சுரந்தது. தாய்மையா? சகோதரத்துவமா? வேறு ஏதோ சொல்லத் தெரியவில்லை.

திருமணமாகி புருஷன் வீடு போகும் வரை அந்தச் சிறுமி இவளுக்குத் தோழியாக மட்டுமல்ல, தங்கையாக, மகளாக, தாயாக எல்லாம் நின்றாள். படிப்பு துளி கூடக் கிடையாது.

தாய்க்குலச் சங்கம் சாட்சரதா கற்றுக்கொடுத்த படிப்பு கொஞ்ச காலமாகத்தான் ஏதேதோ பேச ஆரம்பித்தாள். அதுவும் இவள் அச்சனும், சேட்டனும் குடிச்சே செத்து, புருஷனும் வயிறான் குடிகாரனாகி, இவன் மகனும் குடிச்சு செத்து இவள் பாடாய்பட்ட நேரத்தில் பக்க துணையாய் ஓடி வந்தாள். அப்போது கூட இவள் போலீஸ் ஸ்டேஷனுக்கும் வீட்டுக்குமாய் நடந்து கொண்டிருந்தாள்.

“இந்தக் கள்ளச்சாராயத்தாலதான் என் குடும்பமே நிர்மூலமாச்சு. நீங்கள்தான் ஆக்சன் எடுக்கணும். சாராய ஊறல் போட்ட இடத்தை நான் காட்டறேன்!” என்றபோது போலீஸ் ஸ்டேஷனில் எல்லோரும் சிரித்தார்கள்.

“வாடி மகளே வா. உன்னைத்தான் காணோம்னு இருந்தேன். வீட்டியூர்க்காரிக எந்தத் தொழில் செய்யுதுன்னு ஞாங்கள் அறியும். போய்க்கடி. இல்லே உம்மேலயும் பிராத்தல் கேஸ் போட்டு உள்ளே தள்ளிடுவேன்...!' என்று அவர்கள் மிரட்டியபோது இவள் அஞ்சவில்லை.

இவர்களை விடக்கூடாது. ஆத்திரம் சினகரமாக மாறிப்போனது. கள்ளச்சாராயத்துக்கு எதிராக தாய்க்குலச் சங்கம் சமரன் எடுத்தபோது இவளே ஊரில் முன்னிலை வகித்தாள். வீட்டியூரில் என்றில்லை.

பக்கத்து ஊர்களிலும் ஐம்பது சாராய மொடாக்களுக்கு மேல் உடைச்சு தூளாக்கினவள் வடுகிதான். அப்போது அவளுடன் கூடவே நின்ற போராளி இந்த நஞ்சி. இப்படியான போராட்டம் எங்கெல்லாம் உருவெடுக்குதோ அங்கெல்லாம் இருப்பாள் நஞ்சி. தைரியமாக போலீஸ் ஸ்டேஷன் வருவாள். இன்ஸ்பெக்டரை என்ன சர்க்கிளையே அதட்டுவாள். அவளுடன் பெரும் தோழர்கள் பட்டாளமே இருந்தது. அவளைக் கண்டு போலீஸே பயப்பட்டது.

“அக்கா இந்த போலீஸ் நல்லா ஆளுக இல்லை கள்ளச்சாராயக்காரர்களோட கேங். இவங்க எப்பளத்திக்கும் நமக்கு நீதி, நியாயம் தராது. நம்ம துப்பாக்கி எடுக்கணும்!” என்று ஆவேசப்படுவாள் வடுகி. நஞ்சி அப்படியில்லை. “கொஞ்சம் பொறுடி. நேரம் வரும்!” என்பாள்.

வடுகிக்கு தோழர்களை நஞ்சி அறிமுகப்படுத்தி வைத்திருக்கிறாள்.

அப்பவும் வடுகியின் கேள்வி அவர்களிடம், “வீரப்பனை நீங்கள் அறியுமோ?” என்பதுதான். “வீரப்பன் என்ன வீரப்பன். இவங்க அவனுக்கும் மேல...!” என்று நஞ்சி சொன்னால் வடுகிக்கு முணுக்கென்று கோபம் வரும். “வீரப்பனை அவன் இவன்னு

சொல்லாதேக்கா. அவர் கடவுள். அவரைப் போல காட்டில வாழ்ந்து நம்ம மூணு ஸ்டேட் கண்ணுல மிளகாய் பொடியை அரைச்சு தொடைக்கற அளவு தைரியமான ஆளுக யாரும் இல்லை!" ஆவேசமாக அவள் பேசும்போதெல்லாம் தோழர்கள் சிரித்துக் கொள்வார்கள்.

செண்டு எப்பவும் அமைதியானவள். அதேசமயம் வலிமையானவள். எடுத்த காரியத்தை முடிக்கணும். ஜெயிக்கணும் என்பதில் கெட்டிக்காரியாக இருந்தாள். இல்லாவிட்டால் குன்னிக்கண்ணன் கூட்டத்தில் சேர்ந்த தன் புருஷனையே தன் வசப்படுத்திக் கொண்டு வருவாளா? ஒரே ஒரு சிக்கல். அவனை தற்காத்து வைக்க தவறி விட்டாள். அன்றைக்கு ஆடுகளை விற்க கோட்டத்துறை சந்தைக்கு அவனை அனுப்பியிருக்கக் கூடாது!' என்பதே அவளின் யோசனையாக இருந்தது. வடுகிக்கு அந்தப் பொறுமையெல்லாம் இல்லை.

"தாயைக் காப்பாத்தாதவன். தன் புள்ளையப் பார்க்கத் துப்புக் கெட்டவன். பொண்டாட்டிக்கு சோறு போடாதவன் என்னக்கா புருஷன். எப்ப அவன் சோத்துல விஷம் வைப்பேன்னு எனக்கே தெரியாது!" என்பாள். "இவன் கூட இருக்கிறதுக்கு வீரப்பன் கேங்ல போய் சேர்ந்து நாலு பேருக்கு நல்லதாவது செய்யலாம்!" என்பாள். எந்தப் பேச்சு எடுத்தாலும் அவள் வீரப்பன் பேரை உச்சரிப்பது வழக்கமாக போனதால் ஊரே அவளைப் பார்த்துச் சிரித்தது.

"அவளுக்கு பைத்தியம் பிடிச்சிருக்கு. சாதாரணப் பைத்தியம் இல்ல. வீரப்பன் பைத்தியம். வீரப்பன்தான் போலீஸையே நடுங்க வைக்கிறாராம். அவர்தான் வலிய ஆளுங்களை கடத்தி கோடி கோடியாப் பணம் பிடுங்கி நம்ம ஆதிவாசி ஜனங்களுக்கு கொடுக்கறாராம். உலகத்திலேயே ஆதிவாசி மக்களுக்காக பேசற, உதவற தலைவர் ஒருத்தர் உண்டெங்கில் அது ஆ வீரப்பன்தான்னு பேசறா... இது மட்டும் நம்ம போலீஸ் கேட்டதுன்னு வையி. இவளைப் பிடிச்சுட்டுப் போய் கர்நாடகா ஜெயில்ல வீரப்பன் கேஸ்ல போட்டிரும்...!"

அதே ஆஸ்பத்திரியில்தான் மாதவனும் படுத்திருந்தான்.

கொலைவெறித் தாக்குதலில் உருக்குலைந்து போயிருந்தான். நல்ல போராளி. தாய்க்குலச் சங்கத்தின் அத்தனை போராட்டத்திலும் முன்னிற்பவன்.

அவனை ஒழித்தால் தாய்க்குலச் சங்கமே ஒழிந்து விடும் என்று கங்கணம் கட்டிக்கொண்டு செயல்பட்டிருக்கிறார்கள். ஏழு இடங்களில் கத்திக்குத்து. இரண்டு இடத்தில் அரிவாள் வெட்டு. வந்து தாக்கியவர்கள் பத்துப் பேருக்கு மேல். இருட்டில் யாரையும் அடையாளம் தெரியவில்லை. 'அட்டம்ப்ட் மர்டர் -அடையாளம் தெரியாத ஏழு பேர் தாக்கியது!' என்று போலீஸ் ரெக்கார்டில் எழுதியிருந்தார்கள்.

பத்து நாட்களுக்கு மேல் ஆகியும் குற்றவாளிகளின் நிழலைக்கூட போலீஸ் நெருங்கவில்லை. 'அவர்கள் எப்படி நெருங்குவார்கள்? 'குற்றவாளிகளே அவங்கதானே?' என்றாள் நஞ்சி.

ஏற்கனவே அதிகம் பேசமாட்டான் மாதவன். இப்போது சுத்தம். உடலில் எக்கச்சக்கமாய் ரத்தம் வெளியேறியிருந்தது. எலும்பும் தோலுமாய் இருந்தான். உடல் வெளிறிக்கிடந்தது. உயிர் பிழைத்ததே புண்ணியம் என்றார்கள் டாக்டர்கள்.

'சரியா எழுந்து நடக்க ரெண்டு வாரம் ஆகலாம்!' என்றார்கள்.

அவன் தாயும் வயோதிகள். இவர்களைப் பார்த்ததும் கட்டிக் கொண்டு அழுதாள். "எண்ட ஒரே பிள்ளை நோக்கு. ஞாங்கள் எந்தூ பாவம் செய்து...?" அவள் குரல் மெல்லியதாக இருந்தது. நஞ்சி அவளை அணைத்து ஆறுதல்படுத்தினாள்.

தோழர்கள் வாசுதேவ் உள்பட மூன்று பேர் வந்து போனதைச் சொன்னான் மாதவன். தாய்க்குலச் சங்கத்திலிருந்து உமாமேனன் வந்து பொருளுதவி கொடுத்துவிட்டுப் போயிருக்கிறார்.

ஆனால் தாய்க்குலச் சங்கத்தை சேர்ந்த பெரும்பான்மைப் பெண்கள் எட்டிக்கூட பார்க்கவில்லை. ஒன்றிரண்டு பேர் மட்டுமே வந்தார்கள். மற்றவர்கள் பயந்து விட்டார்கள்.

'நமக்கும் இப்படியெல்லாம் நடக்குமோ?' என்ற அச்சம் மட்டுமல்ல. 'இந்த குன்னிக்கண்ணனைப் பகைச்சாலும்

பரவாயில்லை. இந்தப் போலீஸைப் பகைச்சுட்டா நம்ம இந்தக் கதிக்குத்தான் ஆளாவோம்!' என்ற பயமுறுத்தல் பெண்கள் மூலமாகவே பெண்களுக்கு நடந்திருந்தது என்றான் மாதவன்.

பெரும்பாலும் தாய்க்குலச் சங்கத்தைச் சேர்ந்த பெண்கள் குழந்தை குட்டிக்காரர்கள். புருஷன் குடிகாரன் ஆனதற்காக போராளிகள் ஆனவர்கள். இப்போது புருஷன் போய்த் தொலையறான். நம்ம குட்டிகளையாவது காப்பாத்த வேணுமே!' என்ற மனநிலைக்கு வந்து விட்டார்கள்.

'மாதவனை யாரெல்லாம் போய்ப் பார்க்கறாங்க. அவனுக்கு யாரெல்லாம் பண உதவி, பொருளுதவி செய்யறாங்க என்பதை போலீஸ் கண்காணிச்சு ரெக்கார்டு செய்யுது' என்பதும் ஊருக்குள் பேச்சாக இருந்தது. செண்டுவும், நஞ்சியும் வந்திருந்த இந்த சமயத்தில் கூட நான்கைந்து மஃப்டி போலீஸ் இவர்களையே சுத்திச் சுத்தி வந்தது.

மாதவன் தன் உடல் வலியை மறந்து வடுகியைப் பற்றியே கேட்டான். 'அவளுக்கு எப்படியிருக்கு. நினைவு வந்துருச்சா?" என்பதை மட்டும் இவர்கள் போய் உட்கார்ந்த ஐந்து நிமிடத்தில் பத்துத்தடவை கேட்டிருப்பான். அடிக்கடி யோசிப்பவனாக இருந்தான்.

திடீரென்று ஒரு யோசனையில், "அக்கா, நான் ஒண்ணு சொல்லட்டா!" என்றான். நஞ்சி அவனையே பார்த்தாள்.

"என்ன தயக்கம். சொல்லு!"

சுற்றுமுற்றும் பார்த்துக் கொண்டான்.

"நம்ம வடுகி சொல்ற மாதிரி வீரப்பனைப் போய்ப் பார்த்தால் என்ன?" என்றான்.

"வீரப்பனையா? அது சாத்தியமா?'

"சாத்தியம்தான்... நம்ம தோழர்கள் நினைச்சா முடியும்!"

நஞ்சி உண்மையிலேயே திகைத்தாள்.

"எப்படி?"

“நம்ம தோழர்களுக்கு வீரப்பனை நல்லா தெரியும். அவருடன் இவங்களுக்கு சம்சியமும் உண்டு, தொடர்பும் உண்டு...!”

“அப்ப உனக்கு?”

“இன்னும் நான் பார்த்ததில்லை. ஆனா அவரோட ஆளுககிட்ட பேசீட்டேன். எந்த நேரமும் நான் வீரப்பனை சந்திச்சுருவேன். அப்புறம் பாரு நம்ம மக்களோட கஷ்டமெல்லாம் தீர்ந்துடும்!”

உண்மையிலேயே வடுகியைப் போல் பைத்தியம் பிடித்து விட்டதோ?

“என்ன அக்கா. நீயும் என்னைப் பைத்தியம்னு நினைக்க ஆரம்பிச்சுட்டே. அப்படித்தானே?” என்றவன்,

“நான் வீரப்பன்கிட்ட போகப்போறேன்னு வடுகிக்கும் தெரியும்!” என்று அடுத்த குண்டைப் போட்டான்.

“ஆமாம் அக்கா. இனி நம்ம தோழர்களை நம்பிப் புண்ணியமில்லை. அவர்கள் ஆயுதப் புரட்சி என்பதற்கான புறச்சூழல் இது அல்லங்கறாங்க. அணிசேர்த்தலுக்கான காலத்தில் ஆயுதம் எடுப்பது ஆபத்தில் முடியும்ன்னு தர்க்கவாதம் பண்றாங்க. அவங்க அணிசேர்த்தல் முடித்து, புரட்சிக்கான புறச்சூழல் அமைத்து, ஆயுதமெடுப்பதற்கான வியூகம் வகுத்து புறப்படறதுக்குள்ளே நம்ம எல்லாம் உசிரோடவே இருக்க மாட்டோம். இந்த இடத்தில் வீரப்பன்தான் சரிப்பட்டு வருவார். அதனாலதான் அவர்கிட்ட நம்மளை மாதிரி ஆளுக எல்லாம் போய்ச் சேரறாங்க. விடுதலைப்புலிகள், தமிழர் அடிப்படைவாதிகள், இவ்வளவு ஏன்ஐஎஸ்ஐ பயிற்சி பெற்ற இமாம் அலி கூட வீரப்பனைப் போய்ப் பார்த்ததா தகவல் உண்டு!”

“இப்ப என்ன செய்யலாம்ங்கறே?”

“ஒண்ணும் செய்ய வேண்டாம். இந்த வடுகிக்கு, எனக்கு, இதோ இந்த செண்டுவுக்கு நடந்த கொடுமைக்குப் பழிக்கு பழி வாங்கணும்ன்னா வீரப்பன்கிட்ட நம்ம போய் உதவி கேட்கிறதுதான் சரி!”

அந்த நேரத்தில் உள்ளே வந்த நர்ஸ் ஒருத்தி, "அக்கா, அந்த எட்டாம் பெட் வடுகிக்கு நினைவு வந்துருச்சு. உங்களை பார்க்கணும்னு கூப்பிடுது!" என்று சொல்லி விட்டுப் போனாள்.

செண்டுவும், நஞ்சியும் அங்கே ஓடினார்கள். மாதவனுக்குப் படுக்கையில் கிடக்கப் பிடிக்கவில்லை. அவனும் கஷ்டப்பட்டு வாக்கரை எடுத்துக்கொண்டு தட்டுத்தடுமாறி நடந்து பெண்கள் வார்டை நோக்கி நடந்தான்.

★

'கள்' போன்ற சுரா பானத்தையும் சோம ரசத்தையும் ஒரு பாடல் ஒப்பிட்டு வேறு காட்டுகிறது. - குடிகாரர்கள் அருந்துவது சுரா பானம், தேனுக்கும் மது என்று பெயர்; மது பானத்துக்கும் மது என்று பெயர்; 'மது நமக்கு, மது நமக்கு; மதுரம் மிக்க தமிழ் நமக்கு' என்று பாரதியார் பாடியுள்ளார்.

13

அன்று இரவு வழக்கத்திற்கு விரோதமாக அதிகப்படியான போலீஸ் வேன்களும், ஜீப்புகளும் அகழி போலீஸ் ஸ்டேஷனில் நின்றிருந்தன. வாளையாறு, சோலையூரு, மன்னார்காடு, பாலக்காடு, பெருந்தலமன்னாவிலிருந்து கூட போலீஸ் படை கொண்டு வரப்பட்டிருந்தது. இரவோடு இரவாக சில பேரை வீடு புகுந்து தூக்கியாக வேண்டும் என்பது டிஒய்எஸ்பி சந்திரனின் திட்டம். அதைக் கண்ணும் காதும் வைத்த மாதிரி நிறைவேற்ற பல்பனா நாயரை மட்டும் உடன் வைத்துக் கொண்டார்.

"அந்த ஏடிஜிபி கங்காதரன் 'தமிழாளு. எதையும் செய்வான். உனக்கும், உன் கீழ்

வேலை செய்யும் மொத்த ஆள்காரங்களுக்கும் குறி வச்சுட்டான். எந்த நேரமும் நீயும் உன் கூட்டாளிகளும் சஸ்பெண்ட் ஆகலாம். போன மீட்டிங்கில் அவன் உன்னை என்னை எல்லாம் சும்மா விட்டுட்டுப் போயிருக்கிறான் என்றால் நம்ம யூனியன் கொஞ்சம் ஸ்ட்ராங்க். இங்கே எந்த மாதிரி சிச்சுவேஷன், அடுத்து என்ன செய்யலாம். மினிஸ்டாரியில் இதுக்கு எப்படியெல்லாம் பர்மிஷன் வாங்கலாம்ங்கிறதுதான் அவனோட திட்டம். உஷாராயிக்க!" என்று எச்சரித்திருந்தார் எஸ்.பி.

அந்த வலையில் மாட்டக்கூடாது. "நீ மாட்டினா உனக்கு கீழ் இருக்கிற சர்க்கிள், ஏஎஸ்ஐ ஏட்டுமாருக, கான்ஸ்டபிள்மார்க மட்டுமல்ல, உனக்கு மேல இருக்கிற என்னை மாதிரி ஆபீஸர்மாருகளுக்கும் சிக்கல் வந்துடும். ஜாக்கிரதை!"

அதற்கான படைதான் இது. எடுத்த எடுப்பில் இஞ்சிக்காரன் தோட்டத்துக்கு அன்றிரவு போனார். அவன் இல்லை. ஊருக்குச் சென்றுவிட்டதாக பக்கத்து தோட்டத்துக்காரர்கள் சொன்னார்கள்.

இருந்தாலும் எந்த நேரமும் வருவான். எலிப்பொறி வைத்தது போல் அவன் தோட்டத்தில் போலீஸ் காவல் போட்டிருந்தார். சரியாக இவர் அவர்களை ஒழுங்குபடுத்தி என்ன செய்யணும் என்று வழிகாட்டிக் கொண்டிருந்தபோதுதான் அந்த வாகன வெளிச்சம். இஞ்சிக்காரனின் கார்தான். அவன் சாவகாசமாக வண்டியை நிறுத்தி இறங்கும் வரை பொறுத்திருந்தவர் அப்புறம்தான் வெளிப்பட்டார்.

"என்ன இஞ்சிக்காரா சௌக்கியந்தண்ணே? நம்ம மாமியார் வீட்டுக்குப் போகலாமா?"

பழனிசாமிக்கு ஒன்றும் புரியவில்லை. தோட்டத்துச் சாலைக்குள் போகும் அவகாசம் கூட கிடைக்கவில்லை. சுற்றிலும் பார்த்தால் பத்துப் பதினைந்து போலீஸார். இன்ஸ்பெக்டர் பல்பனா கையில் துப்பாக்கி வேறு.

"மருதி சாவுல உன்னை விசாரிக்கணும். புறப்படு...!"

அவர்கள் முடிவோடு வந்து விட்டார்கள். முண்டுவதில் அர்த்தமில்லை.

அவர்களுடன் வேன் ஏறி விட்டான்.

அடுத்தது டிஒய்எஸ்பி வடுகி வீட்டுக்கு போனார். நஞ்சி வீட்டுக்கும் போலீஸை அனுப்பினார். செண்டுவையும் விட்டு வைக்கவில்லை. அத்தனை பேருக்கும் கை விலங்கிட்டு இழுத்து வந்தார்.

"நிண்ட மாவோயிஸ்ட் கூட்டாளிகள் எல்லாம் எங்கே இருக்கு. மறைக்காம சொல்லு...!"

"நீங்கள் வீரப்பனை சந்திச்சது தெரியும். உங்க ஆளுக எத்தினி பேரு...? காட்டு!"

"உம் புருஷனைக் கொன்னது உன்னோட கள்ளப்புருஷன் மாதவன்தான் இல்லே? அவன் எங்கே சொல்லு!"

நஞ்சியும், செண்டுவும், வடுகியும் ஸ்டேஷன் லாக் அப்பில் வைத்து கடுமையாக சித்ரவதை செய்யப்பட்டனர்.

அவர்கள் சொன்னதாக சொல்லி ஒவ்வொருவர் பெயருக்கும் இன்னும் இருபது, முப்பது என்று பெண்களை இழுத்து வந்து கொண்டிருந்தார்கள். ஸ்டேஷனில் விசாரணைக்கு இடமில்லை. வெளியே, காம்பவுண்டில் என நினைத்த இடத்தில் எல்லாம் இரவோடு இரவாகப் பெண்களை வைத்து துன்புறுத்தினார்கள்.

சிறுவாணியில் தோழர் வீட்டில் தங்கியிருந்த வாசுதேவ், பழனிசாமி, சகுந்தலாவை பிடித்து யாருக்கும் தெரியாத இடத்தில் வைத்து விசாரிப்பதாக தகவல்கள் வந்தது.

அந்த இரவு நேரத்தில் நடுநிசியில் பெண்களின் அலறல் அந்த ஸ்டேஷனை சுற்றிலும் கேட்டுக் கொண்டேயிருந்தது. விடிவதற்கு முன்பே அத்தனை பேரும் வரிசையாய் நின்றிருந்த வேன்களில் ஏற்றப்பட்டு பாலக்காடு கொண்டு செல்லப்பட்டு கோர்ட்டில் ஆஜர்படுத்தப்பட்டனர். அதேநேரத்தில் கடுகுமன்னு காட்டில் துப்பாக்கி குண்டுகள் வெடிக்கும் சத்தம் தொடர்ந்து கேட்டது.

செண்டு, பழனிசாமி ஆகிய இருவர் மீதும் கொலை கேஸ். வடுகி, நஞ்சி மீது வீரப்பன் ஆள் கடத்தல் சதி, மாவோயிஸ்ட் கூட்டாளி, பிராத்தல் தொழில்ன்னு பல செக்ஷனில் கேஸ். இன்னும் இருபத்தியாறு பேர் மீது கஞ்சா, கள்ளச்சாராய, பிராத்தல் கேஸ்கள்.

அதில் நாலு பேர் மட்டும் ஆம்பிளைகள் இருந்தனர். 15 நாள் ரிமாண்ட் என்று மாஜிஸ்ட்ரேட் உத்திரவிட, அத்தனை பேரும் பாலக்காடு சப்ஜெயிலில் அடைக்கப்பட்டனர்.

சர்க்கிள் பல்பனாவும், டிஒய்எஸ்பி சந்திரனும் இந்த வேலையெல்லாம் நேரில் நின்று சுமுகமாக முடித்துவிட்டு அட்டப்பாடி வரும்போது ஊருகள் எல்லாம் கொந்தளித்துக் கிடந்தது.

"ஒழிக...ஒழிக... போலீஸ் அராஜகம் ஒழிக...!"

"போடாதே, போடாதே... பொய் வழக்குப் போடாதே!"

"அப்பாவி நஞ்சி, செண்டு, வடுகியை... விடுதலை செய். விடுதலை செய்...!"

சாலையெங்கும் கோஷமயமாய் ஆகியிருந்தது. முக்காலி, செம்மண்ணூர், தாவளம் பக்கமிருந்து ஒரு பெருங்கூட்டம். சோலையூர், தாசனூர், கோட்டத்துறை, புதூர் பக்கமிருந்து மற்றொரு பெருங்கூட்டம். அதில் எல்லாம் பெண்கள். நேரே அகழி போலீஸ் ஸ்டேஷனை முற்றுகையிட்டிருந்தனர்.

"குதிரை குப்புறத்தள்ளியதும் இல்லாமல் குழியும் பறிச்சதாம்!"

"கள்ளனை விட்டு கண்டவனைப் பிடிக்குமாம் போலீஸ்!"

இதுவே ஆளாளுக்குப் பேச்சாக இருந்தது. இவர்கள் வண்டி மன்னார்காடு எட்டும்போதே ஸ்டேஷன் ரைட்டர் வாக்கி டாக்கியில் பேசினார்.

"சர்க்கிள் சாரே. டி.எஸ்.பி சாரே. நிலமை சரியில்லா. ஜனங்க சமரன் ஆரம்பிச்சு நம்ம போலீஸ் ஸ்டேஷனை முற்றுகையிட்டிருக்கு. நீங்கள் நேரா இங்கே வந்துட வேண்டாம். ஜனங்ககிட்ட அத்தினி ஆக்ரோஷம். நீங்கள் வந்தால் வெட்டிக்

கண்டந்துண்டமாக்கிடுவேன்னு பேசறாங்க!" என்று அவர் பதறினார்.

கொஞ்சமும் அலட்டல் இல்லாமல் பேசினார் டிஒய்எஸ்பி.

"ஒண்ணும் பிரச்சனையில்லை. நீ அமைதியாயிரு. நாங்க வந்துட்டே இருக்கிறோம்!" என்றார் மலையாளத்தில்.

வாக்கி டாக்கி கட். இவர்கள் ஸ்டேஷன் பக்கம் நெருங்கும்போதே போலீஸ் ஜீப்பை சூழ்ந்து கொண்டனர் மக்கள். சாலையை மறித்து அமர்ந்தனர் சிலர். படுத்து உருண்டனர்

பலர் எங்கிருந்தோ படபடவென்று கற்கள் வீச்சு. இவர்களின் ஜீப் கண்ணாடி உடைந்து நொறுங்கியது. அடுத்தது சந்திரனின் நெற்றிப் பொட்டில் படீர் சத்தம். விட்டெரிந்த கல் ஒன்று டிஒஎஸ்பியின் நெற்றியைப் பதம் பார்த்தது.

பல்பனாவும், சந்திரனும் எதிர்பார்த்ததே இதைத்தானே?

வயர்லஸ்ஸில் ஆயத்தமாக ஸ்டேஷன் வாசலில் அணிவகுத்திருந்த ஸ்பெஷல் போலீஸ் காமெண்டரை அழைத்தார்.

'அங்கே என்ன செய்துட்டிருக்கீங்க. இங்கே எங்க ஜீப்பை அடிச்சு நொறுக்கீட்டிருக்காங்க.. உடனே வா. சார்ஜ் செய்யி...!" கத்தினார்.

ஸ்டேஷனிலிருந்து இதற்கு அரை பர்லாங் தூரம்தான். தடதட பூட்ஸ் சத்தம் குண்டாந்தடிகள் சரமாரியாய் வீசப்பட்டன. பல பேரின் மண்டை உடைந்தது. ரத்தம் வழிந்தது. ஒரே கூக்குரல். நிறைய பேர் தெரித்து ஓடினர்.

அங்கிருந்து ஒரு பர்லாங் தூரம்தான் அகாட்ஸ் தலைமை அலுவலகம். பாதுகாப்புக்காக தாய்க்குலப் பெண்கள் அங்கே ஓடினர். பதுங்கினர். போலீஸ் விடவில்லை எட்டுத்திக்கும் பாய்ந்தது. சுழட்டி சுழட்டி அடித்தது. ரோட்டோரக் கடைகள் அடைக்கப்பட்டன.

வரிசையாய் நிறுத்தப்பட்ட போலீஸ் வேன்களில் அடித்து துவைக்கப்பட்ட பெண்கள், ஆண்கள் பலர் ஏற்றி திணிக்கப்பட்டனர். அத்தனை பேரும் மன்னார்காடு

ஸ்டேஷனுக்குக் கொண்டு போகப்பட்டு போலீஸ் ஸ்டேஷன் தாக்குதல் வழக்குகள் பதியப்பட்டனர்.

அகழி போலீஸ் ஸ்டேஷன் கண்ணாடிக் கதவுகள், ஜன்னல்கள், பலகைகள் உடைக்கப்பட்டன. பிறகு பூட்டப்பட்டன.

நெற்றியில் சின்ன காயம்தான். அதில் வழிந்த ரத்தமும் கொஞ்சம்தான். ஆனால் நிறைய ரத்தத்தை சுவை பார்த்த திருப்தியில் சிரித்துக்கொண்டார் டிஒய்எஸ்பி சந்திரன். அடுத்தநாள் காலை இந்தக் கைது, கலவர செய்திகளோடு வேறு ஒரு முக்கியமான செய்திகளையும் பத்திரிகைகள் கட்டம் கட்டியிருந்தது.

"இன்று அதிகாலை 4 மணிக்கு கடுகுமன்னு காட்டில் இருந்த வனத்துறை செக்போஸ்ட்டில் வனத்துறையினருக்கும், போலீஸிற்கும், மாவோயிஸ்ட் தீவிரவாதிகளுக்கும் நடந்த துப்பாக்கிச் சண்டையில் வாசுதேவ், பழனியப்பன், சகுந்தலா என்ற மூன்று பேர் சுட்டுக் கொல்லப்பட்டனர். இரண்டு பெண் மாவோயிஸ்ட்டுகள் கைது செய்யப்பட்டனர். 'இந்த மாவோயிஸ்ட்டுகள் சந்தனக் கடத்தல் மன்னன் வீரப்பனுடனும், தமிழ்த் தீவிரவாதிகளுடனும் தொடர்பு கொண்டிருந்தவர்கள். வீரப்பன் கூட்டாளிகளுக்கு உணவுப் பொருட்கள் கொண்டு போன போது பிடிபட்டவர்கள். இந்த ஆபரேசனை தண்டர்போல்ட் போலீஸாரின் உதவியோடு முன்னின்று நடத்தியவர் மன்னார்காடு டிஒய்எஸ்பி சந்திரன்...!"

இந்தச் செய்தியை டீவி மீடியாக்களும் போட்டி போட்டுக் கொண்டு செய்தியாக வாசித்துக்கொண்டிருந்த நேரத்தில் மன்னார்காட்டில் இருந்த குன்னக்கண்ணனுக்கு டிஒய்எஸ்பி சந்திரனிடமிருந்து ஃபோன்கால்:

"சேட்டா... பக்காவா நீங்கள் சொன்னதுக்கு மேலயே காரியத்தை முடிச்சுட்டேன்...!"

குன்னிக்கண்ணன் அதற்கு இப்படி பதில் சொன்னான்:

"நான் டீவி பார்த்தேன்...!"

★

சோம லதை களைப்பை நீக்கும் மனத் தொய்வை நீக்கும் இது சாவின்மையை— மரணமில்லாப் பெரு வாழ்வை நல்கும். இதை மூன்று காலங்களில் மந்திரம் சொல்லிப் பிழிய வேண்டும். மந்திரம் சொல்லி யாகத்தில் விட வேண்டும்; மந்திரம் சொல்லி சாப்பிடவேண்டும். இதெல்லாம் குடிகாரர்களோ, போதை மருந்து அடிமைகளோ செய்வதில்லை.

14

மேகக் கூட்டத்தின் நடுவே கூமாச்சியாய் அங்கங்கே வெளுப்பு ததும்பும் நீலநிறத்தில் நின்ற மல்லீஸ்வரன் முடி. அதன் கீழே சரிந்து வரும் ஒற்றையடிப்பாதையில் நிறைய மாடுகள், மூக்கணாங்கயிறோ, முகரைக்கயிறோ இல்லாமல் மேய்ந்து கொண்டிருந்தன. அங்கிருந்து கூப்பிடு தூரத்தில் சுளித்து வளைந்து அகண்டு ஓடியது பவானி நதி. அமைதிப் பள்ளத்தாக்கில் வியாபிக்கும் மூலிகைச் செடிகளின் நறுமணம் அதற்கும் இருந்தது. அடர் காடுகளுக்குள் புகுந்துவரும் நதி வெள்ளம் பன்னீராக பெருக்கெடுக்கும் அதிசயம் அட்டப்பாடிக்கு மட்டுமே கொடுப்பினை.

அந்த அழகு நதியின் மேற்குக் கரையில்

மணல் கொழித்து விளையாடிக்கொண்டிருந்தனர் இரண்டு சிறுமிகள். ஒருத்தி நல்ல கருப்பு. இன்னொருத்தி மாநிறம். ஊதாவா, நீலமா, பொன்னிறமா இளஞ்சிவப்பா என்று புரிபடாத அளவு அவர்கள் இருவரின் பாவாடை சட்டை நிறம் ஆதிமக்களுக்கே உரிய அழுக்குக் கூறுகளோடு மங்கி வெளுத்துக் கிடந்தது.

ஒரு சிறுமியின் கழுத்துப் பக்கம் சட்டையில் ஒட்டுப் போட்டத் தையல். இன்னொரு சிறுமியின் சட்டையில் முன் பக்கம் பொத்தான்கள் இல்லை. அதன் மேலும், கீழும் இடையிலும் மூன்று ஹூக்குகள் குத்தியிருந்தாள். அது கூட ஒழுங்காயில்லை. துருவேறிய பழைய ஹூக்குகள். மெல்ல மெல்ல மேலெழும்பும் அவள் மார்பகத் திரட்சியை இறுக்கிப் பிடித்திருந்தது. இளம் பருவம் வருவதற்கு அறிகுறியாகவோ, பருவம் வந்துவிட்டதன் அர்த்தமாகவோ சிறுமிகள் இருவரின் நெஞ்சுக் கூடுகளிலும் பொங்கும் பூரிப்பை புடைப்பாகக் காண முடிந்தது.

அந்த பூரிப்பு எல்லாம் பார்ப்பவர்கள் கண்ணுக்குத்தான். அவர்களுக்கு துளியும் இல்லை. சிறுமிகளின் மனோபாவத்தைத் தாண்டி அவர்களிடம் ஏதுமில்லை. ஒரு சமதளப்பாறையின் மீது அமர்ந்து அவர்கள் தன்னை மறந்த கல்லாட்டத்தில் இருந்தனர். மேலே கல்வீசி கையில் பிடிக்கும் போதும், முகமும், கண்களும் மேல், கீழ் ஏறி கீழே தவ்வும்போதும் மார்பும் மெல்லிய குலுக்கலைத் தந்தது. அதை அவ்வப்போது இழுத்து விட்டுக் கொண்டே கல்லாடினாள் கறுப்பு நிறச் சிறுமி.

கண்ணுக்கெட்டிய தூரம் வரை அங்கே அவர்களையும், மாடுகளையும் தவிர வேறு யாருமில்லை. அவ்வப்போது கல்விளையாட்டில் மும்மரமாய் இருந்தாலும் காரியத்தில் கண் வைத்திருந்தார்கள். 'ட்ரீ... ட்ரீ... ட்ரூ... ட்ரூ...!" என மாடுகளை விரட்டுவதும், ஆற்றில் வெகுதூரத்திற்குப் போனால் அவற்றை ஓடிப்போய் விரட்டி திரும்ப மேய்ச்சல் உள்ள பக்கம் விட்டுவிட்டு மறுபடி ஓடி வந்து கல்லாட்டம் ஆடுவதிலுமே கவனமாக இருந்தனர்.

அப்படி ரொம்ப தூரம் போய் விட்ட மாடுகளை திசை திருப்பி ஓட்டி வர ஓடிய கறுத்த சிறுமியாகப்பட்டவள் கண்ணில்தான் அந்த இருவரும் பட்டனர். ஏதோ பெரிய இரும்புக் குழாய்களுடன் கூடிய ஸ்டாண்ட்டை விரித்து வைத்துக்கொண்டு கண்களை இடுக்கி வானத்தைப் பார்த்தனர். பிறகு சுளித்து ஓடும் ஆற்றைப் பார்த்தனர்.

அவர்கள் கையில் ஏதேதோ உபகரணங்கள் இருந்தன. கறுப்பு சிறுமியைப் பொறுத்தவரை அதற்கு முன்பு வரை கேமராவைப் பார்த்ததில்லை. அதைத் தாங்கும் ட்ரைபேடு எனப்படும் வஸ்துவையும் கண்டதில்லை. அந்த கேமரா என்ன செய்யும் என்று கூடத் தெரியாது.

அப்பனும், அம்மையும் மல்லீஸ்வரன் திருவிழாவில் எடுத்துக் கொண்ட ஒரே ஒரு போட்டோ மட்டும் வீட்டில் இருக்கிறது. அதை அவர்கள் எப்படி எடுத்தார்கள். அதை இதுபோல ஒரு கேமராதான் எடுத்தது என்பது கூட அறிந்திருக்கவில்லை.

புதுப்புதுக் கருவிகளை வைத்துக்கொண்டு அவர்கள் ஏதோ செய்து கொண்டிருப்பதைப் பார்த்ததும் என்ன செய்கிறார்கள் என்று பார்க்க ஆவல் வந்தது சிறுமிக்கு.

தூரத்தில் மாநிறத்திலானவள், “ஏ... மல்லி... ஈங்கே பா... அங்கே என்னா...?” என்று கத்துவதைக் கூட காதில் போடாமல் நின்றாள்.

இவள் இப்படி நிற்பதைப் பார்த்து அந்த மூன்று பேரில் ஒருவன் லேசாக சிரித்தான். அவன் சிரிப்பு சிறுமிக்கு படு கவர்ச்சியாக இருந்தது. அதில் ஏதோ இழுப்பு விசை சுண்டியது. அவனையே பார்த்தாள். ‘களுக்’ கென்று சிரித்தாள். அதில் அவன் சந்தோஷமாயிருக்க வேண்டும். அவன் தன் கையில் வைத்திருக்கும் கருவியை இவளை நோக்கி திருப்பி ‘வெளிச்சம்’ பாய்ச்சினான்.

அவ்வளவுதான். இவள் பயந்தாள். துள்ளி ஓடினாள். அவனோ இவளைச் சத்தமாய் கூப்பிட்டான்.

"ஏடி... இவளே... குட்டி, இவிட வரீ... போட்டோவுல நீ எப்படி இருக்கே பாரு!" என்கிறான்.

இவள் அவனிடம் போகவில்லை. ஓடிப்போய் தன் சிநேகிதி சிறுமியிடம் வந்து மூச்சு வாங்க நின்றாள்.

"ஏ... ஆ ஆளு... ஏதோ செய்துட்டிருக்குடி...!" என்கிறாள்.

"அப்படி என்னடி செஞ்சது?"

"ஏதோ ஒண்ணு, அந்த ஆளு கையில... வெளிச்சம் அடிச்சு...!"

"ஓ... சரி... வரீ... போய்த்தான் பார்ப்போம்...!"

இவள் கையை அவள் பிடித்து இழுத்துக்கொண்டு அவ்விடம் நோக்கிச் சென்றாள். இவளோ வரமாட்டேன் என்று முரண்டு பிடித்தாள்.

"ஏய் வாருடீ...!" இரண்டாமவள் துணிச்சல்காரி.

இவர்கள் இருவரையும் பார்த்ததும் பிளாஷ் அடித்தவன் இன்னும் கூடுதல் சிநேகமாக சிரித்தான். அவன் ஏதோ சொல்லியிருப்பான் போல, அவனுடன் இருந்த மற்ற இருவரும் கூட லேசாக புன்முறுவல் காட்டினர்.

"நிண்ட போட்டோ நோக்கோ...?" அவன் சொன்னான்.

இவளுக்கு அவன் பேசியது புரியவில்லை. அவன்கிட்டே வந்தான். தன்னிடம் உள்ள கைக்கருவியை பின்பக்கமாக திருப்பிக்காட்டினான்.

அந்த இடத்தில் ஒரு சிறு திரை. டீவி படம் போல. அதில் கருப்பு சிறுமியின் உருவம். கருப்பழகி. 'நான் இவ்வளவு அழகாய் இருக்கேனா?' என்று கருப்பிக்கு வியப்பாய் இருந்தது.

புகைப்படத்தில் அவளுக்குப் பின்பக்கம் மல்லீஸ்வரன் மலை. அதற்கு இடமும், வலதுமாக அடுக்கடுக்காய் மலைத்தொடர்கள், குன்றுகள், காடுகள், புதர்கள், பசேல் புல்வெளி. ஓடும் நதி நீர். சின்னதும், பெரியதுமாய் பாறைகள். கூடவே மேய்ச்சல் நிலத்தில் மாடுகள். இவளின் அழுக்கு உடை அதில் தெரியவில்லை. அழகின் சிரிப்பு. இயற்கையின் நளினம்.

தன் புகைப்படத்தை முதன் முதலாகப் பார்த்த சிறுமிக்குப் பூரிப்பு தாங்கவில்லை. அவனிடம் இருந்த கேமராவையே பிடுங்கிக் கொண்டாள். கிட்ட வைத்துப் பார்த்தாள். தன் தோழியிடமும் காட்டினாள், “ஏய் நல்லாருக்குல்ல... நல்லாருக்குல்ல?” அவள் குரலே குதிநடை போட்டது.

“மல்லியைப் போல் என்னையும் இப்படி எடுக்க முடியுமா?”

உடன் நின்ற சிறுமி ஏக்கத்துடன் கேட்டாள்.

“கண்டிப்பா. இப்படி வா. இங்கே நில்லு!”

நின்றாள். ‘க்ளிக்’. வெளிச்சம் பளீரிட்டது.

“இவிட நோக்கு!” கேமராவைத் திருப்ப படம் காட்டினான்.

‘ஐ...!” முந்தின சிறுமியை விட இவள் துள்ளிக் குதித்தாள்.

அவளை விடவும் தான் அழகாயிருப்பதாக உணர்ந்தாள்.

“என்னை இன்னொரு வாட்டி எடுக்கு” என்கிறாள் அவள்.

இவனும் எடுக்கிறான். மாறி, மாறி. அவள் மாறி, இவள் மாறி அவள்... எடுத்துக் கொண்டே இருக்கிறான். அவனுடன் இருந்த மற்ற இருவர் அவர்கள் கையிலோ வீடியோ கேமராக்கள். இந்தக் காட்சியை அவர்களும் படம் பிடிக்கிறார்கள்.

இதோ... அதையும் சிறுமிகளுக்கு போட்டுக் காட்டுகிறார்கள். அவ்வளவுதான் இரு சிறுமிகளும் குட்டி தேவதைகள் ஆனார்கள். உள்ளமெல்லாம் பூரிப்பு. வானில் இறக்கை கட்டிக் கொண்டு பறப்பது போலொரு மிதப்பு. தன்னைத் தானே தொட்டுப் பார்க்கிறார்கள். கிள்ளிப் பார்க்கிறார்கள்.

“இதா இப்படி வா. இந்த வெள்ளத்தில் நில்லு!”

நின்றார்கள்.

“ஆ புழையில நீராடு...!”

ஆடினார்கள்.

"ஏய்... ஈ ... சட்டை சுத்தமில்லை... இதா நா கொடுக்கற சட்டையப் போடு அழகா இருப்பே!"

இரண்டு சிறுமிகளும் ஒருவரை ஒருவர் பார்த்துக் கொள்கிறார்கள்.

"போட்டுக்கடி....!"

"நீ போட்டுக்க...!"

"இல்லே... எனக்கு வெட்கமா இருக்கு!"

"ஏதுடி வெக்கம்? எதுக்குடி வெட்கம்?"

இன்னொருத்தி அவன் கொடுத்த பனியன் போன்ற சட்டையை உடனுக்குடனே பிடுங்கிக் கொள்கிறாள். தன் அழுக்கு சட்டையின் மீதே அதை அணிகிறாள். கேமரா வைத்திருந்தவனுக்கு சற்று ஏமாற்றம்.

"குட்டி. அப்படி போட்டா சரியா இருக்காது. பழைய சட்டைய கழற்றீட்டு இதைப் போடு!" என்கிறான்.

அவளுக்கும் அப்படி அணிய ஆசைதான். அதை அணிந்து புகைப்படம், வீடியோ எடுத்துக் கொள்ள ஏக்கம்தான். என்ன செய்வது? சுற்றிலும் பார்க்கிறாள். ஓர் ஓரமாய் ஒரு பெரிய மரம். அங்கே மறைந்து துணி மாற்றிக் கொண்டால் என்ன? இருவரும் ஓடுகிறார்கள். ஆடை மாற்றிக் கொள்கிறார்கள். திரும்ப வருகிறார்கள்.

அதில் கருப்பியை அழைத்துச் சென்று ஆற்றின் ஓரமாய் இருக்கும் பாறைத் திண்டில் அமரவைத்து தண்ணீரை இறைத்து விடுகிறான் அந்த இளைஞன். அவள் 'ஆ... ஊ...' என அலறி அழகு காட்டக் காட்ட வீடியோ பதிவுகள் தொடர்கிறது. அடுத்தது மாநிறத்தவள். தண்ணீர் இறைத்து விளையாடுகிறாள். அந்த இளைஞன் ஆடைகளை களைந்து ஜட்டியுடன் நிற்கிறான்.

'அய்யே!' இந்த சிறுமிகள் கைகளால் முகம் மூடிக் கொள்கிறார்கள்.

சூரியன் உச்சிக்கு விரைகிறான். மேகத்தில் நுழைந்து நுழைந்து வெளியே வருகிறான். மூவரும் நிழலுக்கு ஒதுங்குகிறார்கள்.

பையில் இருக்கும் ரொட்டி, பிஸ்கட், சேன்ட் விச் எல்லாம் எடுக்கிறார்கள். இவர்களுக்கும் தருகிறார்கள்.

ஆளரவமற்ற பிரதேசம். பசி. கொடுத்ததை இரண்டு சிறுமிகளும் புசிக்கிறார்கள்.

“நிங்களுக்கு எந்த ஊரு?”

“செம்மண்ணூரு...!'

“ரெண்டு பேருக்குமா?”

“ஆமா...!”

“அச்சன் அம்மா எந்தூ செய்யுது...!”

“கூலி வேலை. காட்டு வேலை... இதே மாடு மேய்க்கிறது...!”

“நீங்கள் ஸ்கூல் போகலை...!”

‘‘இல்லே. வீட்ல குட்டியப் பார்க்க ஆளில்லை. ரெண்டாங்கிளாஸோட நிறுத்திடுச்சு!” கருப்பி சொல்லுகிறாள்

“ஓ...!”

இடையிடையே தான் மேய்க்கும் மாடுகளையும் கண்காணிக்கிறார்கள். அவை வெயிலுக்கு மரத்தடிகளில் படுத்து அசைபோட்டுக் கொண்டிருக்கின்றன.

“இப்போதைக்கு பேடிக்கண்டா!” என்று சொல்லிக் கொள்கிறாள் மல்லி.

“ஒருத்தி பேரு மல்லி. இன்னொருத்தி பேரு எந்தா?” கேட்கிறான் புகைப்படம் எடுத்தவன்.

“ரோஜா!” கருத்தவள் சொல்லி விட்டு வெட்கப்படுவது போல் கைகளால் முகம் மூடிக் கொள்கிறாள். மறுபடி, மறுபடி கேமரா விளையாட்டு, நீர்த் துள்ளல்கள்.

பொழுது சாய்ந்து கொண்டிருக்கிறது. மூன்று ஆண்களும் அவர்களுக்குள் ஏதோ சமிக்ஞை செய்து கொள்கிறார்கள்.

"இன்னும் கொஞ்சம் படம் எடுக்கலாமா?" கேட்கிறான் இவன்.

"இல்லே. வேண்டாம், போதும்...!"

"நிறைய பணம் கிடைக்கும். சரியா?"

சிறுமிகள் ஒருவரை ஒருவர் பார்த்துக் கொள்கின்றனர்.

"நிறைய பணம்னா? பத்து ரூபா குடுப்பியா?"

'பத்து ரூவாவா... இதா நூறு ரூபா. ஆளுக்கு நூறு ரூபா... சரியா?"

சிறுமிகள் காணாததை கண்ட மாதிரி அதைப் பார்க்கிறார்கள். கையில் வாங்கித் தடவிப் பார்க்கிறார்கள்.

அவர்கள் சொன்ன இடத்தில் சொன்ன மாதிரி அமர்கிறார்கள். ஒருவன் அவர்கள் அருகில் வருகிறான். பவானி ஆற்றில்தான் சூட்டிங். சட்டையை அவிழ்த்து வெறுமேலோடு நிற்கிறான். சிறுமி ஒருத்தியின் மீது ஆற்று நீரை அள்ளி வீசுகிறான்.

"பதிலுக்கு நீயும் வீசு...!" என்கிறான் கேமராக்காரன்.

இதோ அவளும் வீசுகிறாள்.

"சட்டை ரொம்ப நனைஞ்சிருச்சு. கழற்று. வேற மாத்திக்கணும்...!"

அதுவரை தண்ணீரில் நனைந்தவள் பெருமரத்தின் மறைவுக்கு ஓடுகிறாள். அடுத்தவளுக்கும் அதே போல் ஷாட் வைக்கிறார்கள். படம் எடுக்கிறார்கள். அதே ஆளு. அதே இளைஞன். வெற்றுடம்புடன் நிற்கிறான்.

"குட்டி இப்படி வா...!"

அவளை இழுத்துப் பிடிக்கிறான். இப்போது ஒரு கேமரா இங்கே. இன்னொரு கேமரா எங்கே?

அதோ புதர் மறைவில் ஆடை மாற்றும் சிறுமியை வஞ்சகமாக படம் பிடித்துக் கொண்டிருக்கிறது அது...

★

சோம மந்திரம் இப்படி சொல்கிறது: 'எல்லா சக்திகளும் அவனுடையதே. நிர்வாணமாக உள்ளோருக்கு ஆடை அணிவிப்பான். நோயாளிகளைக் குணப்படுத்துவான். கண் பார்வையற்றோருக்குக் கண் பார்வை அளிப்பான். ஆண்மை குறைந்தோருக்கு ஆண்மை தருவான். தேவர்களுக்கும் மனிதர்களுக்கும் முக்தி தருவான். "ஓ, பவமான, அழியாத, என்று முழு உலகில் என்னை வைப்பாயாக. எந்த இடத்தில் அழியாத ஒளியும், புகழும் உள்ளதோ அந்த இடத்தில் என்னை வைப்பாயாக."

15

சிறைச்சாலை நல்லவனை மேலும் நல்லவனாக்குகிறது. கெட்டவனை மேலும் கெட்டவனாக்குகிறது.

கள்ளச்சாராயம் விற்பவன் கஞ்சா விற்பவனோடு இங்கேதான் கூட்டு சேருகிறான் கஞ்சா விற்பவன் அபின், ஹெராயின், கோகைன் விற்பவனோடு கூட்டு சேர்ந்து உலக மாஃபியா ஆகிறான். பசிக்கு சோறு திருடியவன், நெல்லு திருடியவனோடு கூட்டு சேருகிறான். நெல்லு திருடியவன் நகை வழிப்பறி செய்தவனோடு இணக்கமாகிறான். நகை வழிப்பறி செய்தவனுக்கு வங்கி லாக்கரையே

அபேஸ் செய்தவன் தொழில் சொல்லிக்கொடுக்கிறான். பெண்களை ரேப் செய்தவன் கேங் ரேப் செய்தவனோடு கூட்டு சேருகிறான். தனி மனிதனை மோசடி செய்தவன் ஊரையே மோசடி செய்தவனோடு இரண்டறக் கலக்குகிறான். ஒரு நாலு கொலை செஞ்சவன் ஒரு கொலை செஞ்சவனுக்கு பயிற்சி கொடுக்கிறான். ராஜாங்கத்தில் ஊழல் செய்து கைதானவன், உலக ஊழல்வாதியோடு கைகோர்க்கிறான்.

இப்படியான கிரிமினல்கள் நிறைந்த இடத்தில் யோக்கியவான் மாட்டினால் என்ன கதிக்கு ஆளாவான்? 'எந்தத் தப்பும் செய்யாமல் வந்துட்டேன் பழிபாவம் சுமந்துட்டே. இனி உலகம் உன்னை திருடன்னுதான் பழிசொல்லும். ஒண்ணு நீ எங்களோட கூட்டு சேர்ந்துடு. க்ரிமினல் ஆயிடு. இல்லன்னா நீ வெளியில போனா வாழவே முடியாது. தற்கொலைதான் செஞ்சுக்குவே!' என்றெல்லாம் அங்கே கிரிமினல்கள் பாடம் நடத்துவார்கள்தான்.

அதையெல்லாம் முறியடித்து நல்லதே செய்யணும்ன்னு வந்து தேசத்தியாகி ஆனவர்கள் நிறைய. சுதந்திரப் போராட்ட காலத்திலிருந்து இப்போது வரை அதுதான் நடந்து கொண்டிருக்கிறது.

'அதுபோல பழனிச்சாமி இங்கே வந்ததிலிருந்து மேலும் நல்லவனாகியிருந்தான். தன் பொண்டாட்டி பிள்ளைகளை மறந்தான். செத்துப்போன மருதியை மறந்தான். தன் மீது பழி சொல்லி புகார் கொடுத்த லட்சுமியையும் மறந்தான்.

இவ்வளவு ஏன் தான் நிரபராதி என்று தெரிந்தே தன் மீது கொலைப் பழி சுமத்தி திடீர் கைது செய்து இரவோடு இரவாக கள்ளனைப் போல் ஜெயிலுக்கு அனுப்பிய அந்த சர்க்கிள் இன்ஸ்பெக்டர் பல்பனா நாயர், டிஒய்எஸ்பி சந்திரன் போன்ற போலீஸ் அதிகாரிகளையும் மறந்தான்.

சிறைக்குள் வந்த முதல் நாள்தான் ஒரு மாதிரியாக இருந்தது. உட்கார முடியவில்லை. தூங்க முடியவில்லை. செல்லில் ஒரே மூத்திர வாடை. இவன் அடைக்கப்பட்டிருந்த கொட்டடியில்

நாலு பேர். அதில் ஒருவன் அங்கேயே குவளையில் மலம் கழிப்பதைப் பார்த்தான். குடலைப்புரட்டியது நாற்றம்.

அதை விட அடுத்தநாள் காலை மந்தைகளைப் போல் திறந்துவிடப்பட்ட ஆட்கள் போன கக்கூஸ் அதைவிடக் கொடுமை. கால் வைக்கும் இடமெல்லாம் நரகலும் மூத்திரமும் தண்ணீருமாய்த் ததும்பியது. இப்படியொரு நரகத்தில்தான் மனிதர்கள் வாழ்ந்துகொண்டிருந்தார்கள். அதில் கள்ளனை விட காப்பான்களை விட அப்பாவிகளே அதிகம் இருந்தார்கள். அதிலும் அட்டப்பாடியைச் சேர்ந்தவர்கள் ரொம்பவுமே இருந்தார்கள்.

சின்னவாயன் பொண்டாட்டியை அடித்துக் கொடுமைப்படுத்தியதாக சிறைக்கு வந்திருந்தான். போய மூப்பன் மீது நாலு ஊறல் மொடா போட்டு சாராயம் விற்றதாக கேஸ். கோட்டத்துறையில் கஞ்சா விற்றதாக சாத்தன், பொட்ரன், சூக்கணை, சூக்கன். இப்படி நிறையபேர்.

சந்தனக்கட்டை கடத்தியதாக திரூட்டி, சுசவாயன், மல்லி, செங்காளி, ஈசவாயன், தொட்டியன், கருமன். கள்ளச்சாராயம் வித்ததாக வந்திருந்த ஆட்களுக்கு அளவே இல்லை.

எப்படிப் பார்த்தாலும் அட்டப்பாடி ஆட்கள் மட்டும் 50 பேருக்கு மேல் நிரந்தரமாக சிறையில் இருந்தார்கள். அதில் முப்பத்தைந்து பேர் இரண்டு வருஷத்துக்கு மேல் உள்ளேயே கிடந்தார்கள். பார்க்கவோ, பேசவோ சொந்தக்காரர்கள் கூட வரவில்லை.

அவர்கள் உயிரோடு இருக்கிறார்களா என்றும் கூட அறிந்திருக்கவில்லை.

“எனக்கு ஒரு பொண்டாட்டி ரெண்டு புள்ளைக உண்டு. காட்டு வேலைக்குப் போனேன். சாராயம் விக்க பீத்தப்பையன் கூப்பிட்டான். நான் ஆள்காரனில்லைன்னு சொன்னேன். அதுக்கு அவன் என்னை அடிச்சிட்டான். போலீஸ் வந்து என்னைப் புடிச்சு இப்படி சாராயக்கேஸ், கஞ்சா போட்டு உள்ளே வச்சிருச்சு. பொண்டாட்டி புள்ளைகளுக்கு

இப்படியொரு ஜெயில் இருக்கும். அதுல புருஷனைப் பார்க்க விடுவாங்கன்னு எல்லாம் தெரியாது. அவங்க பஸ்ல கூட போனதில்லை!" என்று சொன்ன சூக்கரை கண்ணீரையே மறந்திருந்தான். 'சோறு சோறு' என்று எந்நேரமும் அலைந்தான்.

ஐக்கியன் கதை வேறு மாதிரி. அவன் பொண்டாட்டி பவானி ஆத்தில் செத்துக் கிடந்தாள். உடம்பெல்லாம் காயம். என் பொண்டாட்டிய யாரோ கொன்னுட்டாங்கன்னு புகார் கொடுக்கப் போனவன்தான். இவனையே கொலைகாரனாக்கி விட்டது போலீஸ்.

இப்படி பலபேருடைய கதையைக் கேட்கும்போதெல்லாம் இவனுக்குள் எட்டிப் பார்த்தது அனுதாபம் மட்டுமல்ல, இவர்களுக்காக நாம் ஏதாவது செய்தாக வேண்டும். கெட்டவன் தண்டிக்கப்படலாம். நல்லவன் ஒருவன் கூட தண்டிக்கப்படக் கூடாது.

வக்கீல் சிவசாமி வந்தார்.

"உனக்கு ஜாமீன் பெட்டிஷன் கீழ்கோர்ட்ல தள்ளுபடி ஆயிருச்சு. செசன்ல போட்டிருக்கேன்!" என்றார்.

அப்பவும் "லட்சுமிக்கு ஜாமீனுக்கு ஏற்பாடு செஞ்சுட்டீங்களா?" என்றுதான் கேட்டான். "உம்பொழப்பு அந்தரத்துல கிடக்குது. நீ உன்னை ஜெயிலுக்கு அனுப்பினவ மேலயே கரிசனப்படறியே பழனிசாமி. இது உனக்கே நல்லாயிருக்கா?" என்றார் வக்கீல்.

இவன் விரக்தியாய் சிரித்தான்.

"அவ பாவம் வக்கீல் சார். ஒரு பாவமும் அறியாதவள். தெரியாத்தனமா புகார் கொடுத்திருக்கா. அந்தச் சூழ்நிலையில் நீங்க, நானா இருந்தாலும் அதைத்தான் செஞ்சிருப்போம். அதை விடுங்க. குற்றம் செய்யாம இங்கே நான் மட்டுமா இருக்கேன். இங்கே வந்து பார்த்தால்தான் இத்தனை அப்பாவிகள் இருக்கிறதே தெரியுது. நமக்குக் கூட படிப்பு இருக்கு. நிலபுலம் இருக்கு. ஆனா இவங்களுக்கு ஏதுமில்லை. வானமே கூரை. கைநாட்டு கூட எந்த விரல்ல வைக்கணும்ன்னு தெரியாது. நம்ம கூட இவங்களைக் காப்பாத்தலைன்னா யார் காப்பாத்தவா?"

“ரொம்பவும்தான் தத்துவவாதி ஆகிட்ட பழனிசாமி!”

“ஜெயில் அதை செஞ்சிருக்கு. செஞ்சிரும். எனக்கு நீங்க இன்னுமொரு உபகாரம் செய்யணும்...!”

“சொல்லு பழனிசாமி...!”

“நான் ஒரு பட்டியல் தர்றேன். அதை அப்படியே முக்கியமந்திரி, சட்டமந்திரி, ஜெயில் மந்திரி, ஹியூமன் ரைட்ஸ் கமிஷன்னு எவ்வளவு முடியுமோ அவ்வளவு அனுப்பனும். தேவைப்பட்டா ஜனாதிபதிக்கு கூட அனுப்புங்க. நான் வெளியில வர்றனோ இல்லியோ, எனக்கு முன்னாடி இந்த அப்பாவிக ஒருத்தர்கூட இப்ப்டி ஜெயில்ல இருக்கக்கூடாது. அப்படி வெளியில வர்றவங்களுக்கு ஏதாச்சும் தொழில் ஏற்பாடு செஞ்சு உதவறது உங்க கடமை!”

அவனையே பார்த்தார் வக்கீல். எவ்வளவு நல்லவன். இப்படிப்பட்டவனை கட்டினவள் புறக்கணித்து, ஆதரித்தவளும் தவறிப்போய், அவள் கொலைப்பழியை இவனே சுமந்து எப்படியான கொடுமை?

“ஆமா உம் பொண்டாட்டி பேரு என்ன சொன்னே?”

“ஏன் கேட்கறீங்க சார்?”

“சொல்லு...!”

“சுலோச்சனா..!”

“அவகிட்டவும் நான் போய் பேசறேன்!”

வக்கீல் சிவசாமிக்கு சோசியல் சர்வீஸ் செய்யறது சர்க்கரைப் பொங்கல் சாப்பிடற மாதிரி. செய்தார். நிறைய செய்தார். தன்னுடன் மனித உரிமைக்காகப் போராடும் பல்வேறு வக்கீல்களை சேர்த்துக் கொண்டார். சிறையில் உள்ளவர்களுக்காக பெட்டிஷன்கள் போட்டார். கற்றை கற்றையாய்ப் புகார் மனுக்கள் பறந்தன. அது கொஞ்சம் அல்ல; பலமாகவே வேலை செய்தது.

“யாரவன். நம்ம ஜெயில்ல நடக்கற அக்கிரமங்களை எல்லாம் வெளியே கொண்டு போனவன்?”

பழனிசாமியைத் தேடிப் பிடித்தார்கள். தனிக் கொட்டடியில் அடைத்தார்கள். இரவு வேளையில் அதற்குள் யாரோ நுழைந்தார்கள். பெட்சீட் போன்ற ஒன்றைப் போர்த்தி குண்டாந்தடியால் சாத்தினார்கள்.

“அய்யோ... அய்யோ... அடிக்காதே... அடிக்காதே!” அவனின் ஓலம் அந்த ஜெயிலின் மதில் சுவர்களைத் தாண்டி ஒலித்தது. விடியற்காலை. நடக்கவே முடியாது அந்தக் கொட்டடியில் குற்றுயிராய் படுத்துக் கிடந்த அவனைப் பார்த்த கைதிகள் பதறித் துடித்தனர்.

“இது அக்கிரமம். அநியாயம். நாங்க விடமாட்டோம்!” என்று அவன் மீது அனுதாபப்பட்டவர்கள் எல்லாம் தர்ணாவில் அமர்ந்தனர்.

சிலர் சிறைக்குள் இருந்த மரங்களின் மீது ஏறி போராட்டம் பண்ணினார்கள். ஒருவன் வாட்ச் டவரில் ஏறி நின்று குதித்து ‘தற்கொலை செய்து கொள்வேன்!’ என்று மிரட்டினான்.

“நடவடிக்கை எடு. நடவடிக்கை எடு. பழனிசாமியை அடித்த ஜெயிலர் மீது நடவடிக்கை எடு. அடிக்காதே அடிக்காதே சிறைவாசிகளை அடிக்காதே. கொல்லாதே எங்களை சித்ரவதை செய்து கொள்ளாதே!”

சிறைவாசிகள் காலை உணவையும், மதிய உணவையும் புறக்கணித்தனர். 52 கைதிகள் தொடர் உண்ணாவிரதம் அறிவித்தனர். இது சிறைக்கு வெளியே மீடியாக்களிடம் பரவியது.

சிறை ஆஸ்பத்திரியில் பழனிசாமியும் உண்ணாவிரதம் இருந்தான். குளுகோஸ் ஏற்றப்பட்டிருந்த ஊசியை எல்லாம் பிடுங்கி எறிந்தான். அங்கேயே தொடர் உண்ணாவிரதம் இருந்தான்.

அந்த நேரத்தில் மனு போட்டுப் பார்க்க வந்திருந்தாள் சுலோச்சனா. வக்கீல் சந்திருத்திருக்கிறார். புத்திமதிகள்

சொல்லியிருக்கிறார் என்பது அவள் நின்ற தோரணையிலேயே தெரிந்தது.

இரண்டு பிள்ளைகளும் அவள் தோளுக்கு வளர்ந்திருந்தனர். எப்போ பார்த்தது? நிறைய அழுதிருந்தாள். இளைத்திருந்தாள். சிறை வார்டன் வந்து அழைத்தபோது முதலில் அவளைப் பார்க்க வேண்டாம் என்றுதான் நினைத்தான். இருந்தாலும் மனசு கேட்கவில்லை.

அவள்தான் புரியாமல் நடந்துகொண்டாள் என்றால் நாமும் இப்படியே இருக்கலாமா? அவள் ஒதுக்கினால் கேவலப்படுத்தினால் நமக்கு எங்கே போச்சு புத்தி. அதற்காக மருதியை தன்னுடன் சேர்த்துக் கொண்டது சரியா? அதற்கான பலனைத்தானே இப்போது அனுபவிக்கிறோம்?

பலவாறாக யோசிப்புகள். சிறைக்கம்பிகளுக்குப் பின்னே, அவள் முன்னே தலைகவிழ்ந்துதான் நின்றான்.

அவள் பேசவில்லை. அமைதி. கூட்டம். சிறைவாசிகளைப் பார்க்க வந்த கூட்டம் மொத்தமும் கத்திப் பேசிக்கொண்டிருந்தது. இவளோ அழுது தேம்பினாள்.

"நான் படிச்சுப் படிச்சு சொன்னேன். கேட்டீங்களா? இதா இந்தப் புள்ளைக முகத்தைப் பாருங்க. இன்னுமா உங்க மனசு மாறலை?" என்று கேட்டு கேவிக் கேவி அழுதாள். அப்பவும் இவன் பேசவில்லை. இவனின் பிள்ளைகள் இருவரும் தேம்பினார்கள்.

"அப்பா நீங்க எப்போப்பா வெளியே வருவீங்க?"

"வந்துடுவேன். அழ வேண்டாம். இனி வந்ததும் உங்களோடவே இருப்பேன்!"

அவளும் அழுதாள். "வக்கீலைப் பார்த்தேன். செசன்ல ஜாமீன் கிடைச்சிரும்ன்னு சொல்லியிருக்கார்!" என்றாள்.

இவன் எதுவும் பேசவில்லை. அவள் இவனையே பார்த்துக் கொண்டிருந்தாள்.

"நான் பெண்கள் ஜெயிலில் போய் அந்த லட்சுமியையும் பார்த்தேன்..!"

அவள் சொன்னவுடன் திடுக்கிட்டு நிமிர்ந்தான்.

'பாவம் அவ எவ்வளவு நல்லவ. அப்படிப்பட்டவங்க வாழ்க்கையை சீரழிச்சிருக்கியே வெட்கமாயில்லை?"

அவளிடம் வேறு என்ன எதிர்பார்க்க முடியும்?

"நீ திட்டறதை அப்புறம் வச்சுக்க. முதல்ல லட்சுமி என்ன சொன்னா சொல்லு!"

"கேஸை வாபஸ் வாங்கறேன்னு சொல்லியிருக்கா!"

"கொலை கேஸை வாபஸ் வாங்க முடியுமா?"

"சந்தேகக் கேஸ்தானே. அதில் ஒண்ணும் பாதகமில்லை. அவளே கூண்டேறிச் சொன்னா ஜாமீன் கிடைச்சுடும்ன்னு வக்கீல் சொன்னார்...!"

'அவள் சொல்லுவாளா? சொல்லக்கூடிய அளவுக்கு அவளுக்கு பக்குவம் வந்து விட்டதா?' பழனிசாமியின் எண்ணத்திற்கு மேலாகவே இருந்தாள் லட்சுமி.

சிறைக்கு வந்த பிறகு அதிலும் அந்த பல்பனா சர்க்கிள் பொய்க்கேஸ் போட்டபிறகு, ஜெயிலில் இத்தனை பேரைப் பார்த்தபிறகு, அவர்களும் நம்மைப் போல் அப்பாவிகள் என்று தெரிந்த பிறகு ஏனோ இஞ்சிக்காரன் மீது இருந்த வன்மம் மறைந்து போனது. அவன் மீது கோபம் கூட இல்லை. அனுதாபமே மேலோங்கியது.

'அவன் நல்லவன். நம்மதான் தப்பு செஞ்சுட்டோம்!' என்ற எண்ணம் அடிக்கடி உள்ளத்தில் எழுகிறது. அதிலும் சிறையில் அவன் மற்ற கைதிகளுக்காகப் போராடி அடிபட்டு ஆஸ்பத்திரியில் கிடக்கிறான் என்று அறிந்ததும் வருத்தத்தின் .உச்சத்திற்கே சென்றாள் லட்சுமி.

மருதிக்கும், அச்சன், அம்மைக்கும் நல்லவனாக இருந்த அந்த இஞ்சிக்காரன் எந்த இடத்தில் நமக்கு கெட்டவனான்? அவன்

மீதே கொலைப் பழி சுமத்தும் அளவு நமக்குள் எப்படி வன்மம் வளர்ந்தது?

சரியோ தப்போ? அக்கா இருக்க தங்கை திருமணம் செய்து கொண்டு ஒரே வீட்டில் பிள்ளை பெற்றுக் கொண்டாலே தாங்காது. அதே தங்கை புருஷனையும் தின்னுட்டு, வேறொரு ஆம்பிளையுடன் கூடிக் குழாவினால் எந்த ஒரு ஆம்பிளை சுகமும் அனுபவிக்காத பெண் என்ன செய்வாள்? தங்கையாயிருந்தால் என்ன அம்மையாக இருந்தால்தான் என்ன? வன்மம் வராமல், காதலா வரும்? இதை உணர்ந்து கொள்ளவே ஒரு சிறைச்சாலை தேவையிருந்திருக்கிறது. அதையும் எடுத்துச் சொன்னவர்கள் இவள் வந்த பிறகு இதே சிறைக்கு வந்த வடுகி, நஞ்சி, செண்டுவும்தான்.

"வலிப்பு ஒரு குறைதான். அது கல்யாணமே செய்து கொள்ளாத அளவுக்கு குறை நோயா? ஆம்பிளை சுகமே வலிப்பு வந்தவளுக்கு இருக்காதா? அந்த ஏக்கம் என்ன செய்யும். அம்மையானாலும், தங்கையானாலும் அதைத்தான் செய்வாள். அது உன் தப்பு இல்லே லட்சுமி. நிண்ட அச்சன் அம்மையோட பிழை!" அவர்கள் கனிவாக எடுத்துச் சொல்லியபோது மனதுக்கு இதமாக இருந்தது.

எப்படியான உண்மை? அதை ஏன் இதுவரை புரிந்து கொள்ளாமல் போனோம்.

"மருதியும் பாவம்தன்னே? பதிமூணு வயசில் புருஷன் சுகம் கண்டவள். ஒரு பொண்ணுக்குத் தாய். அவளுக்கும் ஆசாபாசம் இருக்கும். தாங்குவதற்கு ஒரு தோள் கிடைத்தால் சாயும். அப்படி சாய்ஞ்சதுதான் அந்த இஞ்சிக்காரன். அதற்காக கோபித்துக் கொள்வதும், கொலைப்பழி சுமத்துவதும் சரியே அல்ல!" என்றார்கள்.

இன்னும் பல விஷயங்களை வந்த மூன்று பெண்களும்தான் புரிய வைத்தார்கள். தாய்க்குலச் சங்கம், சாட்சரதா வகுப்புகள் எவ்வளவு முக்கியமானது. அதில் சேர்ந்து படித்தால் நமக்கும் இந்த அளவு அறிவு வளருமோ. மருதி இந்த சாட்சரதா வகுப்பை

எடுத்து எத்தனை பேருக்கு அறிவு புகட்டியிருக்கிறாள். 'உன் தங்கை மருதி எனக்கும் பாடம் எடுத்திருக்கா தெரியுமோ?" என வடுகி சொன்னபோது உண்மையிலேயே நெகிழ்ந்து போனாள். இப்படி எத்தனை பேருக்கு மருதி அறிவு புகட்டியிருப்பாள்?

செண்டுவும், வடுகியும், நஞ்சியும் சிறைக்குள் வந்த பிறகு பெரிய துணை இவளுக்கு கிடைத்திருந்தது. வெளியே நடந்த கதையெல்லாம் அவர்கள்தான் கதையாகச் சொன்னார்கள். அதற்குப் பிறகுதான் இஞ்சிக்காரன் மீது இவளுக்கு அனுதாபமே சுரந்தது.

"அந்த இன்ஸ்பெக்டர் சதிகாரன். நினைச்ச இடத்தில் புகுந்து நினைச்சவங்களையே எல்லாம் கைது பண்றான். ஆம்பிளைன்னா கஞ்சா கடத்தல், கள்ளச்சாராயம் கேஸ். பொம்பளைகன்னா எல்லோருக்கும் விபச்சாரி, அவுசேரி கேஸ் அவன் இருக்கற வரைக்கும் அட்டப்பாடிக்கு கேடுகாலம்தான்" என்றார்கள்.

"பாவி. படுபாவி. எங்களை ஸ்டேஷனில் வைத்து சித்ரவதை செஞ்சான். அடி தாங்காமல் இவ தோழர்கள் இருக்கற இடம் சொல்லீட்டா. அங்கேயே போய் அவங்களை தூக்கீட்டு வந்துட்டாங்க. எங்களையாவது ஜெயிலுக்கு அனுப்பின பயல் அவங்களை உசிரோடவே இல்லாதவங்க ஆக்கீட்டான் படுபாவி. மாவோயிஸ்ட்டாம். துரத்திப் பிடிச்சானாம். தப்பிச்சாங்களாம். இரண்டு கோஷ்டிக்கும் சண்டை நடந்ததாம். மூணு பேரை சுட்டுக் கொன்னுட்டானாம். எல்லாமே பொய். தோழர்களிடம் எந்த ஆயுதமும் இல்லை. சின்ன கத்தி கூட இல்லை. இன்னும் சொல்லப் போனால் அவங்க துப்பாக்கி வச்சு கூட பார்த்ததில்லை. அவங்ககிட்ட இருந்ததெல்லாம் மூணே மூணு புத்தகங்கள்தான். மாவோவோட ரெட் புக், போரும் அமைதியும், பகத்சிங் வீசிய குண்டு. வெறும் புத்தகம் வச்சிருப்பதற்கு சுட்டுக் கொல்ற போலீஸ் இவங்களாத்தான் இருக்கும்!" என்று ஆவேசப்பட்டாள் வடுகி. நஞ்சியும் செண்டுவும் அவளை அமைதிப்படுத்தினார்கள். 'இது நம்ம வீடோ, காடோ இல்லடி. ஜெயில். அடக்கி வாசி!' என்றார்கள்.

ஆண்கள் சிறையைப் போலவே இங்கேயும் அப்பாவிப்

பெண்கள் சிறை வைக்கப்பட்டிருந்தார்கள். அவர்கள் பலரும் இன்ஸ்பெக்டரோ, சப் இன்ஸ்பெக்டரோ சொன்ன சொல் கேட்காதவர்கள். பிராது கொடுக்க போலீஸ் ஸ்டேஷன் சென்றவர்கள். அடித்துப் போட்டால் கேட்க நாதியில்லாத அபலைகள். அந்த பெண்கள் சிறைக்குள் இருந்த அசலான திருடிகளை விரல் விட்டு எண்ணி விடலாம். அவர்களை ராணி போல் வைத்துக் கொண்டார்கள் சிறை வார்டன்கள். அவர்கள் அடிக்கடி வருவதும் வெளியே போவதுமாக இருந்தார்கள். மற்றவர்களுக்குத்தான் வெளியே எடுக்க ஆட்களோ, வக்கீலோ இல்லை.

பெண்களுக்கான சிறையிலும் பெரிய வசதி இல்லை ஐந்தே ஐந்து கொட்டடிகள். அதில் ஒன்று சமையலுக்கு. மீதி நான்கில்தான் இன்றைய தேதிக்கு இருபத்தியோரு கைதிகளும் படுத்து உறங்க வேண்டும். பாத்ரூம், கழிப்பிடம் எல்லாம் ஒன்றுதான். அங்கே கழுவப்படாத மலக்கழிவுகள். பெருக்கெடுக்கும் மூத்திர வாசம். மாதாந்திர உபாதை வந்த கைதிகள் இஷ்டம்போல் துடைத்துப் போட்ட ரத்தக்கறை படிந்த துணிகள்.

பெண்கள் சிறையில் கைதிகளின் எண்ணிக்கை முப்பது கடக்கும்போது பழைய கைதிகளை, கொடுங்கைதிகளை சென்ட்ரல் ஜெயிலுக்கு மாற்றி விடுவது வழக்கமாக இருந்தது. எந்த நேரம் நமக்கும் சென்ட்ரல் ஜெயில் வாசம் வரும் என்று தெரியவில்லை. இடையில் அந்த டிஒய்எஸ்பி சந்திரன் வந்து போயிருந்தான்.

“என்ன லட்சுமி? நான் உன் மேல ஏதும் நடவடிக்கை எடுக்குமா? ஹியூமன் ரைட்ஸ், மகிளா கமிஷன்னு பிராது அனுப்பீட்டியே! ஆ இன்ஸ்பெக்டர் தப்பா நடந்ததற்கு நான் எந்துா செய்யும். அவனை நான் தண்ணியில்லா காட்டுக்கு மாற்ற ஏற்பாடு செஞ்சுடறேன். உடனே நீ உன் பிராதை வாபஸ் வாங்கிக்க மகளே. அதுக்கு இதுல ஒரு கையெழுத்துப் போடு!”

ஒரு தடவை இல்லை. பல தடவை இவளைத் தேடி வந்தான். முதலில் பேசினான். பிறகு கோரிக்கை வைத்தான். அப்புறம் கெஞ்சினான். இவள் எந்த அசைவும் காட்டவில்லை.

"எதுக்காக இஞ்சிக்காரனை கைது செஞ்சது?"

"நீதானே அவன் மேல புகார் கொடுத்தது..?"

"அவன்தான் மருதியை கொலை செய்தானா?"

"நீதான்னே அவன்தான் கொலைகாரன்னு அடிச்சு சொன்னது?"

"சொன்னேன். போலீஸ் வேலை எந்தா. விசாரிச்சுதா? கொலைகாரன் யாருன்னு கண்டுபிடிச்சதா? ஒருத்தன் அல்ல ஏழெட்டுப் பேர் என் தங்கச்சியை கெடுத்துக் கொன்னிருக்கு. அது ரெக்கார்டுல ஏறியிருக்கா?"

டிஒய்எஸ்பி ஒவ்வொரு முறை வரும்போதும் இவளிடம் ஏதாவது ஒரு கேள்வியை எதிர்கொண்டான். ஆனால் அவள் மறந்தும் கூட இவன் நீட்டிய தாளில் கையெழுத்துப் போடவில்லை. சிறை ஒரு அப்பாவி ஆதிவாசிப் பெண்ணை படுபுத்திசாலியாக்கி அவளை இறுக்கமாகவும் ஆக்கியிருக்கிறது.

"உன்மேல இருக்கிறது இன்ஸ்பெக்டரை அடித்தது. அவரைப் பணிசெய்ய விடாம தடுத்ததுங்கிற கேஸ்தான். அதை அந்த ஆளை மன்னிச்சு விடச் சொல்றே. உடனே நீ மட்டுமல்ல, உன் அச்சனும், அம்மையும் கூட வெளியில போயிடலாம். ஒழுங்கா கையெழுத்துப் போடு. இல்லே!" என்று மிரட்டவும் ஆரம்பித்தான். இவளோ மேலும் ரௌத்திரமானாள்

"போய்க்கடா. உன்னால என்னை இதுக்கு மேல ஏது செய்ய முடியும்?"

"இருளச்சி மவளே. மூதி. உனக்கு இவ்வளவு திமிரா வச்சுக்கறேன்டி!"

இவள் கூச்சல் போட்டாள். "ஈ போலீஸ் ஆபீசரு என்னை பலவந்தப்படுத்தறார். கேப்பாரு கேள்வியில்லையா?" கூப்பாடு அந்த சிறைச்சாலை முழுக்க எதிரொலித்தது. பெண் வார்டன்கள் ஓடி வந்தார்கள்.

"மிண்டாதிருடி!" இவளை அடக்கினார்கள்.

"சாரே உங்களை ஜெயிலுக்குள்ளே விட்டதே எங்க தப்பு.

உள்ளே வந்து பிரிசனரை மிரட்டினீங்கன்னு தெரிஞ்சுது. எங்க வேலையே போயிரும். மாஜிஸ்ட்ரேட் கோர்ட்டுக்கு நாங்க அலைய வேண்டி வரும். போயிருங்க!" என இன்ஸ்பெக்டரையும் தள்ளிக் கொண்டு போனார்கள். அப்போதுதான் அவர்கள் பேச்சு வாக்கில் அந்த வார்த்தையை உதிர்த்தார்கள்.

"ஆம்பிளை ஜெயிலில் சமரன் நடக்குது. பழனிச்சாமியே கிழனிச்சாமியோ அடிபட்டுக் கிடக்கிறான். கைதிகள் எல்லாம் சாப்பிட மாட்டேன்னு உண்ணாவிரதம் இருக்காங்க. பெரிய ஆபீஸர்ஸ் ரெய்டு நடக்குது. இந்த நேரத்துல நீங்க இங்கே வந்து எங்க பணிக்கு உலை வச்சுடாதீங்க!"

பழனிச்சாமி இஞ்சிக்காரன் பேர். அவனுக்கு ஆபத்தோ! என்ன நடக்கிறது ஆம்பிள்ளைகள் ஜெயிலில். திரும்பி வந்த ஜெயில் வார்டனிடம் சாதுர்யமாகப் பேசினாள். அங்கே நடப்பது மெல்ல மெல்ல அவள் சொல்ல இவளுக்குள் ஏற்கனவே சுரந்திருந்த ஈரம் ஊற்றாய் கொப்பளித்தது.

"பாவம் பழனிச்சாமி!" வாய்விட்டே சொல்லிக் கொண்டாள்.

★

பிரம்மாவின் மனைவியான காயத்ரீ ஒரு பறவை வடிவத்தில் சென்று அதைக் கொண்டுவரச் சென்றாள். ஆனால் அதைக் காக்கும் கந்தர்வர்கள் தடுத்து விட்டனர். பின்னர் 'வாக்' தேவதை சென்றாள். கந்தர்வர்களுக்கு பெண்கள் மீது ஆசை உண்டென்பதால் தாம் செல்வதாக வாக்கு தேவதை சொன்னாள். நீ எப்படி திரும்பி வருவாய் என்று தேவர்கள் கேட்டதற்கு நீங்கள் அழைத்தால் நான் வருவேன் என்றாள் வாக் (சொல்) தேவதை. சோமக் கொடியை முதலில் பார்த்தபோது யார் முதலில் சாப்பிடலாம் என்று போட்டி ஏற்பட்டது. ஒரு பந்தயம் வைப்போம்; முதலில் யார் ஓடிச் செல்கிறார்களோ அவருக்கே என்று முடிவு செய்தனர். வாயுதேவன் முதலிலும் இந்திரன் இரண்டாவதாகவும் வந்தான். முதலில் இந்திரன், நிறைய பங்கு கேட்டான். வாயு மூன்றில் இரண்டு பங்கைச் சாப்பிட்டது. இந்திரனுக்கு நாலில் ஒரு பங்கு கிடைத்தது.

16

நடுநிசி. ஊர்கள் பேரமைதியாய் இருந்தது. சாலையில் அப்பப்ப ஓடும் லாரிகள், கார்கள் சத்தம் மட்டும் கிட்ட வந்து உறுமி விட்டுச் சென்றது. ரோட்டுக்கு மேற்புறம் உயரமான ஒரு மேட்டில் இருந்தது அந்தக் நீளமான பழைய இரண்டு மாடிக் கட்டடம். அதன் முகப்பில் ஒரே ஒரு குண்டு பல்பு எரிந்து கொண்டிருந்தது. அதன் பழுப்பு நிற மஞ்சள் வெளிச்சத்தில் அக்கட்டிடத்தின் முகப்புச் சுவற்றில் கருப்பு பெயிண்ட்டில் வெள்ளையாய் எழுதப்பட்ட எழுத்துகள் தெரிந்தன. பழங்குடியினர் நல மாணவ-மாணவியர் உண்டு, உறைவிடப்பள்ளி.

இங்கேயும் தமிழ், மலையாளம், ஆங்கிலத்தில்தான் அந்த எழுத்துக்கள் வரிசை கட்டின.

அமைதியாய் இருந்த கட்டிடத்தினுள்ளே திடீரென்று 'வீல்ல்ல்...!' என்றொரு சத்தம்.

தூங்கிக் கொண்டிருந்த பெண்குட்டி ஏதோ ஒரு கெட்ட கனா கண்டு அலறியிருக்கும் என்று எண்ணினால் அது தவறு. அந்தப் பெண்குட்டியின் அலறலைத் தொடர்ந்து உள்ளே இன்னும் சில பெண்குட்டிகள் அலறும் சத்தம்.

"அதோ... ஓடுது... பிடிக்கு... துரத்து... விடாதே...!'

பலவேறு குரல்கள். திபுதிபு ஓட்டம். பளிச், பளிச்சென்று தரைத் தளத்திலும், மேல்தளத்திலும் உள்ள அறைகளில் விளக்கு வெளிச்சம் பரவுகிறது. திடுதிப்பென அந்தப் பெரிய கட்டடத்தின் மதில் சுவரைத் தாண்டி ஒரு கறுப்பு உருவம் குதிக்கிறது. ஓட்டமாய் ஓடுகிறது.

இப்போது ஹாஸ்டல் மொத்தமும் விழித்துக் கொள்கிறது. பட், பட்டென்று பல்புகள் உமிழ்ந்த வெளிச்சம். பக்கத்தில் இருந்த கடைகளில் அப்போதுதான் கண்ணயர்ந்திருந்த ஆட்கள் சிலரும் விழித்துக் கொண்டார்கள் ஹாஸ்டலை நோக்கி ஓடி வருகிறார்கள். ஹாஸ்டலுக்குள் ஒரே களேபரம். குவியலாய் சின்னச் சின்ன பெண்கள். பாவாடை சட்டையில். சுடிதாரில். முண்டில், நைட்டியில்.

ஹாஸ்டலுக்கு மூன்று வார்டன்கள். இருவர் பெண்கள். ஒருவர் ஆண்.

"இவளுகளுக்கு இதே வேலையாப் போச்சு!" என அலுத்துக் கொள்கிறார் ஆண் வார்டன். பெண் வார்டன்கள் அக்கறையாய் விசாரிக்கிறார்கள்.

"ஆ உருவம் எந்தப் பக்கம் போச்சு?"

"அதோ அந்தப் பக்கம்!"

"யார் ரூமுல முதல்ல பார்த்தது...!"

"இதோ இவளுக ரூம்லதான்...!"

ஐந்து பேர் வந்து நின்றார்கள்.

கண்ணகி, மாதவி, நாராயணி, ஷோபை, சீபை, கல்யாணி. அந்த ஐந்து பேரும் ஏழாம் வகுப்பு படிப்பவர்கள். மிஞ்சிப் போனால் பனிரண்டு, பதிமூணு வயசுக்காரிகள்.

"சொல்லுடி. உங்கள்ல யாருக்கு ஆ ஆளு தொடர்பு?"

அத்தனைச் சிறுமிகளும் பார்க்கிறார்கள்.

ஐவரும் ஓங்கிய குரலெடுத்து அழ ஆரம்பித்து விடுகிறார்கள்.

வார்டன் எரிச்சலாகிறாள்.

"உடனே கரையண்டா. பதிலைச் சொல்லுங்கடி....!"

"இல்லே மேடம். அது நிச்சயம் பேய்தான். பிசாசுதான். கருகருன்னு இருந்துச்சு!" ஷோபை சொல்லுகிறாள்.

"ஷட் அப் ஐ ஸே!"

வார்டன் அவளை அடக்குகிறாள்.

"நீங்க ரெண்டு பேரும் வாய் திறங்கடி....!"

இப்போது அந்த இருவருமே அழுகையை நிறுத்தி விட்டு விழிக்கிறார்கள். பிறகு அதில் ஒருத்தி கண்ணைத் தேய்த்துக் கொண்டு அழ ஆரம்பித்து விடுகிறாள்.

"நான் படிக்கலை. என்னை என் வீட்டிலிக்கி அனுப்பு, நா போயிடறேன்...!"

"அது அப்புறம் பார்ப்பம். முதல்ல வந்தவன் யாரு சொல்லுடி. ஆ கள்ளப்புருஷன் யாரு?" அதட்டல் போடுகிறாள் வார்டன்.

"மொளைச்சு மொட்டு விடலை. பத்துப் பதிமூணு வயசுல புருஷன் கேட்குது. அதுவும் படிக்க வர்ற இடத்துல கள்ளப்புருஷன் இல்லே...!"

இப்போது மற்ற இருவரும் ஆரம்பித்து விடுகிறார்கள். மற்ற அறைகளிலிருந்து ஓடி வந்து வேடிக்கை பார்க்கும் மற்ற

சிறுமிகளுக்கு அதட்டல் விழுகிறது.

"நீங்க எல்லாம் எதுக்கடி இங்கே நிற்குது. போய்க்கோங்கடி. எவளாவது கள்ளப் புருஷன் வச்சிருந்தா சொல்லீருங்க. நான் இந்த வார்டன் பணிக்கு வந்ததுக்குப் பதிலா ஏதாச்சும் ஓட்டல்ல கூட்டிக் குடுக்கற வேலைக்குப் போயிருக்கலாம்!" கத்துகிறாள் வார்டனில் ஒருத்தி.

"பொறு, பொறு!" இன்னொருத்தி அவளை அமைதிப்படுத்துகிறாள்

மற்ற அறைக்காரிகள் அவரவர் அறைகளுக்கு ஓட்டம் பிடிக்கிறார்கள். வார்டன்களில் ஒருத்தி அந்த அறைப் பெண்கள் ஐவரையும் அவர்கள் அறைக்கு கூட்டிச் செல்லுகிறாள்.

இரவு நேரத்திலும் அந்த அறை முழுக்க சோதனையிடப்படுகிறது.

நாப்கின். பொட்டு, பவுடர், சாந்து. உள்ளாடைகள். அழுக்கடைந்த நைட்டி, துணி மணிகள். கிறுக்கலாய் சில தாள்கள், நோட்டுகள்... எல்லாம் ஆராயப்படுகிறது. பெரிதாக துப்பு அகப்படவில்லை. அடுத்தது அம்மாணவிகளை தன் அறைக்கு கூட்டிப் போகிறாள் வார்டன்.

அவர்களின் ஆடைகளை களையச் சொல்லுகிறாள்.

"மாட்டேன்; மாட்டேன்!" என்று அலறுகிறார்கள் ஐவரும்.

"களையடி!' அதட்டல் போடுகிறாள் வார்டன். ஆடைகள் களையப்படுகிறது.

அவர்களின் அடிவயிறு, தொப்புள் தடவிப் பார்க்கிறாள். ஷோபை, சீபையின் வயிறு உப்பலாய் வித்தியாசப்படுகிறது. பயப்பட்ட மாதிரியே நடந்து விட்டது. இரண்டு வார்டன்களும் முகம் பார்த்துக் கொள்கிறார்கள். அவர்கள் முகம் பேயரைந்தமாதிரி மாறுகிறது.

மற்ற மூவரை அறைக்கு அனுப்பிவிட்டு, இருவரின் தோள்பட்டையைப் பிடித்து உலுக்குகிறாள் ஒருத்தி.

"சொல்லுடி... யாருடி அவன்... எப்ப, உன்னை என்ன செய்தான்...!"

ஒன்றும் சொல்லத் தெரியவில்லை. அழுதார்கள். பெருங்குரலெடுத்து அழுதார்கள். வேறு வழியில்லை. வழக்கம்போல் ஆஸ்பத்திரிதான். மருத்துவப் பரிசோதனைதான். வார்டனில் ஒருத்தி அந்த இரண்டு சிறுமிகளையும் அழைத்துக் கொண்டு புறபட்டாள்.

இது இன்றைக்கு நேற்றில்லை. கொஞ்ச காலமாகவே இப்படித்தான். ஏதோ ஒரு உருவம் இரவில் ஹாஸ்டல் சுவர் ஏறிக் குதித்து வருவதும். குட்டிகள் உள்ள அறையைப் பார்த்துப் பதுங்கிப் பதுங்கி போவதும், தூங்குகிற பெண்களை கட்டிப்பிடிப்பதும். அவள்கள் அலறுவதும் வாடிக்கையாகவே போய் விட்டது.

அதில் பிசாசைக் கண்டது போல் அத்தனை மாணவிகளும் அலறினார்கள். பவானி ஆத்தில் விழுந்து செத்துப்போன மருதியின் ஆவி, ஆலாமரத்தில் தூக்கில் தொங்கிய ஜானகியின் பேய் உலாவுவதாக முதலில் கட்டுக் கதை கிளம்பியது

“அது பெண் பேயல்ல. ஆண் பேய் இல்லைன்னா குட்டிகளைக் கட்டிப் பிடிக்குமா? மோகினிப் பேயாக இருந்திருந்தால் பசங்க ஹாஸ்டலுக்கு இல்ல போயிருக்க வேணும்!” கேலி கிண்டல் புறப்பட்டது.

அடுத்த கட்டிடத்தில்தான் மாணவர் விடுதி. அதில் விடலைப் பசங்க சுவரேறிக் குதித்து மாணவிகளிடம் வம்பு பண்றாங்களோ?' என கட்டுக்காவல் அதற்கும் போட்டார்கள். மதில் சுவரில் கண்ணாடிச் சில்லுகளைப் பதித்தும் பார்த்தார்கள்.

வாரத்தில் ஓரிரு நாட்களாவது இந்தப் பேய் உருவம் வருவதும், ஏதாவது ஒரு ரூமில் குட்டிகளைக் கட்டிப் பிடிப்பதும் தொடர்கிறது. பொறுக்க முடியாமல் போலீஸிலும் கம்ப்ளைண்ட் செய்தார்கள்.

அவர்கள் வந்து விசாரித்ததில் சில மாணவிகளுக்கு மருத்துவப் பரிசோதனை செய்ய வேண்டிய நிலை ஏற்பட்டது.

அதில் மேலும் வந்தது வம்பு. ஏழு பெண்கள் மூணு மாசம்,

நாலு மாசம் கர்ப்பம். அத்தனை பேருக்கும் பதினொன்று, பனிரண்டு வயசு. ஆறாவது ஏழாம் வகுப்பு மாணவிகள்.

“உங்களை இந்த நிலைக்கு ஆளாக்கியது யாரானு?!” கேட்ட கேள்விக்கு அவர்களிடம் பதில் இல்லை. கோவென்று அழுகைதான். ஆஸ்பத்திரிக்கு அனுப்பப்பட்டார்கள்.

‘இப்போ கருச்சிதைவு செய்தால் குட்டியின் உசிருக்கே ஆபத்து!’ என்ற நிலையில் ஐந்து பேர். இரண்டு பேருக்கு அபார்ஷன். அந்த ஏழு பேரும் கண்ணும் காதும் வைத்த மாதிரி அவரவர் வீட்டுக்கு அனுப்பப்பட்டார்கள். அதில் ஒருத்திக்கு அப்பா அம்மா இல்லை. ஹாஸ்டல் அறையிலேயே துப்பட்டாவில் தூக்கு மாட்டி தற்கொலை செய்து கொண்டாள்.

பொத்திப் பொத்தி பார்த்த ரகசியம் வெளியே வந்து விட்டது. மீடியாக்கள், பத்திரிகைகள் வெளிச்சம் போட்டுக் காட்டின.

‘இது பழங்குடி குழந்தைகளுக்கான ஹாஸ்டலா. இல்லை. குட்டிகள் பெத்துக்கறதுக்கான விடுதியா?’, ‘இங்கே இருப்பது விபச்சாரக்கூடமா, பள்ளிக்கூட ஹாஸ்டலா?’ ‘ஹாஸ்டல் வார்டன் மாமா வேலை பார்க்குது. கூட்டிக கொடுக்குது. இதுக்குப் போலீஸும் உள்ளு!’ என்றெல்லாம் செய்திகள் இறக்கை கட்டிக் கொள்ள ஹாஸ்டல் வார்டன்களுக்கு மட்டுமல்ல, மாணவிகளுக்கும் பேரவமானம்.

“ஏய்... பத்து ரூபா கொடுக்கறேன். வர்றியா?” என்று பக்கத்து ஹாஸ்டல் மாணவர்களே மாணவிகளைக் கூப்பிடுவதாகப் புகார் சொல்லி அழுதார்கள் மாணவிகள்.

உலை வாயை மூடலாம். ஊர் வாயை மூட முடியுமா?

நாளாக, நாளாக இருநூத்தி அம்பத்தி மூணு பேர் இருந்த ஹாஸ்டலில் வெறும் அறுபத்தி அஞ்சு பேரே இருந்தனர்.

“குட்டிக படிக்காட்டாலும் பரவாயில்லை. குட்டிக பெத்துக்காம இருந்தா போதும்!”ன்னு அவளுகளோட அச்சனும் அம்மையும் வந்து அழைச்சுட்டுப் போகும்போது வார்டன் மேலும் நொந்து போனார்.

போலீஸ் பாதுகாப்புப் போட்டு ராத்திரிக்கு வரும் அந்த உருவத்தைப் பிடிக்கவும் ஏற்பாடு செய்தார்கள்.

அப்படி போலீஸ் இருக்கும் நாட்களில் மட்டும் அந்த உருவம் வருவதேயில்லை. அத்தனை மாணவிகள் கர்ப்பத்திற்கு காரணம் அந்த உருவம்தானா? வேறயா? 'நம்ம மான மரியாதையோட வாழணும்ன்னா இந்த வேலையை விட்டு போய் விடறதுதான் நல்லது!' கையை தலைக்கு வைத்து யோசித்தாள் அந்த வார்டன்களில் ஒருத்தி. இன்னொருத்தியும் அதை ஆமோதித்தாள்.

இரவு வழக்கம் போலவே கடினமாக விடிந்தது அந்த ஹாஸ்டல் மாணவிகளுக்கு. இரவு தூக்கம் கெட்டதால் சோர்வான புறப்பாடு. அசுவராசியமான படிப்பு.

அந்த ஏழாம் வகுப்பில் மாணவிகள் தூங்கி வழிந்தார்கள். ஆசிரியை பாடம் எடுத்துக் கொண்டிருந்தாள்.

யாரிடமும் கலகலப்பு இல்லை. மாணவ-மாணவிகள் கவனிப்பது போல் இருந்தார்களே ஒழிய கவனம் பாடத்தில் இல்லை. பாடம் எடுத்த ஆசிரியை கூட அப்படித்தான். ஏதோ வெறுமை அப்பியிருந்தது.

சில மாதங்கள் முன்பு வரை 60 பேர் நிரம்பி வழிந்த வகுப்பறை. இன்று கழுதை தேய்ந்து கட்டெறும்பானது போல் பன்னிரண்டு பேர்களாக இருக்கிறதென்றால். எந்த நேரம் எந்தப் பெற்றோர் வருவார்கள். கார்டியன் வருவார்கள் தெரியவில்லை. வந்த வேகத்தில் மாணவிகளை அழைத்துப் போகிறார்கள். டிசி சான்றிதழ் கூட அவர்களுக்குத் தேவையில்லை.

இப்போது இருப்பது எட்டு பசங்கள். நாலு பொண்ணுகள். எட்டுப் பசங்க கதை எப்படியோ. இந்த நாலு பெண்களைக் கூட்டிப் போக ஆட்கள் வருவதற்கு வாய்ப்பில்லை.

ஏனென்றால் இருக்கிற நாலு மாணவிகளில் மூணுபேருக்கு அம்மை, அச்சன், ரெண்டு பேருமே இல்லை. அதில் கண்ணகி, மாதவி. இரண்டு பேருமே படுசுட்டி, படிப்பில் மட்டுமல்ல,

பொதுவான வியாக்கியானத்தில் விளையாட்டில், சுறுசுறுப்பில், பட் பட்டென்று பேசுவதில்...

கண்ணகியின் அப்பா அண்மையில்தான் மரிச்சுப் போனான். அவள் பெரியம்மாவும், முத்தி, முத்தப்பனும் இப்ப ஜெயிலில். மாதவிக்கு அம்மா, அப்பா ரெண்டு பேருமே இல்லை. பெரியம்மா, பாட்டி, தாத்தா எல்லோரும் ஜெயிலில்.

டீச்சர் தங்களையே பார்ப்பதை உணர்ந்து இரு மாணவிகளும் பெரிய மனுஷி போல நெளிந்தார்கள்.

பள்ளிக்கூட மணி அடித்தது. மதிய உணவு இடைவேளை. இருந்த மாணவர்கள் சிட்டாகப் பறந்தார்கள். இவர்களும் ஜோடியாகப் புறப்பட்ட வேளை. டீச்சர் அவர்கள் இருவர் மீதும் அனுதாபம் பொங்க கை போட்டாள்.

“குட்டிகளா...!”

“சொல்லுங்க டீச்சர்...!”

“ஹாஸ்டல்ல ஏதும் தொந்தரவு உண்டா?”

“ஏதும் இல்லை டீச்சர்...!”

“நேத்து ராத்திரியில கருத்த உருவம்... உங்களோட ரூம்ல...!”

“ஆமா டீச்சர். நாங்க பார்க்கலை டீச்சர்...!”

“பார்த்தாலும் ஓடி வந்தடணும். வார்டன்கிட்ட சொல்லணும் எட்டா?”

“சரிங்க டீச்சர்...!”

“அந்த உருவம் ஏது கொடுத்தாலும் வாங்கிச் சாப்பிட்டுடக் கூடாது. அது ஏது பேசினாலும் நம்பிடக் கூடாது...!”

“கண்டிப்பா மிஸ்!”

கண்ணகியும், மாதவியும் மாறி மாறி பதில் கொடுத்தார்கள்.

“அறிவுக்குட்டி!” இரண்டு பேரின் கன்னத்தையும் பற்றி கிள்ளி விட்டு அகன்றாள் டீச்சர்.

பள்ளிக்கூட வராண்டாவில் ஆயா உணவு வழங்கிக் கொண்டிருந்தாள். இரண்டு சிறுமிகளும் தன் வட்டலை எடுத்துச் சாப்பாடு வாங்கிக் கொண்டார்கள். ஓர் ஓரமாய் அமர்ந்தார்கள். இவர்கள் அமர்ந்திருந்த பகுதிக்கு மேலே சுவற்றில் தொலைக்காட்சி பெட்டி ஓடிக் கொண்டிருந்தது. குழந்தைகளுடன் குழந்தைகளாக கொஞ்சிக் கொண்டிருந்தார் ஜனாதிபதி.

“ஹய் அங்கிள்!” என்று சந்தோஷப்பட்டாள் கண்ணகி. மாதவியின் முகத்திலும் குதூகலம்.

“கோவையில் தனியார் பள்ளி நிகழ்ச்சி ஒன்றில் கலந்து கொண்ட ஜனாதிபதி மாணவ-மாணவிகளுடன் கலந்துரையாடினார். அவர்களுடனே ஆடிப் பாடினார். குழந்தைகளுக்கு குறள் சொல்லி அறிவுரை கூறினார்!”

வாசிக்கப்பட்ட செய்திகளூடே, கைகளை உயர்த்தி ஆடிப்பாடும் ஜனாதிபதி. குழந்தைகளைக் கட்டிக்கொண்டு கொஞ்சும் ஜனாதிபதி.

“ஏய் மாதவி. நம்ம ஜனாதிபதி அங்கிள் பணக்கார ஸ்கூலுக்கு மட்டும்தான் போவாரா? நம்ம மாதிரியுள்ளவங்க படிக்கிற ஸ்கூலுக்கு வரமாட்டாரா? ஏக்கத்துடன் கேட்கிறாள் மாதவி.

“வருவார். ஆனா நம்ம மிஸ் அவரைக் கூப்பிடணுமே...!” என்றாள் கண்ணகி.

“ஏன் மிஸ் கூப்பிட மாட்டேங்கிறாங்க...!”

“கூப்பிட்டா நிறைய செலவாகும்ல? அதுக்குப் பணத்துக்கு டீச்சர் எங்கே போவாங்க!”

“அப்ப பணமிருக்கிற எடத்துக்குத்தான் ஜனாதிபதி அங்கிள் வருவாரா? அப்புறம் எதுக்கு அவரை நம்ம ஜனாதிபதிங்கறோம்?”

இவர்கள் பேச்சைக் கேட்டுக் கொண்டிருந்த இன்னொரு மாணவி இடையில் புகுந்தாள்:

“வராம என்ன? போன வாரம் கூட டீவியில பார்த்தேன். நம்மளை

மாதிரி மலைஜாதி பசங்க படிக்கற பள்ளிக்கூடத்துலதான் கலாம் இருந்தார். ஆடிப் பாடினார்.!”

“அப்ப அங்கே மட்டும் எப்படிப் போயிருப்பார்...?”

“தெரியலையே!”

“மிஸ்கிட்ட கேட்போம்...!”

“மிஸ்கிட்ட எதுக்குக் கேட்கணும். நம்மளே ஜனாதிபதி அங்கிள்கிட்ட கேட்டிருவோம்!” கண்ணகி சொன்னவுடன் மாதவிக்குச் சிரிப்பு வந்து விட்டது.

“அட, லூஸூ லூஸூ. எப்படிக் கூப்பிடுவே. உங்கிட்ட எங்கிட்ட போன் கூட இல்லியே!”

“அடிப் போடீ நீதான் லூஸூ. போன வாரம் நம்ம கிளாஸூக்கு யார் வந்தா. நம்ம ஊரு போஸ்ட் ஆபீஸ் ஆளுக வந்தாங்கள்ல. கடிதம் எழுதறது எப்படின்னு சொல்லிக் கொடுத்தாங்கள்ல?”

“ஆமாம். அதுக்கும் ஜனாதிபதிக்கும் என்ன சம்பந்தம்?” பெரிய மனுஷி தோரணையை மாற்றாது அப்பாவியாய்க் கேட்டாள் மாதவி.

கண்ணகி, “அப்பவே அந்த போஸ்ட் அங்கிள்கிட்ட கேட்டனே. இந்த தபாலில் எழுதினா ஜனாதிபதி அங்கிளுக்கே லெட்டர் போகுமான்னு? போகும்ன்னுதானே சொன்னார்?”

“ஓ... அப்படியா?”

“அதனால நம்ம ஒண்ணு செய்வோம். ஜனாதிபதி அங்கிளுக்கு நம்மளே ஒரு லெட்டர் எழுதுவோம். ஜனாதிபதி அங்கிள், ஜனாதிபதி அங்கிள்... உங்களை நாங்க நேரில் பாக்க ஆசையாயிருக்கு. எங்ககிட்ட காசில்ல. உங்க செலவுல எங்களை நீங்க பார்க்க வருவீங்களா அங்கிள்ன்னு எழுதினா என்ன?”

“ஏய் அவர் எப்படீடி நமக்கு அங்கிள் ஆவார். தாத்தா.,. தாத்தான்னுதான் எழுதணும்.,.!”

“சரி, எப்படியோ ஒண்ணு,.. எழுதலாமா?”

"சும்மா நம்மகிட்ட காசில்லைன்னு எழுதினா அவர் நம்புவாரா? ஏன் காசில்லைன்னு எழுதணும்ல?"

"ஆமாம்ல? எனக்கு அச்சன் இல்லை. அம்மையும் ஜெயிலுக்குப் போயிட்டா. எங்க ஊரு போலீஸூ ரொம்ப மோசம். அம்மா ரொம்ப நல்லவ. அதனாலயே அவளை ஹிம்சை செஞ்சு ஜெயிலுக்கு கொண்டு போய் வச்சுட்டாங்க!" சொல்லும்போதே கண்ணகிக்கு நா தழுதழுத்து கண்களில் கண்ணீர் வடிந்தது.

"எனக்கு மட்டும் என்னவாம் அச்சன், அம்மை ரெண்டு பேருமே இல்லை. பெரியம்மா மட்டும். அவளும் பாவம். நல்லவ. அதுதான் போலீஸ் கொண்டு போய் ஜெயில்ல வச்சிருச்சு. அது மட்டுமில்ல, அம்மைய காப்பாத்தப் போன பாட்டித் தாத்தாவையும் கூட ஜெயில்ல அடைச்சுட்டாங்க!" மாதவியின் கண்களும் இப்போது கண்ணீர் சிந்தின.

"அதோட நிறுத்திக்கக்கூடாது மாதவி. இன்னும் இருக்கு. வா!" சாப்பிட்டு முடித்ததும் இருவரும் அந்த வராண்டாவின் மறுகோடிக்கு சென்றார்கள். அமர்ந்தார்கள். கண்ணகி தன் நோட்டுக்கில் ஒரு தாளைக் கிழித்துக் கொண்டாள்.

எழுத ஆரம்பித்தாள். மாதவி கூடவே சொல்ல ஆரம்பித்தாள்.

"எங்களின் உசிருக்கு உசிரான ஜனாதிபதி அங்கிளுக்கு... இல்லையில்லை. ஜனாதிபதி தாத்தாவுக்கு... அகழி பழங்குடி நல ஹாஸ்டலிருந்து ஏழாம் வகுப்பு மாணவிகள் கண்ணகி, மாதவி எழுதிக் கொண்டது...!'

பேனாவை வைத்துக்கொண்டு யோசித்தாள். இவள் விடுபடும் இடத்திலிருந்து மாதவி டிக்டேட் செய்ய ஆரம்பித்தாள்.

"எங்களில் ஒருத்திக்கு அம்மை அச்சன் ரெண்டு பேருமே இல்லை. ஒருத்திக்கு அம்மை மட்டும் உண்டு. அவளையும் ஜெயிலில் அடைப்பிச்சுருச்சு போலீஸு. அதே கதிதான் மாதவியோட பெரியம்மா லட்சுமிக்கும், தாத்தா பாட்டி மாதி, ரங்கனுக்கும் நேர்ந்தது. இங்கே போலீஸ் ரொம்ப மோசம். நல்லவங்களையெல்லாம் அடிச்சுக் கொண்டு போய் ஜெயிலில்

வைக்குது. எங்க அம்மா பாட்டி, தாத்தா பெரியம்மா போல நிறைய பேரோட அம்மை, அச்சன் எல்லாம் ஜெயிலில்தான் கிடக்கு. அச்சன்மாருக நிறைய சாராயம் குடிச்சே மரிச்சுப் போகுது. எங்களை மாதிரி குட்டிகள் வீட்டில் இருந்தா இதைப் பார்த்துக் கெட்டுப் போகும்ன்னு பள்ளிக்கூடம், ஹாஸ்டல்னு விடுது. ஆனா இங்கேயும் நாங்க நிம்மதியா இல்லை. ராத்திரியில ஹாஸ்டல்ல பேயோ, பிசாசோ நுழைஞ்சுடுது. பயமுறுத்துது. அதுல நிறைய பேரு கர்ப்பவதியாயிருதுண்னு ஊரே பேசுது. டீவி, பேப்பர்ல கூட செய்தியெல்லாம் வருது. வெளியே போனாலே எங்களை ஜனங்களெல்லாம் கேவலமா பார்க்கறாங்க. எந்தந்த குட்டிகளுக்கு பேரண்ட்ஸ் உண்டோ அவங்க எல்லாம் வந்து கூட்டீட்டுப் போயிடறாங்க. எங்களுக்கு அந்த நாதியும் இல்லை. தினம் தினம் ஹாஸ்டல்ல செத்துப் பிழைக்கறோம். எங்க டீச்சர்க ரொம்ப கஷ்டப்படறாங்க. நீங்க ஜனாதிபதி. மத்த ஜனங்க மாதிரி பேச மாட்டீங்க. நேரா வருவீங்க இல்ல? எங்க தாத்தா. எங்க சொந்தத் தாத்தாவா இருந்தா பார்க்க வருவீங்கள்ல? அது போல பாக்க வாங்க தாத்தா...!

-இப்படிக்கு கண்ணகி, அம்மா பேரு பூச்செண்டு, வீட்டியூரு, அட்டப்பாடி எழுதியவள்,

“இந்தாடி நீயும் உங்கையெழுத்து போடு!” என்று மாதவியிடம் தந்தாள். அவளும் கையெழுத்திட்டாள்.

தன் பெயருடன் தன் பெரியம்மா பேர் லட்சுமி, செத்துப்போன என் அம்மா பேரு மருதீ. அவளை கொலை பண்ணீட்டாங்க!' என்று எழுதினாள். இருவர் கையெழுத்தும் முத்து முத்தாய் இருந்தது.

இதை எப்படி அனுப்புவது? இருவருக்கும் சின்ன தடுமாற்றம்.

பெல் அடித்தது. வகுப்பறையில் அமர்ந்து டீச்சர் பாடம் நடத்தும்போதும் கூட இதே நினைப்பு. எழுதிய கடிதத்தை எடுத்து எடுத்துப் பார்த்துக் கொண்டாள் கண்ணகி. ரொம்ப நல்லா எழுதியிருந்த மாதிரிதான் இருந்தது. இருந்தாலும்

எப்படி அனுப்புவது. இவளை டீச்சர் பார்த்து விட்டாள். "ஏய் கண்ணகி. எழுந்திரு!" தயங்கியபடியே எழுந்தாள்.

"கையிலே எந்தா தாளு?"

"லெட்டர் மிஸ்!"

டீச்சரின் புருவம் உயர்ந்தது. முகம் கறுத்தது.

"லெட்டரா?'

அவளிடமிருந்து தாளை வாங்கினாள். படித்தாள். வாசகங்களைப் படிக்கப் படிக்க முகம் மலர்ந்தது.

"ஏய் இது யாரு எழுதினது...?"

"நாந்தான் டீச்சர்!"

"நீதான் எழுதினது தெரியுது. யார் சொல்லி எழுதினே?"

இவள் பேசவில்லை. நெளிந்தாள்.

"நானும் மாதவியும்தான் பேசி வச்சு எழுதினோம். ஜனாதிபதி தாத்தாவுக்கு இதை எப்படி அனுப்பறதுன்னு தெரியலை. அதுதான்!"

சட்டென்று டீச்சர் முகத்தில் ஒரு பிரகாசம். "சின்னக்குழந்தைகள் எவ்வளவு அறிவாக எழுதியிருக்கு. இதையே ஜனாதிபதிக்கு அனுப்பி வச்சா என்ன? இந்த பிள்ளைகளுக்கு மட்டுமல்ல, இந்த ஊருக்கே, ஏன் இந்த தேசத்துக்கே விடிவு கிடைக்கலாம்ல?"

அதை மடித்தாள். அவர்களையும் அழைத்துச் சென்றாள். போஸ்ட் ஆபீஸில் அஞ்சலகக் கவர் ஒன்றை வாங்கினாள். இவர்கள் கையாலேயே மேதகு இந்திய ஜனாதிபதி, ராஷ்டிரபதி பவனம், செங்கோட்டை, டெல்லி என்று எழுத வைத்தாள். அஞ்சல் பெட்டியிலும் இட்டாள்.

★

பராந்தக வீரநாராயணனின் தளவாய்புரக் கல்வெட்டில் ஒருவரி வருகிறது: 'சோமபானம் சாப்பிட்டு மனோ சுத்தராகிய காடக சோமயாஜி' என்று. அதாவது சோமபானம் சாப்பிட்ட ரிஷிகள் குடிபோதையில் ஆடவில்லை. இந்த பானம் அவர்களின் மனதைச் சுத்தப்படுத்தியது. சோமக் கொடி ஒரு அபூர்வமான காய சித்தி மூலிகை! வடமொழியில் அதற்கு மற்றொரு பெயர் 'பவமான'. இந்தச் சொல்லின் மறுபொருள் சுத்தம், தூய்மை.

17

'உமாம்மா இனியும் எங்களால தாங்க முடியாது!' என்று ஆவேசமாகப் பேசினர் பொத்தியும், சூத்தியும். "வடுகியை அத்தினிபேர் சேர்ந்து கன்னாபின்னான்னு கற்பழிச்சுது. சின்னா பின்னாப்படுத்துச்சு. ஊருக்காரங்க கூட ஒரு ஆளுக ஹெல்புக்கு வரலை. அப்புறம் எதுக்கு தாய்க்குலச் சங்கம்?" என்று ரோசமாய்க் கேட்டார்கள்.

சூக்கியோ அதற்கு ஒரு படி மேலாக "உமாம்மா தாய்க்குலச் சங்கத்தை ஆரம்பிக்கறப்ப இருந்த உறுப்பினர்கள் 10 ஆயிரத்துக்கும் மேல. இப்ப ஆயிரம் பேர் கூட உறுப்பினரா இல்லை. அதிலும்

ஊருக்கு நாலு பேர் ஒரு கூட்டத்துக்கு வந்தாலே அதிசயம்? ஏன் நம்ம இப்படியானோம்?" கேள்வி கேட்டாள்.

பொத்திக்கு கோபமோ கோபம். "செண்டுவோட புருஷனைக் கொன்னுட்டாங்க. கேட்டா யானை மிதிச்சு சாவுன்னு கேஸ் முடிச்சிட்டாங்க. லட்சுமியோட தங்கச்சி மருதி. நம்மளுக்கு தூண் மாதிரி இருந்தவள். அவளையும் எத்தனை பேரு கற்பழிச்சாங்கன்னு தெரியலை. போலீஸ் அவளை தற்கொலைன்னு எழுதீட்டு, லட்சுமியையே மானபங்கப்படுத்தப் போயாச்சு. நம்ம தாய்க்குலச் சங்கம் திரண்டு தட்டிக் கேட்டதுல அத்தனை பேரையும் புடிச்சு ஜெயில்ல போட்டாச்சு. இது மாதிரி எத்தனை. தாய்க்குலச் சங்கம் இருக்கறதே வேஸ்ட். அதுதான் ஒவ்வொருத்தியா நமக்கு எதுக்கு வம்புன்னு கழண்டுக்கறாங்க. சிறுத்துப் போன சங்கத்துல நாலு ஊருக்கு ஒருத்தர் இருந்து என்ன செய்ய முடியும்?" பொறியாய், பொறிந்து தள்ளினாள்.

கன்னத்தில் கை வைத்தபடி அனைவரையும் பார்த்தார் உமா. அகாட்ஸினுடைய ஏரியா டெவலப்மெண்ட் கன்வீனர். அவளைச் சுற்றிலும் 50-க்கும் மேற்பட்ட பெண்கள் நின்று கொண்டிருந்தனர்.

அவர்களைத் தாண்டி சுவரோரம் பத்திருபது பெண்கள் உட்கார்ந்து வெத்தலை பாக்கு மென்று கொண்டிருந்தனர் அப்படி மென்ற வாயோடு அவர்கள் கூட ஏதேதோ பேசினர்.

எல்லோருக்கும் உமா சொன்ன ஒரே பதில்

"முக்கிய மந்திரிக்கு பிராது அனுப்பியிருக்கு. கண்டிப்பா ஆக்சன் வரும்!" என்பதுதான்.

அப்பவும் பெண்கள் விடவில்லை.

"அதெல்லாம் கிடக்கட்டும் சேச்சி. உங்களையே அகாட்ஸிலிருந்து தூக்கி வெளியூருக்கு அனுப்ப வேலை நடக்குதாமே?" என்ற கேள்வியால் அடிமடியிலேயே கை வைத்தாள் சுமதி.

இந்த இடத்தில் சட்டென்று உணர்ச்சிவசப்பட்டாள் உமா. "ஆமா. என்னை வெளியே அனுப்பப் போறாங்க. பெங்களூரோ,

திருவனந்தபுரமோ, டெல்லியோ யாருக்குத் தெரியும். இப்ப இல்லன்னாலும் எப்பவாவது போகத்தான் போறேன். நான் போயிட்டா, நீங்க எல்லாம் பழையபடி போயிடுவீங்களா? அதுக்குத்தான் இந்தப் பாடு பட்டேனா? தாய்க்குலச் சங்கம் எத்தினி பாடுபட்டு உருவாக்கப்பட்டது தெரியுமில்ல. இப்ப நம்ம இருபதனாயிரம் மெம்பர் இருக்கறோமோ இருநூறு மெம்பர் இருக்கிறமோ தெரியாது. ஆனா சாராயக்காரன்லிருந்து, போலீஸ், அரசாங்கம் வரைக்கும் நடுங்க வைக்கிறம்ல? இது எங்கிருந்து வந்தது? எத்தனை பேர் இதுக்காக உயிரைக் கொடுத்திருக்காங்க. முதல்ல தைரியம் முக்கியம். பொம்பளைகள்னா இந்த ஆம்பிளைகளுக்கு எப்பவும் இளக்காரம்தான். இனியும் நம்ம பயந்துட்டு இருக்கக்கூடாது. சரிக்குச் சரி. ஒற்றைக்கு ஒற்றை. அவனுங்களுக்கு மேல நம்ம பாடுபடணும். அவனுக குடிக்கிறேன் குடிக்கிறேன்னு போய் ஒழியட்டும். நம்ம படிக்கணும்; படிக்கணும்னு போவோம். அவனுகளை முன்வைச்சே ஏன் எப்பவும் வருத்தப்படணும். நம்ம வாழ்க்கை நம்ம கையில. இப்பவும் ஒண்ணும் கெட்டுப் போகலை. நம்ம பத்து இருபது பேர் சேர்ந்துட்டு நம்ம ட்ரைபிள் மினிஸ்டரப் பார்க்கப் போகலாம். அவர்கிட்ட ரெண்டுல ஒண்ணு பேசி முடிவு எடுக்கலாம். இந்த அட்டப்பாடி தேசத்துல ஒண்ணு நம்ம ஆளுக வாழணும். இல்லே வெளியேறணும். இதுல என் பதவி போனாலும் சரி!”

அவள் உணர்ச்சி பொங்கிப் பேச மற்ற பெண்கள் வாயடங்கினார்கள்.

அப்படியும் சிலரிடம் முணுமுணுப்பு ஓயவில்லை. உமாவுக்கு ஆத்திரம் எட்டிப் பார்த்தது. ‘இதா இது என் கடைசி முயற்சி. நடந்தா பார்ப்போம். இல்லன்னா உங்க ஆசைப்படியே தாய்க்குலச் சங்கத்தையே கலைச்சிடலாம்!” என ஒரு போடு போட்டதும் அந்த சிணுங்கல், முணுமுணுப்புகளும் ஓய்ந்தது.

குறிப்பிட்ட நாளில் தாய்க்குலப் பெண்கள் 20 பேரைக் கூட்டிக் கொண்டு திருவனந்தபுரம் செக்ரட்டரியேட்டில் போய் இறங்கினாள் உமா. பழங்குடி மந்திரியா பழங்குடியாக

இல்லை. சிடு, சிடுவென்று கடுகடுவென்று விழுந்தார்.

"சாராயம் எல்லா இடத்திலும்தான் இருக்கு. அட்டப்பாடிக்கென்று என்ன தனி விசேஷம்? அது கிடக்கட்டும். நீங்கள் எல்லாம் சாராயம் குடித்து கும்மாளம் போடறவங்கதானே? விபச்சாரமும் செய்கிறவர்கள் இல்லே? மந்திரிய சட்டசபையில ஒருத்தன் கேள்வி கேட்கிற அளவுக்கு போராட்டம் செய்ய உங்களுக்கு தைரியம் வந்துருச்சு இல்லே?"

ஆவேசமாக அவர் இப்படியெல்லாம் பேசுவார் என்று உமாமேனனே எதிர்பார்க்கவில்லை.

உமா பொறுமை காத்தாலும், உடன் நின்ற பெண்களால் தாக்குப் பிடிக்க முடியவில்லை.

"மேடம். இந்த மந்திரி என்ன பேச்சுப் பேசறார்? நம்ம சொன்னது எதுவும் அவருக்கு புரியலியோ?" என்றாள் பட்டிசாலை நஞ்சம்மா.

மற்றவர்களுக்கு நஞ்சம்மாளுக்கு புரிஞ்ச அளவு கூட புரியலை என்பது கொஞ்சம் நிம்மதியா இருந்தது. தனக்குள் முகிழ்த்த கோபத்தை அடக்கிக்கொண்டு மேலும் பேசினாள் உமா.

"சாரே. நீங்கள் மினிஸ்டர். இவங்களுக்கான மந்திரி. வெறுமனே போலீஸ் ரிப்போர்ட்டை வச்சுட்டு போலீஸ்காரங்க மாதிரி இப்படி பேசக் கூடாது. இதை என்னால முக்கிய மந்திரிகிட்ட கொண்டு போகறதுக்கு வெகுநேரம் ஆகாது...!" என்று சொல்லி விட்டு எழுந்தாள். அதில் இன்னமும் கோபமானார் மந்திரி.

"ஏய் எல்லாம் எந்துடி நினைச்சுட்டு வந்திருக்கே? மிச்சமிருக்கிற எல்லோரையும் கூட உள்ளே தள்ளச் சொல்லிடுவேன். முதல்ல டீசன்சியா நடந்துக்குங்க. முதல்ல எல்லாம் வெளியே போங்க. ஏய்... பி.ஏ முதல்ல இவங்களை உள்ளே விட்டதாரு? முதல்ல வெளியே விரட்டி விடு!" சப்தமிட்டார்.

பி.ஏ எதற்கு விரட்ட வேண்டும். அந்த ஆள் வந்து போ என்று சொல்லுவதற்கு முன்பே வெளியே வந்தனர் அனைவரும். உமாவின் முகத்தில் ஈயாடவில்லை.

'இந்த ஆளு ஒரு மந்திரின்னு அட்டப்பாடியிலிருந்து வந்துட்டோம். அதுவும் இந்தப் பொண்ணுகளையும் கூட்டீட்டு' என்று உள்ளுக்குள்ளேயே அழுது கொண்டாள்.

தான் ஒரு புராஜக்ட் ஆபீசர்ங்கிற மரியாதை கூட இல்லாமல் என்ன இது? 'என் படிப்புக்கு, என் பதவிக்காவது மரியாதை கொடுக்க வேண்டாம்?' கோபம் கொப்பளித்தது.

"இனி என்ன செய்யலாம் மேடம்?" கூடி நின்றவர்கள் வினவினர்.

முக்கிய மந்திரியையே பார்த்திடலாமா? பார்க்கலாம்தான். ஆனால் 35 பக்கங்களுக்கு எழுதிக் கொடுத்த மனு. அதில் அட்டப்பாடியில் நடந்த கொலை கொள்ளை, ஆள்கடத்தல், கற்பழிப்பு பட்டியல் எல்லாமே இருந்தது. அதை துறை மந்திரிகிட்ட கொடுத்த பின்பு சிஎம்கிட்ட கொடுத்தால் நன்றாக இருக்குமா? என்ற கேள்வியும் எழுந்தது.

மந்திரியைப் பார்க்க அங்கே கூட்டம் இன்னமும் வரிசை கட்டி நின்று கொண்டிருந்தது. இவர்களுக்குப் பின்னே அறைக்குள் சென்ற பத்துப் பேரிடமும் ஏதோ காட்டுக்கத்தலயாய் கத்திக் கொண்டிருந்தார் மந்திரி.

"இனி எந்துா செய்யலாம் மேடம்?" இவள் பின்னாலேயே வந்த தாய்க்குலச் சங்க முக்கிய நிர்வாகிகள் கேட்டனர்.

இவள் ஏதோ சொல்ல வாய்திறந்த வேளையில், "எந்தா மேடம்? மே ஐ ஹெல்ப் யூ!" என்று ஒரு குரல்.

அட, நம்ம நாராயணன்.

"நம்ம மக்கள் பிரச்சனைக்காகத்தான் வந்தேன். நம்ம மந்திரியைப் பார்த்தேன். ஆ ஆளு நேர் நிதானமில்லாம பேசறார். நம்ம பொம்பளைகளை எல்லாம் விபச்சாரிங்கிறார்...!" சொல்லும்போதே உமாவுக்கு தான் ஒரு அதிகாரி என்ற நிலையையும் கடந்து கண்களில் கண்ணீர் முட்டியது.

"ஆ ஆளுகிட்ட யார் மேடம் உங்களைப் போகச்சொன்னது. அவன் எல்லார்கிட்டவும் அப்படித்தான். ஷெட்யூல் காஸ்ட்டுக்கு வர்ற மந்திரி நம்ம கஷ்டத்தை எப்படி புரிஞ்சுக்க முடியும்?

அதுதான் நம்ம பழங்குடி சமூகத்தில் ஒரு மந்திரியைப் போடச் சொல்லி நம்ம ரொம்ப நாளா போராடிட்டு வர்றோம்!" என்றவர். "நீங்க நம்ம ஏடிஜிபி கங்காதரனைப் பார்த்ததுண்டா?" கேட்டார்.

"இல்லையே!"

"என்ன மேடம் நீங்க. நம்ம அட்டப்பாடி இஷ்யூவுல அவருக்குத் தனி அனுதாபம் உண்டு. அவரு தமிழாளுதான். ஆனாலும் நம்ம ஆளுக செய்யாத தியாகத்தை அவர் செய்யறார். வாங்க அவரைப் போய்ப் பார்க்கலாம். உங்க மனுவை அவர்கிட்ட கொடுங்க. அப்புறம் பாருங்க ஆக்சனை!" என்றபடி இவளைக் கூட்டிக் கொண்டு போனார் நாராயணன். மற்ற பெண்களும் அவர்களுடன் நடந்தனர்.

அகண்டு உயர்ந்து நின்றது அந்த வெள்ளை நிறக்கட்டிடம். அதற்குள் ஒரே பரபரப்பாய் இருந்தது. விதவிதமான அதிகாரிகள். மூலைக்கு மூலை காவலர்கள். ஒவ்வொரு அலுவலகங்களின் முகப்பிலும் கால்கடுக்க நிற்கும் ஜனங்கள். அவர்கள் எல்லாம் இந்தத் தாய்க்குலப் பெண்களைப் போலத்தான் பிரச்சனைகளோடு வந்துள்ளார்களோ?

உமாவுடன் பின்னால் சென்ற பெண்களில் ஒரு சிலரின் நினைப்பு இதுவாக இருந்தது. சில பெண்களுக்கோ, "இந்த கட்டிடத்திற்கு ஆயிரமாயிரம் கதவு ஜன்னல்கள் இருக்குமோ?' என ஆச்சர்யம்.

"இதுதான் நம்ம கேரளா ராஜ்யத்தோட தலைமைச்செயலகம். முக்கிய மந்திரி இங்கே இருந்துதான் ராஜ்யத்தை பரிபாலிக்கிறார்!"

இதனுள்ளே நுழைந்தபோது சொன்னது நியாபகத்துக்கு வர, "நம்ம முக்கிய மந்திரியையும் பார்க்கலாமோ அக்கா?" என்றாள் கூட்டத்தில் வந்த காளியம்மாள்.

"அவரைப் பாரக்கத்தான் அப்பாயிண்ட்மெண்ட் கேட்டேன். அதெல்லாம் இல்லை. நீங்க நம்ம டிபார்ட்மெண்ட் மினிஸ்டரைப் பார்த்தாப் போதும்ன்னு சொல்லி ஆதிவாசி

நல மந்திரியைப் பார்க்கச் சொல்லிட்டார் சீப் செக்கரட்டரி. அதுதான் இந்த ஆளைப் பார்த்து இப்படி பேச்சு வாங்கிக் கட்டிகிட்டோம்" என்று சொல்லி அலுத்துக்கொண்டார் உமா.

நாராயணன் கடைசியாக நிறுத்தின இடத்தில் ஏகமாய்க் கூட்டம். மற்ற அலுவலக வாசலில் எல்லாம் ஆங்கிலத்திலும், மலையாளத்திலும் மட்டுமே பெயர்ப் பலகை இருக்க, இவர்கள் நின்ற இடத்தில் மட்டும் கங்காதரன் பாபு ஐபிஎஸ் ஏடிஜிபி என்று மலையாளம், தமிழ், ஆங்கிலம் என மும்மொழிகளிலும் எழுதப்பட்ட போர்டு. பெரிய தேக்கு மரக் கதவுகள் முழுக்க திறந்திருந்தன. வாசலில் ஒரே ஒரு போலீஸ்காரர் மட்டும் நின்றிருந்தார். உள்ளே பெரிய விசாலமான அறை. அம்பது அறுபது நாற்காலிகள் போடப்பட்டிருந்தன. அதற்கு அப்பால் அந்த அதிகாரி இருக்க வேண்டும். யாரோ இருவருடன் பேசிக் கொண்டிருந்தார். எண்ணி சில நிமிடங்கள்தான் அவர்கள் வெளியே வர இவர்களை உள்ளே அனுப்பினார் போலீஸ்காரர்.

"வணக்கம் சார்!" உள்ளே நுழைந்ததும் கும்பிட்ட நாராயணனுக்கு சலாம் வைத்த மிடுக்கான ஏடிஜிபியை நாம் ஏற்கனவே பார்த்திருக்கிறோம்.

அகழி ஸ்டேஷனில் பெரியதொரு மீட்டிங் நடத்தி இன்ஸ்பெக்டரையும், டிஒய்எஸ்பியையும் எஸ்.பி மூலம் காய்ச்சி எடுத்தாரே அவரேதான். மரியாதைக்கு முதலில் நாராயணனுடன் உமாவும், காளியம்மாவும் மட்டும் சென்றனர். வாசலில் நிழலாட்டத்தை கண்டதும். "அவங்களையும் உள்ளே அனுப்பு!" என போலீஸ்காரருக்கு உத்திரவு பிறப்பித்தார் ஏடிஜிபி. வராண்டாவில் நின்ற தாய்க்குலப் பெண்கள் எல்லாம் அந்த அறைக்குள் வர ஒரே சத்தம். அவர்களை எல்லாம் ஆச்சர்யமாகப் பார்த்தார் ஏடிஜிபி.

"இவ்வளவு பேரும் அட்டப்பாடியிலிருந்தா வர்றீங்க?" எனக் கேட்டார்.

"ஆமாங்க சாரே!" என்று எல்லோரும் கோரஸாய் பதில் கொடுக்க, அவர்கள் குரலால் கூடுதல் புன்முறுவல் பூத்தார்.

"சொல்லுங்க. உங்களுக்கு நான் என்ன செய்யணும்...?" கேட்டார்.

உமா தன்னிடம் இருந்த கற்றையான பெட்டிஷனை அவரிடம் அளித்தாள்.

'சாரே யான் அகாட்ஸினுடைய கன்வீனர் உமாமேனன். தாய்க்குலப் பெண்கள், அதிலிருந்து சாட்சரதா எழுத்தறிவு இயக்கம் எல்லாம் உருவாக்கி அட்டப்பாடியில பாவப்பட்ட ஜனங்களுக்கு கிளாஸ் எடுக்கும் வேலையை செய்துட்டிருக்கு!"

உமா சொல்ல, கங்காதரன் எழுந்து விட்டார். கை கூப்பினார்.

"நிங்களை நான் எப்பவே அறியும் மேடம்... இப்படி இங்கே சந்திப்பேன்னு எதிர்பார்க்கவேயில்லை!" என்றார்.

"உங்கள் அகாட்ஸினுடைய சேவையை நான் அறிவேன். ஆதிவாசி மக்களுக்காக வேண்டி நாலாயிரத்து ஐநூறு கோடி நிதியை வாங்கி, அவங்களுக்கு வீடு, விவசாயக்கடன், வேலைவாய்ப்பு எல்லாம் அதுலயிருந்து ஏற்படுத்திக் கொடுக்கறதெல்லாம் பெரிய விஷயமில்ல மேடம். ஆனா அதுல இருந்துட்டு இந்த மக்கள் நல்லா படிக்கணும், குடிக்கணும்ன்னே திரியற ஆதிவாசி ஆம்பிளைகளைத் திருத்தணும்னு கங்கணம் கட்டிட்டு தாய்க்குலச் சங்கம் ஏற்படுத்தியிருக்கீங்க பாருங்க. யூ ஆர் வெரி கிரேட். அதுலயும் சாட்சரதான்னு பெரியவங்க சின்னவங்க எல்லாருக்கும் படிப்பு சொல்லிக் கொடுக்கிறீங்க பாருங்க. அதுக்கு இணையா ஒண்ணு இல்லை. அதையும் விட துணிச்சல் கள்ளச்சாராய கேங்கை ஒழிக்கிறதுல நீங்க காட்டற தீவிரம்தான். நாங்க செய்ய வேண்டிய வேலையெல்லாம் நீங்க செய்யறீங்க. கள்ளச்சாராய வியாபாரிக செய்யற காரியத்தை எல்லாம் எங்க டிபார்ட்மெண்ட் ஆளுக செய்யறாங்க. அதை சரிப்படுத்தாம உங்ககிட்ட இப்படி பேசிட்டு இருக்கிறதுக்காக வெட்கப்படறேன். வேதனைப்படறேன்!"

அவர் பேசப் பேச உமாமேனனுக்கு உண்மையிலேயே இப்படி ஒரு போலீஸ் அதிகாரி இருக்கிறாரா? என்று ஆச்சர்யமாக இருந்தது.

இருக்கையிலிருந்து எழுந்த ஏடிஜி அவ்வளவு சுலபமாய் அமரவில்லை. பெரிய அதிகாரியே எழும்போது நாம் அமர்ந்திருப்பதாவது. உமாவும், நாராயணனும் எழ, மற்றவர்களும் ஒன்று சொன்ன மாதிரி எழுந்து நின்றிருந்தார்கள்.

“என்னடா நான் எழுந்து நிற்கிறேன்னு பார்க்காதீங்க. நான் உங்க காலைத் தொட்டுக் கும்பிடணும். என் உடுப்பு தடுக்குது. உங்க சேவை நான் கேள்விப்பட்டிருக்கேன். சொல்லுங்க. நான் என்ன செய்யணும்...!”

“அதுதான் நீங்களே சொல்லீட்டீங்களே. இப்படி நீங்க சொல்லுவீங்கன்னு எதிர்பார்க்கவேயில்லை. இருந்தாலும் எங்க கோரிக்கை எல்லாம் விரிவாயிட்டு அந்த மனுவில் உண்டு சாரே. எங்க ஊர்ல கள்ளச்சாராயம் பெருக்கெடுத்து ஓடுது. மாஃபியா கும்பல் எங்க பொண்ணுகளை சித்ரவதை செஞ்சு கெடுக்குது. கேட்கறதுக்கு நாதியில்லை. போலீஸ் ஸ்டேஷன் போனா நியாயம் கிடைக்கிறதில்லை. புகார் தரப் போற எங்களையே கேலி கிண்டல் செய்யுது போலீஸ். அதனாலேயே எம் மக்கள் யாரும் போலீஸ் ஸ்டேஷனுக்கு எது நடந்தாலும் புகார் கொடுக்கவே போறதில்லை. அதையெல்லாம் ஒழிக்கணும் சாரே. அந்தக் கோரிக்கை எல்லாம் பகிரங்கமா இதுல இருக்கு சாரே. இனி எல்லாம் உங்க கையிலதான் எல்லாம் இருக்கு...!” என்று கூறிக்கூற இவர் பெரிதாக எந்த பிரதிபலிப்பும் காட்டவில்லை.

“எனக்கு இது எல்லாம் இப்பத்தான் முழுசா தெரியும். ஜெயில்ல இருந்து பழனிசாமி, லட்சுமி, நஞ்சி, வடுகி, செண்ட்டுன்னு பல பேரு அட்டப்பாடியில் கொடுமை நடக்கறதை மாறி, மாறி பிராது தந்திருக்காங்க. நீங்க போய் நிம்மதியா இருங்க. உங்களுக்கு இனி யாதொரு துன்பமும் வராம நான் பார்த்துக்குவேன்!” என்றார்.

அதே வேகத்தில் வெளியே காவலுக்கு இருந்த போலீஸ்காரரை பஸ்ஸர் அழுத்திக்கூப்பிட்டார். அங்கிருந்தவர்களுக்கெல்லாம் சாயா, காபி வாங்கி வரச்சொன்னார்.

'மதியம் எல்லோரும் சாப்பிட்டுதோ?" என்று கேட்டுவிட்டு, 'சாப்பிடலைன்னா சொல்லுங்க. இங்கே செக்கரட்டரியேட் கிளப்பிலயே அத்தினி பேரும் சாப்பிட்டுக்கலாம்!" என்றார். எல்லோரும் வேண்டாம் என்று தலையசைத்தனர். அங்கிருந்து திரும்பி வரும்போது உமா மட்டுமில்ல, மற்ற பெண்களும் ஆச்சர்யப்பட்டனர். "நான் சொன்னேன்ல. ஒரு நல்ல அதிகாரியைப் பார்க்கப் போறோம்ன்னு. இனி பாருங்க. நடக்க வேண்டியது அது பாட்டுக்கு நடக்கும்!" என்றார் நாராயணன்.

★

சங்க இலக்கியம் எழுதிய காலத்திலேயே சோமலதை அருகிவிட்டது. கடலைக் கடந்து எடுத்த அமிழ்தத்தை 6 இடங்களிலும் வசிஷ்ட மஹரிஷியின் மனைவி பத்தினித் தெய்வம் அருந்ததியை 6 இடங்களிலும் வடமொழிச் சொல்லிலேயே குறிப்பிடும் சங்கப் புலவர்கள், சோமக் கொடியைப் பற்றி நேரடியாக ஒரு இடத்திலும் பேசவில்லை.

18

இவன் வருவதற்கு முன்பே ஏழெட்டுப் பேர் காத்திருந்தார்கள். அந்த கம்யூட்டர் பிரவுஸிங் சென்டரின் ஷட்டரைத் திறந்து, அதற்குள் அமைந்த கண்ணாடிக் கதவுகளைத் தள்ளி உள்ளே சென்று ஸ்விட்ச்சைப் போட்டான் முகுந்தன்.

நேரே இருந்த சுவற்றில் கடிகாரம் 8.35 ஐ காட்டியது. 9 மணிக்குத்தான் கம்யூட்டர் சென்டர் என்று சொன்னாலும் எட்டு மணிக்கே வாடிக்கையாளர்கள் காத்திருக்கிறார்கள். அவர்களை விரட்டி விடவும் முடியாது. விளக்குமாறை எடுத்து ஒப்புக்குச் சப்பாணியாய் அங்கிருந்த குப்பைகளை கூட்டி வெளியே தள்ளி விட்டுக் குளிர்சாதனப் பெட்டியை ஆன் செய்தான்.

வரிசையாய் கம்யூட்டர் திரைகள். எல்லாவற்றுக்கும் தனித்தனியே சிபியு என்றாலும் அவற்றுக்கெல்லாம் ஒரே சுவிட்ச்சில் கனெக்ஷன் இருந்தது. அந்த சுவிட்சையும் ஆன் செய்தான். ஒவ்வொரு கம்யூட்டர் சிபியுவையும் ஆன் செய்து அதன் எண்ணை ஒரு துண்டுசீட்டில் எழுதித் தந்து, அந்தந்த சிஸ்டத்தில் வந்தவர்களை அமர அனுமதித்தான்.

அப்படி ஒவ்வொரு கம்யூட்டராக ஆன் செய்யும்போது எக்குத்தப்பாக ஒரு கம்யூட்டர் கூகுள் சியர்ச்சுக்குள் போய் வம்பு தும்பாய் ஒரு சலனப்படத்தை காட்டியது. அரை நிர்வாணமாய் ஒரு சிறுமி. அவள் அருகில் செக்கச்செவேல் என்று குண்டுப் பூசணிக்காய் போன்ற தோற்றத்தில் ஓர் இளைஞன். அவன் முகம் டிண்ட் செய்து மறைக்கப்பட்டு படம் ஓடிக் கொண்டிருந்தது. அந்த சிறுமியோ எந்த ஒரு சலனமும் இல்லாமல் அவனுடன் தண்ணீரில் விளையாடிக் கொண்டிருந்தாள். இப்படியான சலனப்படங்கள் இந்த மாதிரி பிரவுஸிங் சென்டர் கம்யூட்டர் திரைகளில் வெளிப்படுவது அதிசயமில்லைதான். பலான படங்கள் பார்த்துவிட்டு ‘ஷட் டவுன்’ செய்யாமல், அல்லது லிங்கை க்ளோஸ் செய்து வெறு வெப்சைட்டுக்குள் போகாமல், தான் பார்த்த வெப்சைட்டை டெலீட் அல்லது ஃபார்மேட் பண்ணாமல் சென்று விடும் வாடிக்கைகள் அதிகம். அதனால் இந்த பிழை நேரிட்டு விடுகிறது.

இதை ஒரு குட்டிப் பையனோ பெண்ணோ வந்து பார்க்கும்போது அவற்றின் மனது கெட்டுப் போகிறது. அதுவே போலீஸ், ரெய்டு என்று வந்து விட்டால் சிக்கல்தான். வம்பு வழக்கு, கோர்ட்டு, அபராதம் எல்லாம் உண்டு.

எப்பவும் போலத்தான் அந்த சலனப்பட வெப்சைட்டை குளோஸ் செய்து, சிஸ்டத்தையும் ஷட் டவுனுக்குள் கொண்டு ஸ்டார்ட் செய்ய எண்ணி எண்டர் பட்டனைத் தட்டினான் முகுந்தன். அதற்குள் திடீர் உறுத்தல், அட, ‘இந்தச் சிறுமியை நாம் பார்த்திருக்கிறோமே! எங்கே, எப்போ எப்படி? உற்றுப் பார்க்கிறான்.

அடிக்கடி பார்க்கிற முகம்தான். தாவளம் பவானி ஆற்றின் ஓரம் மஞ்சிக்கண்டியிலிருந்து மொபட்டில் வரும்போதெல்லாம் இந்த சிறுமியும், இன்னொருத்தியும்தானே ஆடு, மாடு விரட்டிக் கொண்டு போவார்கள்? உற்றுப் பார்க்கிறான். அவளேதான்.

கந்தல் அல்லது அழுக்கு ஆடையோடு பார்க்கப்பட்டவள் முதன் முதலாக நிர்வாணக் கோலத்தில்... மவுஸைப் பிடித்திருந்த கைகள் நடுங்குகிறது. எதேச்சையாக வெப்சைட்டு பெயரை ஆராய்கிறது. அதனை சொடுக்கி உள்ளே நுழைகிறான். இன்னும் இன்னும் நுழைகிறான். அதோ, அந்த சிறுமியோடு இன்னொரு சிறுமி, அவளும் அங்கே ஆடுமாடு மேய்ப்பவள்தான்.

அவள் ஒரு மரத்தின் மறைவில் ஆடை மாற்றுகிறாள். சொதசொதவென்று ஈரம் சொட்டும் சட்டை. அதை கழற்றிய மாத்திரத்தில் வெளிப்படும் முழு நிர்வாணம்.

செகண்ட் நேரம்தான். அவள் ஏதுமறியாத அப்பாவியாய் கீழே கிடந்த வேறொரு ஆடையை எடுத்து தன் தலைக்கு மேலாக விடுகிறாள். பின் பக்கத்தில் மரங்கள். அடித்து ஓடும் பவானி ஆறு. தூரத்தே நீலமாய் தெரியும் மல்லீஸ்வரன் மலை. இவனுக்குத் தலை சுற்றாத குறைதான். திக்பிரமையுடன் ஒரு கணம் அப்படியே உட்காருகிறான். சட்டென்று கம்யூட்டர் மானிட்டரை ஆஃப் செய்கிறான்.

அடுத்தது, அடுத்த கம்யூட்டருக்குச் செல்கிறான். எந்த வெப்சைட்டும் ஆன் செய்து இருக்கவில்லையே என்று தரவாக செக் செய்கிறான். அதை வாடிக்கைகளுக்கு கொடுத்து விட்டுத் திரும்ப இந்த கம்யூட்டருக்கு வருகிறான். ஒவ்வொரு சலனப்படமாக ஆராய்கிறான்.

அந்த சிறுமிகள் போலவே இன்னும் பல சிறுமிகள், இளம் பெண்கள் பார்த்த சாயலாகவே இருக்கிறது. அவர்களும் பிறந்தமேனியாக இருப்பதால் சட்டென்று எங்கே எப்படி என்று தெரியவில்லை. அதையெல்லாம் குளோஸ் செய்து கம்யூட்டரை ரீ ஸ்டார்ட் செய்கிறான்.

அதற்குப் பிறகு அவனுக்கு கையும் ஓடவில்லை. காலும்

ஓடவில்லை. வாடிக்கைகளிடம் இயந்திரமாய்த்தான் செயல்பட்டான். பதினோரு மணிக்கு முதலாளி சென்ட்டரைப் பார்வையிட வந்தார்.

முன்தினம் வசூலான தொகையைக் கணக்கிட்டு வாங்கிக் கொண்டார். அப்பவும் கூட இவன் முகம் ஒரு மாதிரியாகவே இருந்தது. முதலாளிக்கு சந்தேகம் வந்து விட்டது.

“எந்தடா முகுந்தா உன் முகம் பேயரஞ்சது போலவே இருக்கு?”

“இல்லியே!”

“ஏதோ கள்ளஞ்செஞ்சுட்டு மறைக்கறே. சொல்லுடா!'

“முதலாளி!” சற்று தயக்கம். பிறகு சன்னமான குரலில் சுற்றுமுற்றும் பார்த்து விட்டு விஷயத்தை சொல்லுகிறான். முதலாளிக்கு முதலில் புரியவில்லை. இவனே அவரை அழைத்துச் சென்று ஒரு கம்யூட்டரில் உட்கார வைத்து அந்த வெப்சைட்டை தட்டி அந்த சலனப்படத்தைக் காட்டுகிறான். இப்போது அவர் வியர்த்துப் போகிறார்.

ஏனென்றால் முகுந்தன் காட்டிய இரண்டு சிறுமிகளை அவர் பார்த்த மாதிரி இல்லை. ஆனால் வேறு இரண்டு பெண்கள் இவர் வெகுவாக அறிந்தவர்கள் சொல்லப் போனால் நெருங்கிய உறவுக்காரர்கள். இவர்களா இப்படி என்று பயந்தார்.

இன்னும் அந்த வெப்சைட்டுக்குள் போனால் சுற்றி சுற்றி பவானி ஆற்றுப் பகுதிகளே வருகிறது. அட்டப்பாடி கிராமங்கள் வருகிறது. தோப்பு துரவுகள் வருகிறது. அங்கெல்லாம் யார் யாரோ பெண்கள். அதில் சல்லாபிக்கும் ஆண்கள் படம் மட்டும் முகம் மறைக்கப்பட்டுள்ளது.

தெப்பலாக வியர்த்திருந்தார் முதலாளி. அவரும் முகுந்தன் போலவே பிரமை பிடித்தது போலானார். அவ்ருக்கு எப்படியும் ஐம்பது வயதுக்கு மேலிருக்கும். அவருக்கு இதைப் போட்டுக்காட்டிய முகந்தனுக்கு பதினெட்டு வயதிருந்தால் மிகுதி. இப்போதுதான் அரும்பு எட்டிப்பார்க்கிறது.

நிஜத்தில் இப்படியான தரிசனம் முதலாளிக்கு உண்டு. திரையில்

இப்படியான படங்கள் இளைஞனுக்கு பழசு. ஆனால் இப்படி தன் மண்ணில் வாழும் பெண்களே இப்படியான நிலையில் இருவருக்குமே புதுசு. இதை எப்படி, யாரிடம் சொல்லுவது. முதலாளிக்கு பொண்டாட்டிகிட்ட கூட சொல்ல முடியாது.

'உனக்கு இப்படியான படங்கள் பார்ப்பதுதான் வேலையா? இல்லே இப்படியெல்லாம் நீயும் போவியா?" என்று கேட்டு விடலாம். அதை விட முகுந்தனின் நிலை.

அப்பா, அம்மாவிடமும் சொல்ல முடியாது. சக நண்பிகளிடமும் தெரிவிக்க முடியாது. பிரண்ட்ஸ்களிடம் சொல்லலாம். ஆனால் அவர்கள் ஓட்டுவதோடு நிறுத்திக் கொள்ள மாட்டார்கள். இதை காப்பி பேஸ்ட் செய்து ஊர் உலகத்திற்கே தெரிவித்து விடுவார்கள்.

"எதற்கும் யாரிடமும் சொல்ல வேண்டா. எட்டோ?" என்றபடி கிளம்பினார் முதலாளி. இவனும் அதே முடிவுதான் எடுத்திருந்தான்.

ஆனால் காலத்தின் லீலையோ வேறுமாதிரி இருந்தது. முதலாளி புறப்பட்டு சென்ற பின் பிரவுஸிங் செய்ய வந்த இளம் பெண் ஒருத்தி அலறினாள்.

"சேட்டா... இவிட வறீ... ஈ பிலிம்மை நோக்கு!"

அவள் சத்தத்தில் இவன் மட்டுமல்ல, மற்ற கேபின்களிலிருந்தும் தலைகள் எட்டிப் பார்த்தன. இவன் ஓடினான். அவள் இருந்த கம்யூட்டர் அந்த வெப்சைட்டையே குறி வைத்து ஓப்பன் ஆகி ஹேங் ஆகி நின்றிருந்தது.

மவுசைத் தட்டி, அதன் சிறு சக்கரத்தை உருட்டி ஷட் டவுன். டர்ன் அப் செய்ய எவ்வளவோ முயற்சி செய்தான். படம் துளி கூட அசைந்து கொடுக்கவில்லை.

வேறு வழியில்லை. சிபியு சுவிட்சையே ஆஃப் செய்தான். சில நிமிடங்கள் ஸிவிட்ச் ஆன் செய்ய, விண்டோஸ் திரை சுற்ற ஆரம்பித்தது.

"எடுத்துக்கோ!"

அந்தப் பெண்ணை நேருக்கு நேர் முகம் பார்க்க இவனுக்கு திராணியில்லை. கூசியது. அந்தப் பெண் தயங்கவில்லை.

"சேட்டா. நீங்கள் கவனித்ததா? ஈ பெண் குட்டி நம்ம ஆடு, மாடு மேய்க்கும் குட்டியல்லோ?"

இப்போது முகுந்தன் ரொம்பவுமே வியர்த்தான்.

'ஓ... யான் அறிஞ்சிட்டில்லா... இது மாதிரி சலனப்படங்களை நான் கண்கொண்டு பார்ப்பதும் இல்லே!" என்றான். இப்பவும் அவள் முகம் பாராமலே பேசி தன் இருக்கைக்கு வந்து விட்டான். அதன் பின் அவள் சிஸ்டத்தில் என்ன செய்தாள்? என்பதெல்லாம் அவளுக்குத்தான் வெளிச்சம்.

அதற்குப் பிறகு அந்த கம்யூட்டர் சென்ட்ரில் கூட்டம் அலைமோதியது. இருப்பது 12 சிஸ்டம். இருபது பேர் முப்பது பேர் காத்திருப்பில் இருந்தார்கள்.

இரண்டிரண்டு பேர், மூன்று பேர் என்று ஒரு சிஸ்டத்திற்கு வந்தார்கள். எதையோ ஓப்பன் பண்ணி பார்த்துப் பார்த்து சிரித்தார்கள். சிலர் வியர்த்து எழுந்து போனார்கள்.

ஏதோ வில்லங்கம் நடந்து விட்டது. அந்த வெப்சைட் தீ போல நம் மக்களிடம் பரவி விட்டது. முதலாளிக்கு போன் செய்தான். அவர் இவன் சொன்னதில் ரொம்பவும் வெளிறிப் போனார்.

அகழியில் மட்டுமல்ல, அட்டப்பாடி பிராந்தியத்திற்கே கம்யூட்டர் சென்டர் என்பது புத்தம் புதுசு. இருப்பது இந்த ஒரே ஒரு பிரவுசிங் சென்டர்தான். வைத்து இரண்டு வருடங்கள் ஆயிற்று. இந்த காலகட்ட அனுபவத்தில் இப்படியான அனுபவம் வாய்த்ததில்லை.

ரொம்பவும் வெகுளியான ஜனங்கள். படித்தவர்கள் அதிகம் இல்லை. இங்குள்ள தமிழர்கள் கொஞ்ச பேரும், மலையாளிகள் கொஞ்ச பேர் மட்டுமே கல்லூரி சென்று படித்தவர்கள். அவர்களே இதன் வாடிக்கைகள்.

இப்போது இந்த பிரவுசிங் சென்டரில் நம்ம ஊரில் ஆடுமாடு

மேய்க்கும் பழங்குடியின சிறுமிகள் சிலர் அம்மணமான படத்தில் வந்து சீன் காட்டுகிறார்கள் என்று தெரிந்தால், அந்தப் படத்தையே இவங்கதான் எடுத்து வெளியிடுகிறார்கள் என்று சொல்ல மாட்டார்களா? நம்ம கம்ப்யூட்டர் சென்டரையே அடித்து நொறுக்கி தீ வைத்துக் கொளுத்தி விட மாட்டார்களா?" நினைத்த மாத்திரத்திலேயே அச்சம் பொங்கியது.

"டேய் முகுந்தா. சென்டரை ஒரு நாளு நாளைக்கு லீவு விட்டுடலாம். முன்னாடி நோட்டீஸ் எழுதிப் போடு. அப்புறம் பார்க்கலாம்!" என்று உத்தரவிட்டார்.

முகுந்தனும் அப்படியே செய்தான். மஞ்சிக்கண்டி வீட்டிற்கு செல்லும்போது அந்த ஆடு, மாடு மேய்க்கும் சிறுமிகளைப் பார்த்தான். ஒரு விகல்பமும் இல்லாமல் மாடுகளை ஆத்துமேட்டில் மேய விட்டு விட்டு ஒரு மரத்தடியில் பல்லாங்குழி விளையாடிக் கொண்டிருந்தார்கள். அவர்களையே கேட்டு விட்டால் என்ன?

"வேண்டாம். வம்பு...!" தன் மொபட்டை எங்கும் நிறுத்தாமல் வீடு நோக்கியே செலுத்தினான்.

நினைவில் கனவில் எல்லாம் அந்த ஆடுமேய்க்கும் சிறுமிகளே வந்தார்கள். அம்மணமாய். மார்பகங்களை காட்டி. நீராடி....

இதோ, அவன் குளித்துக் கொண்டிருக்கிறான். அவன் அருகே அவர்கள் இருவரும் வருகிறார்கள். நீரில் முக்கிய நீராடை அப்படியே சிறுமிகளின் அங்கங்களை ஒட்டிக் கிடக்கிறது. அதில் அவர்களின் அந்தரங்கம் யாவும் அப்பட்டமாகத் தெரிகிறது.

அவர்கள் நெஞ்சில் இவன் புரள்கிறான். தண்ணீரை வாரியிறைத்து விளையாடுகிறான். சிறுமிகளும் அப்படியே வாரியிறைக்கிறார்கள். இவனை இருபக்கமும் கட்டிப் பிடித்து கன்னத்தில் முத்தம் கொஞ்சுகிறார்கள். ஆடைகளை மெல்ல அவிழ்க்கிறார்கள். மாற்றுகிறார்கள்.

"சேட்டா இவிட வரீ!" என்று காமப் பார்வையுடன் இவனை அழைக்கிறார்கள். இறுக அணைக்கிறார்கள்.

"எண்ட குருவாயூரப்பா!" கத்தி விடுகிறான். எழுந்து கொள்கிறான். கண்களைத் தேய்க்கிறான் சுற்றிலும் கும்மிருட்டு. திடீரென்று வெளிச்சம். லைட் சுவிட்சைப் போட்டுக் கொண்டு அம்மை வந்திருக்கிறாள்.

"என்னடா முகுந்தா என்ன ஆச்சு?"

"ஒண்ணுமில்ல. கெட்ட கனவு!"

"பேடிச்சோ?"

"இல்ல!"

"அப்புறம் ஏன் இப்படி வேர்க்கறது?"

"ஒண்ணுமில்ல...!"

"அப்படி என்னதான் கனவு?"

"இல்ல...!"

அவனுடைய அச்சனும் வந்து விடுகிறார். அவனையே பார்க்கிறார்.

"பேடிக்கண்டா. படுத்து உறங்கு!" என்கிறார். இவன் படுத்துக் கொள்கிறான். போர்வையைப் போர்த்து விட்டு இருவரும் செல்கிறார்கள். வெளிச்சம் அப்படியே இருக்கிறது. லைட் ஆப் செய்யவில்லை.

'அச்சன் அம்மையிடம் எப்படி இதைச் சொல்லுவது? முடியாது. யாரிடமாவது சொன்னாத்தான் மனசு ஆறும். அதுதான் முதலாளிகிட்டவே சொல்லியாச்சே. அப்புறம் என்ன?' மனச்சமாதானம் சரியாகவில்லை. 'ஆ ஆளே ஒரு பெரிய பேடி!'

'எப்படி அந்த படத்தில் ஆ குட்டிகள். யார் எடுத்திருப்பா? எப்படி எடுத்திருப்பான். ஈ குட்டிகள் எப்படி சம்மதிச்சிருக்கும்? அவன் நம்மூர்க்காரனா? அயலூர்க்காரனா?'

தூங்க முடியவில்லை. அடுத்தநாள், அதற்கடுத்தநாள் பிரவுசிங் சென்டர் லீவுதான் என்றாலும் வீட்டில் அடங்கி

இருக்க முடியவில்லை. மொபட்டை எடுத்துக் கொண்டு பவானிக்கரையோரமாக சென்றான். அதோ ஆ குட்டிகள். வழக்கம்போல மரத்தடியில். இவன் அவர்களை நெருங்குகிறான்.

"ஏ குட்டிக... இவிட வரீ..!"

வந்தார்கள். தயங்கித் தயங்கி நெருங்கினார்கள்.

"இவிட உங்களுக்கு ஆடு, மாடு மேய்க்கிறதுதானே பணி?"

"ஆமாம்!" இருவரும் ஒரு சேர தலையாட்டினார்கள்.

"இவிட அந்நிய ஆள்காரங்க வந்தது உண்டோ!"

இருவரும் ஒருவர் முகத்தை ஒருவர் பார்த்துக் கொண்டார்கள்.

"ஆ... வந்து வந்து...!" என்றாள் ஒருத்தி.

"இல்லே... இல்லே... அவ பொய் சொல்றா!" என்றாள் இன்னொருத்தி.

"உண்மையச் சொல்லு... இங்கே கேமராவோட ரூட்டிங் எடுத்து. சில ஆளுக...!"

இவன் சொல்லச் சொல்ல அந்த சிறுமிகளின் முகம் வெளிறியது.

"போ சேட்டா... நீ ரொம்ப மோசம்... இதெல்லாம் கேட்காதே!" என்றபடி திரும்பி ஓடினார்கள்.

"ஏ... உங்க அச்சன் அம்மை யாரு? எந்த ஊரு?"

இவன் கேள்வியை சட்டை செய்யாமல் ஓடினார்கள். அதற்கும் முன்னே அந்த சிறுமிகளின் அம்மை அச்சனிடம் போய் சிலர் கேட்டார்கள்.

"உங்க குட்டியை படம் எடுக்க யாராச்சும் வந்தார்களா? போட்டோ எடுத்தார்களா? வீடியோ எடுத்தார்களா? எந்த ஊர்க்காரர்கள்? பணம் கொடுத்தார்களா? எவ்வளவு கொடுத்தார்கள்?" என நிறைய கேள்விகளை எதிர்கொள்ள முடியாமல் தவித்தார்கள் அவர்கள்.

"நீங்கள் எந்தூ பறையுன்னு ஒண்ணுமே விளங்கலையே!" என்றே பதில் சொன்னார்கள்.

அவர்கள் சிறுமிகளை விடவும் கந்தலான ஆடையணிந்து ஒட்டிச்சுருங்கின வயிறு, எலும்புதோல் போர்த்த உடம்புடன் இருந்தார்கள். அந்த கேள்வி கேட்ட கூட்டத்தில் அன்றைக்கு பிரவுசிங் சென்டரில் பலான படம் பார்த்து அலறின இளம் பெண்ணும் இருந்தாள்.

ஆனால் அவர்கள் வெகுநேரமாகியும் வரவில்லை. அடுத்தநாளும், அதற்கடுத்த நாளும் வரவில்லை. மூன்றாம் நாள் காலையில் முள்ளி பவானி பாலம் அருகே இரண்டு சிறுமிகள் உடல்களை மீன்களும், மிருகங்களும் கடிச்சு, அழுகின நிலையில் பிணமாகக் கிடந்தது. அதைப் பார்த்து அட்டப்பாடியே அல்லோல கல்லோலப்பட்டது. ஏற்கனவே அடிக்கடி ஆண் மக்கள் குடிகேடினால் அடிக்கடி கிளம்பும் போராட்டம் இந்த முறை வெடித்துக் கிளம்பும் எரிமலையைப் போல உருவாரம் கொண்டது. அது போராட்டம் அல்ல, புரட்சி.

★

ராஜசூயம் யாகம் செய்வோர் சோம ரசத்தை அருந்துவதால்தான் அதற்கு ராஜ சூயம் என்று பெயர் ஏற்பட்டதாக வடமொழி நூல்கள் கூறுகின்றன. மூலிகைகளின் ராஜாவான சோமத்தைப் பிழிந்து ராஜா குடிக்கும் யாகம் ராஜசூயம். சதபத பிராமணம் என்னும் பழைய நூல் பூமியின் முதல் மன்னன் சோமன் என்றும் கூறும், ஆக, சோம என்ற பதத்துக்கே ராஜ என்று பொருள். இதைச் சாப்பிட்டனர் ராஜசூய யாகம் செய்த தமிழ் மன்னர்கள்.

19

ஒட்டுமொத்த அட்டப்பாடி ஊர்களும் பற்றியெரியாத குறைதான். ப்ளூ பிலிம் வீடியோவில் அகப்பட்டச் சிறுமிகளின் விவகாரம்தான் அப்படி விஸ்வரூபம் எடுத்திருந்தன. போலீஸ் வழக்கம் போல் அந்த நீலப்படத்தில் இருந்த பெண்கள் விலைமாதுகள் என்றும், அவர்களின் பெற்றோரே இதில் அவர்களை ஈடுபடுத்தப்பட்டனர் என்றும், ப்ளூ பிலிம் அம்பலப்பட்டதால் தற்கொலை செய்து கொண்டதாக கேஸ் எழுதியது. அதனால் போராட்டம் இன்னும் மூர்க்கமானது. அது கொலையல்ல, பாலியல் பலாத்காரம், கொலை என்று மாற்றி எழுதச் சொல்லி ஊர் மக்கள் திரண்டனர்.

அதை எதிர்கட்சிகள் மேடைதோறும் பேசி முழங்கின. 'இங்கே ஆதிவாசிப் பெண்களுக்கு அநீதி நடத்திய அரசாங்கம் உடனடியா பதவி விலகணும். முதலமைச்சர் முழு பொறுப்பு ஏற்கணும்' என்று சொல்லி, பதாகைகள் ஏந்தியும், மைக்செட்டுகள் முழக்கும் ஜீப்புகளில் பிரச்சாரம் செய்தும், மாபெரும் ஊர்வலங்கள் நடத்தியும் போராட்டங்கள் நடத்தினர்.

திருவனந்தபுரம், திருச்சூர், எர்ணாகுளம், கோழிக்கோடு மலப்புரம் என எந்தந்த முக்கிய நகரங்கள் உண்டோ அங்கெல்லாம் சின்ன, பெரிய கட்சிகள் பாகுபாடின்றி ஆர்ப்பாட்டம், பொது மேடைப் பிரசங்கங்கள் செய்தன.

அதை மாநிலத்தில் உள்ள அத்தனை சேனல்களும், பத்திரிகைகளும் ஊதிப் பெரிதாக்கின. அதில் பக்கத்து மாநிலங்களான கர்நாடகா, தமிழ்நாட்டிலிருந்தும் கூட பத்திரிகையாளர்கள் வந்து குவிந்தனர். அட்டப்பாடியில் எங்கு பார்த்தாலும் ஏதாவது ஒரு கேமராமேன் சுற்றிக் கொண்டிருந்தார். பிரஸ் ஸ்டிக்கர் ஒட்டிய வாகனங்கள் பல பறந்து கொண்டிருந்தன

அவர்களில் யார் எந்த மொழி என்பது கூட அறிந்து கொள்வது கஷ்டமாக இருந்தது. 'வெளிமாநில மீடியாக்கள் அட்டப்பாடி சிறுமிகளை வைத்து எடுக்கப்பட்ட ப்ளூ பிலிம் வீடியோக்களை பெரிதுபடுத்தி செய்திகளை வெளியிட்டதால்தான் இந்தப் பிரச்சனை உலகெங்கும் பரவின' என ஆவேசப்பட்டனர் ஆதிவாசி பெருமக்கள்.

அதில் ஆவேசமான பழங்குடியின இளந்தாரிகள் 'வெளியூர் மீடியாக்கள் உள்ளே வரக்கூடாது' என்று சொல்லி, ஆங்காங்கே சென்று கொண்டிருந்த மீடியா வாகனங்களை தடுத்து நிறுத்தி சோதனையிட்டனர். அவர்களை வந்த வழியே எச்சரித்து திருப்பியனுப்பும் சங்கதியும் நடந்தது.

முதல்நாள் கடையடைப்பு, அடுத்தநாள் மாபெரும் ஊர்வலம், அதற்கடுத்தநாளும் கடையடைப்பு என தொடர்ந்து போராட்டங்கள்.

“வந்தேறிகள் இங்குள்ள ஆதிவாசி மக்களை கேவலப்படுத்தவும், அவமானப்படுத்தவுமே கங்கணம் கட்டிக்கொண்டு திரிகிறார்கள். எங்களுக்குன்னு பண்பாடு, கலாச்சாரம், ஒழுக்கம், நாகரீகம் எல்லாம் இருக்கு. ஆதிவாசிப் பொம்பளைகள்னா ஏதோ துணியில்லாம இலை தழைகளைக் கட்டிட்டு, எந்த ஆம்பிளைக கூப்பிட்டாலும் போயிடுவாங்கன்னு கீழ்நாட்டுக்காரனுக நினைக்கிறானுக. அதே புத்தியோட இங்கே அவங்க வர்றானுக. இப்ப இந்த ப்ளூ பிலிம் அந்த எரியற நெருப்புக்கு எண்ணெய் வார்த்திருக்கு. இந்தச் செய்தியில உண்மையே இருந்தாலும் வெளியிடக்கூடாது!” என்று பழங்குடியின சங்கத்தலைவர்கள் பலர் அறிக்கை விட்டனர்.

அதையொட்டி அகழி, கூலிக்கடவு, முக்காலி, தாவளம், கோட்டத்துறை தொடங்கி பல இடங்களில் சாகும்வரை உண்ணாவிரதம் தொடங்கப்பட்டன. அவற்றை எந்தந்த கட்சி, என்னென்ன அமைப்புகள், எந்தந்த இயக்கங்கள் நடத்தின என்று யாருக்கும் விளங்கவில்லை.

பிரவுசிங் சென்டர் முகுந்தன் புகார்தாரர் ஆக்கப்பட்டார். அவன் முதலாளி சாட்சியம் போடப்பட்டார். ஆங்காங்கு உள்ள கம்யூட்டர்களை வைத்து பல்வேறு பாலியல் வெப்சைட்டுகள் ஆராயப்பட்டன.

அதில் எங்காவது நம்ம ஊர் பெண்கள், குறிப்பாக சிறுமிகள் தென்படுகிறார்களா? அதில் நம்ம ஊர் இடங்கள் ஏதும் தென்படுகிறதா என்று தேடு தேடென்று தேடினர். விவகாரம் சைபர் க்ரைம் போலீஸ் விசாரணைக்கு உட்படுத்தப்பட்டு அதற்கான டீம் திருச்சூரிலிருந்து வந்தது.

அரண்டவன் கண்ணுக்கு இருண்டதெல்லாம் பேய் என்கிற மாதிரிப் பார்த்த வெப்சைட்டுகளில் காணப்பட்ட பெண்களில் பலர் இந்த ஊரில் பார்த்தது போலவே தெரிந்தார்கள். அது எல்லாம் மீடியாக்களில் வதந்தியாகப் பரவின.

மந்திரிசபையில் அட்டப்பாடி குறித்துத்தான் அந்த வாரம் முழுக்க விவாதம் பொறி பறந்தது.

சட்டசபையே நடத்த முடியாதபடிக்குக் கடுமையான கூச்சல் குழப்பம். 'இந்த சர்க்கார் ஆட்சியில்தான் ஆதிவாசிப் பெண்களுக்கு இப்படியொரு அபகீர்த்தி நடந்துள்ளது. அதற்கு தார்மீகப் பொறுப்பேற்று அமைச்சரவை பதவி விலக வேண்டும்!' என்று எதிர்கட்சிகள் கோரிக்கை வைத்து ரகளை செய்தன.

'இந்த அபகீர்த்திக்கு வித்திட்டதே எதிர்கட்சி ஆட்சியில் இருந்தபோதுதான் இந்த அபகீர்த்திக்கு வித்திட்டது. இப்போதைய சம்பவம் கூட இப்போது நடந்ததல்ல. அவர்கள் ஆட்சியில் நடந்ததுதான்!" என்று ஆளுங்கட்சி கொறடா பதிலுக்கு கடுமையாகச் சாடினார்.

இதில் இருகட்சிக்கும் இடையே அடிதடி கலாட்டா அளவு போக சபை தொடர்ந்து ஒத்தி வைக்கப்பட்டது. இடையில் இந்த பிரச்சனையை முன்னிட்டு மூன்று எம்.எல்.ஏக்கள் பதவி விலகப் போவதாகவும் பத்திரிகை செய்திகள் புறப்பட்டன.

இது ஆளுங்கட்சிக்குப் புளியைக் கரைத்தது. ஒரே ஒரு எம்.எல்.ஏ அதிகம் பெற்றதில்தான் ஆட்சியே தொங்கிக் கொண்டிருக்கிறது. அதில் மூன்று எம்.எல்.ஏக்கள் அல்ல, இரண்டு எம்.எல்.ஏக்கள் வெளியேறினால் கூட எதிர்கட்சி ஆட்சியைப் பிடித்து விடும்.

'அட்டப்பாடியில் நடந்தது, நடப்பது எல்லாமே ஆதாரப்பூர்வமாக ரெக்கார்டுகள் வேணும்!' என்று காவல்துறையிடம் நேரடியாகவே முக்கிய மந்திரி கேட்டுக் கொண்டார்.

அதற்காக பழைய ரெக்கார்டுகளை எல்லாம் தூசி தட்டி எடுக்கும் பணியில் ஒரு பெரிய போலீஸ் அதிகாரிகள் குழுவே ஈடுபட்டது.

"சீக்கிரம், சீக்கிரம்" என்று ஏடிஜிபி கங்காதரன்பாபுவுக்கு டிஜிபி கடுமையான நெருக்கடி கொடுத்தார்.

ஏற்கனவே அட்டப்பாடியில் நடந்த அடாத செயல்களை ஏடிஜிபி சுட்டிக்காட்டியிருந்ததால் இவர் தலை தப்பியிருந்தது. என்றாலும் எல்லாம் தெரிந்தும் ஏன் சிவியர் ஆக்சன் எடுக்கவில்லை என்ற கோபத்தையும் ஏடிஜிபி மீது டிஜிபி

காட்டினார்.

அதற்குத்தான் ஒரு டீம் மீட்டிங்கே அங்கே போட்டேன். அப்பவும் சூழ்நிலை சரியில்லை. நாம் டிபார்ட்மெண்ட் நடவடிக்கை எடுத்தால் ஜில்லா போலீஸில் 90 சதவீதம் பேர் மீது நடவடிக்கை எடுக்க வேண்டி வரும். எனவேதான் வார்ன் பண்ணி அதை ஒத்தி வைத்தேன்!' என்பதையும் தெரிவித்திருந்தார்.

அதோடு, இந்த விவகாரம் நம்ம ஷெட்யூல் டிபார்ட்மெண்ட் மந்திரிக்கு வந்தது. அவர் இதில் பெரிசா அக்கறை செலுத்தவில்லை. அதனாலும் இது சுணங்கியது!' என்பதையும் தெளிவு படுத்தினார்.

சில வாரங்களுக்கு முன் இதற்காக அட்டப்பாடியிலிருந்து புகார் மனுவுடன் வந்த தாய்க்குலச் சங்கப் பெண்களை எப்படி இழிவுபடுத்தி அனுப்பினார். அந்த மனுவை தான் எப்படி வாங்கி வைத்தேன் என்பதையும் சொல்லி, அந்த மனுவையும் டிஜிபியின் டேபிளில் வைத்தார்.

மதுவிலக்குப் பிரதேசமாக அட்டப்பாடிக்கு சிறப்பு அந்தஸ்து கலெக்டர் கொடுத்த காலம் முதல் கஞ்சா கும்பலால் போலீஸ் அதிகாரி ஒருவர் கொல்லப்பட்டது, அதில் குன்னிக்கண்ணன் கும்பல் குண்டர் சட்டத்தில் கைது செய்யப்பட்டது, அவர்கள் அந்த வழக்கை எதிர்கொண்டு உடைத்துக் கொண்டு வெளியே வந்தது. அவர்கள் கை கள்ளச்சாராயத்தில் ஓங்கி நிற்பது உள்பட சமீபத்தில் அகளியில் போட்ட சிறப்புக்கூட்டம் வரையிலான அத்தனை ரிக்கார்டுகளையும் எடுத்துச் சென்று டிஜிபியிடம் அளித்தார் ஏடிஜிபி.

அதோடு நிற்கவில்லை. அங்கே கள்ளச்சாராயம் பெருக்கெடுத்து ஓடுவதன் பின்னணியில் இருக்கும் மாஃபியாக்கள் யார், யார். அவர்களின் செல்வாக்கு என்ன, அதற்கு பின்னால் இருக்கும் அரசியல்வாதி யார்? தமிழன், மலையாளி மோதலை உருவாக்குபவர் யாரெல்லாம்? இதில் ஆதிவாசிகள் எப்படியெல்லாம் தவறாக பயன்படுத்தப்படுகிறார்கள். என்ற

பட்டியலையும் அளித்திருந்தார்.

தவிர தற்போது ஜெயிலில் இருக்கும் சிறைவாசிகள் பெரும்பாலும் அப்பாவிகள், அவர்கள் அப்படி சிறைக்கு வர காவல்துறையில் உள்ள கருப்பாடுகள் யார், யார் என்பதையும் தனியாக பட்டியலிட்டார்.

அதில் உள்ள நிலைமையை புரிந்து கொண்டாலும், "இப்ப தலைக்கு மேல் வெள்ளம் போயாச்சு. இனியும் தாமதிக்க முடியாது. ஏதாவது செய். அட்டப்பாடி நேரடியாக சென்று மக்களிடம் பேசி அமைதியாக்கு!" என்று வலியுறுத்தினார். அதையொட்டி, ஏடிஜிபியின் தலைமையில் இதை விசாரிக்கவும், குற்றவாளிகளை பிடிக்கவும் ஒரு அவசரக்குழுவை ஏற்படுத்தியதோடு, 12 தனிப்பிரிவு போலீஸ் படையையும் அறிவித்தார் டிஜிபி.

அதன் பலன் வேலைகள் படுதுரிதமாக நடந்தன. உடனடியாக அட்டப்பாடி ஏரியாவில் பணிபுரிந்த போலீஸ் அதிகாரிகள் பட்டியல் தயார் செய்யப்பட்டு, அதில் சர்க்கிள் இன்ஸ்பெக்டர் பல்பனா நாயர், டிஒய்எஸ்பி சந்திரன் உள்பட 46 போலீஸார் சஸ்பெண்ட் செய்யப்பட்டனர். எஸ்.பிக்கு தற்காலிகமாக பணி முடக்கி, டிஜிபியின் நேரடி விசாரணைக்கு உட்படுத்தப்பட்டார்.

இந்த செய்திகளை அடுத்தடுத்து மீடியாக்கள் தாங்கி வர, அட்டப்பாடியில் தாய்க்குலப் பெண்கள் குழு, குழுவாகப் புறப்பட்டனர். வழக்கத்தை விடவும் அவர்களிடம் கூடுதல் ஆவேசம்.

ஊர், ஊராக எங்கெல்லாம் ஊறல் மொடக்கள் இருக்கிறதோ அதையெல்லாம் அடித்து உடைக்கத் துவங்கினர். கள்ளச்சாராயம் காய்ச்சியவர்கள் அத்தனை பேரும் ஓட்டம் பிடித்தனர். இவர்களுக்கெல்லாம் தலைவனான குன்னிக்கண்ணன் தலைமறைவானான். அவனைப் பிடிக்க மாஹி மஸ்தான் சேட்டுவின் இருப்பிடத்திற்கு நான்கு தனிப்படைகள் விரைந்துள்ளதாக செய்திகள் புறப்பட்டன.

சிறையில் இருக்கும் அப்பாவி சிறைவாசிகள் என

கண்டறியப்பட்ட 36 ஆண்களும், 16 பெண்களும் விடுவிக்க பரிந்துரைப்பதாக பப்ளிக் பிராசிக்யூட்டருக்கு நோட் போட்டார் ஏடிஜிபி. தொடர்ந்து தன் பர்சனல் டிஒய்எஸ்பி இரண்டு பேர், சர்க்கிள் இன்ஸ்பெக்டர் நான்கு பேரை அழைத்துக் கொண்டு அட்டப்பாடி நோக்கி பயணிக்கத் தயாரானார் கங்காதரன். அந்த நேரத்தில் வாசலில் நிழலாட்டம். வந்தவர் உயரம் ஆறரை அடிக்கும் குறையாது. விறைத்து நின்று சல்யூட் வைத்தார். தொடர்ந்து தன் பாக்கெட்டில் இருந்து ஒரு கார்டை எடுத்து ஏடிஜிபி முன்னால் நீட்டினார். சென்ட்ரல் ஸ்பெஷல் இன்வெஸ்டிகேஷன் ஆபீசர் அடையாள அட்டை. புறப்பட்ட ஏடிஜிபி அவரை அழைத்துக் கொண்டு தன் நாற்காலிக்கு சென்றார்.

வந்தவரை எதிரில் இருந்த நாற்காலியில் அமர வைத்தார்.

“சொல்லுங்க...!”

வந்தவர் ஒரு கடிதத்தை எடுத்து நீட்டினார். அதில் ஆங்கிலத்தில் எழுதப்பட்டிருந்த வாசகம்.

‘ராஷ்டிரபதி பவன் உத்திரவு. அட்டப்பாடியில் பழங்குடியின மாணவிகள் உண்டு உறைவிடப் பள்ளியில் கண்ணகி, மாதவி ஆகிய 7-ம் வகுப்பு மாணவிகளின் பின்னணி பற்றி விசாரித்து அறிக்கை தரவும். விஷயம் அவசரம்!”

ஏடிஜிபி புருவம் நெறித்தார். விநோதமான உத்திரவு. எதற்காக? இப்போது பற்றி எரியும் பிரச்சனையே சிறுமிகள் ப்ளூ பிலிம் விவகாரம்தான். அதுபோல இந்த சிறுமிகளுக்குப் பின்னாலும் ஏதும் வில்லங்கமோ?’

“ஏதும் பிரச்சனை?” கேட்டார்

“பிரச்சனை இதுதான்!”

இன்னொரு தாளை நீட்டினார் வந்தவர். அது ஜனாதிபதிக்கு ஓரிரு மாதங்கள் முன்பு கண்ணகியும், மாதவியும் எழுதின கடிதத்தின் நகல்.

அதைப் படிக்கப் படிக்க ஏடிஜிபியின் கண்கள் விரிந்தன.

நாம் சரியான பாதையில்தான் போய்க் கொண்டிருக்கிறோம்.

"நான் அட்டப்பாடிதான் போறேன். அங்கே நிறைய பிரச்சனை!"

"நான் அறிவேன்!" என்றார் வந்தவர்.

"எங்கூடவே வர்றீங்களா?"

"ஆகட்டும்!" அவருடனே புறப்பட்டார் வந்தவர்.

★

ஸ்ரீசூக்தம் என்ற வேத மந்திரமும் (பாடல் 23) சோமரசத்தைப் புகழ்கிறது. வடமொழி நூல்களான சதபத பிராமணமும் தைத்ரீய பிராமணமும் சோமபான- சுராபான வேறுபாடுகளை அழகாகப் பட்டியல் போட்டுக் காண்பிக்கிறது. சோம ரசம்: இது சத்தியமானது, வளம் தருவது, ஒளியூட்டுவது. சுராபானம்: கண்டிக்கத்தக்க பானம்; தீயது, இருளூட்டுவது, வறுமை கொடுப்பது; இதைக் குடித்தால் கோபம் வரும்.

20

*மா*ஹி பீச். அற்புதமான சூர்யோதயம். டவரிலிருந்து பார்க்கும்போது அலை அலையாய் படகுகள். கடல் நீர் தங்கத் தாம்பாளமாய் ஜொலித்தது. அதை தரிசிக்கும் மனநிலையில் இவர்கள் யாவரும் இருக்கவில்லை. அந்த ஆம்னி பேருந்தில் 35 பேர் இருந்தனர். அதன் முன்னும் பின்னும் டாடா சுமோ, குவாலிஸ், ஸ்கார்பியோ, இன்னோவா கார்கள் நான்கு அணிவகுத்தன.

முதலாவதாக சென்ற ஸ்கார்பியோவில் குன்னிக்கண்ணன் இருந்தான். தலை கலைந்திருந்தது. தூக்கம் இல்லை என்பதை அவனின் உருண்டு சிவந்து வீங்கின கண்கள்

காட்டிக் கொடுத்தன. அவன் காரிலேயே டிஒய்எஸ்பி சந்திரன் இருந்தார். பின்னால் வந்த பேருந்தில் இருந்தவர்கள் அத்தனை பேரும் ஏடிஜிபியால் சஸ்பெண்ட் செய்யப்பட்ட போலீஸ் ஆபீசர்கள். அத்தனை பேரும் சீருடையற்று இருந்தாலும் அவர்களின் சம்மர் கிராப், பருத்த மீசை, உருண்டு திரண்ட விழிகள் டிபார்ட்மெண்ட்டை சேர்ந்தவர்கள் என்பதைக் கட்டியம் கூறின.

மாஹி துறைமுகத்தில் தூரத்தில் ஒரு கப்பல் நின்று கொண்டிருந்தது. சரக்கு வாகனங்கள் ஆயிரக்கணக்கில் காத்து நின்றன. மோட்டார் படகுகள் ஒரு பெரிய வில்லிலிருந்து அடுத்தடுத்து புறப்பட்ட அம்புகள் போன்று கப்பலை நோக்கிப் போவதும் வருவதுமாக இருந்தது.

அங்கிருந்து சுமார் இரண்டு கிலோமீட்டர் தூரம் குப்பம். நிறைய மீனவர்கள். கட்டுமரங்கள். மோட்டார் படகுகள். அழகிய நகரில் திடீர் கசகசப்பான ஏரியாவை கடந்தால் பளிங்குமாதிரி ஒரு ரப்பர் ரோடு. அதில் ஒரு கிலோமீட்டருக்கு இருமருங்கும் ஏதும் கட்டிடங்களோ, வேறு கட்டுமானங்களோ இல்லை. வரிசையாய் மரங்கள். செடி கொடிகள், பூந்தோட்டங்கள். சில அலங்கார வளைவுகள்.

ஒவ்வொரு வளைவிலும் செக்யூரிட்டிப் பாதுகாப்பு. நீல நிற யூனிபார்மில் மறித்தார்கள். குன்னிக்கண்ணன் கார் கண்டதும் வழி விட்டார்கள். பிரதான அலங்கார வளைவொன்று மஸ்தான் என்ற பொன்னெழுத்துகளால் மிளிர்ந்தது. உள்ளே ஏகப்பட்ட வாகனங்கள். கார்கள், வேன்கள். டூவீலர்கள். அதைத்தாண்டி பெரிய போர்டிகோ. இவர்கள் சென்ற வாகனங்கள் மற்ற வாகனங்களுடன் நிறுத்தப்பட்டன.

அத்தனை பேரும் இறங்கினார்கள். முன்னால் நடந்த குன்னிக்கண்ணனை பின்தொடர்ந்தார்கள். ஓரிடத்தில் அவர்களை எல்லாம் நிறுத்தி சில நிமிடம் இன்ஸ்ட்ரக்ஷன் கொடுத்தான் குன்னிக் கண்ணன். மஸ்தான் முன்பு எப்படி போகணும். எப்படி சல்யூட் பண்ணனும். அவர் பேசினால் யாரும் பதில் பேசக்கூடாது. தலையை மட்டும் ஆட்டிக்

கொள்ளலாம். திரும்பும்போது ஏதும் சொல்லக்கூடாது.

அவர் சொல்வதை மட்டும் கேட்டுக் கொண்டு திரும்பலாம் என்பன போன்ற இன்ஸ்ட்ரக்ஷன்கள். டிஒய்எஸ்பி சந்திரனுக்கே இது விநோதமாக இருந்தது. டிஜிபி வரை எத்தனையோ ஆபீசரைப் பார்த்திருக்கிறார். சி.எம். சீஃப் செக்கரட்டரி வரை பந்தோபஸ்து ட்யூட்டி போயிருக்கிறார். இப்படியான கட்டுப்பாடுகளை, டைட் செக்யூரிட்டிகளைப் பார்த்ததில்லை. பாண்டிச்சேரி அரசாங்கமே நம்ம மஸ்தான் கையில். இங்கே இவரின் அனுமதியில்லாமல் புகை கூட நுழையமுடியாது என்று சொன்னான் குன்னிக்கண்ணன்.

அடுத்து இவர்கள் சென்றது பெரிய ஹால். ஆயிரம் தூண்கள் இருக்கலாம். அதில் திரும்பின பக்கமெல்லாம் நுழைவுவாயில்கள். தேக்கு மரக்கதவுகள். அதில் பெரியதொரு வாயிலில் நுழைந்தால் அங்கே பிரம்மாண்டமானதொரு அரங்கம். வண்ண வண்ண விளக்குகள். ஜொலிக்கும் கண்ணாடிகள். நடுவே பெரியதொரு சிம்மாசனம்.

நூற்றுக்கணக்கானவர்கள் வந்தாலும் அமரக்கூடிய வண்ணம் உயர்தர மர நாற்காலிகள். ஆங்காங்கே மூலையில் ஐம்பது நூறு பேர் அமர்ந்திருந்தனர். சிகப்பு, வெண்மை வண்ணத்தில் விசிறி மடிப்புடன் கூடிய தலைப்பாகை அணிந்த சிறப்பு செக்யூரிட்டிகள். அவர்களில் ஒருவரிடம் தன் அடையாள அட்டையை கொடுத்தான் குன்னிக்கண்ணன்.

சற்றுநேரம் அங்குள்ள இருக்கைகளில் காத்திருந்தார்கள். இவர்களைப் போலவே குழுக்குழுவாக பலர் காத்திருந்தார்கள். மஸ்தான் சேட்டுக்கு குன்னிக்கண்ணன் போல ஆயிரம் பேர். ஆயிரமாயிரம் தொழில்கள். அவர்கள் எல்லாம் அந்தந்தப் பகுதிக்கு குறுநில மன்னர்கள். அதில் சமஸ்தான மகராஜா போல் இவர். சில மணித்துளிகளில் இவர்களுக்கு அழைப்பு வந்தது.

வாயில் ஒரு விரலைக் காட்டி அனைவரையும் எச்சரித்த வண்ணம் அந்த காவலாளியைப் பின்தொடர்ந்தான்

குன்னிக்கண்ணன். இவர்கள் நுழைந்த இடத்திலிருந்து ஒரு பாதை சுரங்கம் போல் சென்று கொண்டேயிருந்தது. ஓரிடத்தில் அது விரிவாய், அகண்ட ஹாலாக விரிந்தது.

அங்கே நடுநாயகமாய் வெள்ளை நிற சோபாவில் அமர்ந்திருந்தவர் ரொம்ப சாதாரணமாகத்தான் இருந்தார். ஒரே ஒரு டீபாய். அதன் மேல் ஒரு ஆஸ்ட்ரே. அரபுமொழியில் எதுவோ எழுதப்பட்ட பெட்டி. அநேகமாக சிகரெட் பாக்கெட்டாக அது இருக்கலாம். அவரைச் சுற்றிலும் நேர்த்தியாய்ப் போடப்பட்ட குஷன் நாற்காலிகள். சோபா செட்டுகள்.

குன்னிக்கண்ணன் உடம்பை ரொம்பவும் வளைத்துக் கும்பிட்டான். அமர்ந்திருந்தவர் கையமர்த்தி ஏதோ சைகை செய்தார். குன்னிக்கண்ணனும் அதே சைகையை அனைவருக்கும் செய்தார். எல்லோரும் இருக்கைகளில் அமர்ந்தார்கள்.

"சமூகம் என்னை மன்னிக்கணும். எல்லாம் நல்லாத்தான் போயிட்டிருந்தது. இப்பத்தான் ரொம்ப சிக்கலாயிருச்சு. அந்த ஏடிஜிபி ரொம்ப மோசம். ஒத்துழைக்க மாட்டேங்கிறான்!" ஒன்றிரண்டு வார்த்தைகள்தான் சன்னமாக உதிர்த்தான் குன்னிக்கண்ணன்.

அடுத்த நிமிஷம் அமர்ந்திருந்தவர் முகம் மாறியது.

"நிறுத்து... எல்லாம் எனக்குத் தெரியும்...!" என்றார். இவர்கள் கப்-சிப். குண்டூசி விழுந்தால் கூட ஓசை கேட்கும். வாயிலில் இருந்த மெய்க்காப்பாளர் போல் ஒருவர் ஓடி வந்தார். அவரிடம் ஒரு தாளைக் கொடுத்தார். திரும்பாமலே பின்னோக்கி நகர்ந்தார்.

"இந்த தேதிக்கு ஒரு எஸ்.பி., நாலு சர்க்கிள் இன்ஸ்பெக்டர், ஒரு டிஒய்எஸ்பி அடக்கமாக 46 போலீஸ் சஸ்பெண்ட் செய்யப்பட்டிருக்கு. அவ்வளவுதானே? இவங்களை காஷ்மீர், கன்னியாகுமரி டூர் கூட்டிட்டுப் போ. ஒரு மாசம். இல்லே. நாலுமாசம். போங்க. அதுக்குள்ளே எல்லாம் மாறிடும். அப்படியே வேலை போனா என்ன? உங்களோட சம்பளம் மாதம் ஒரு லட்சம் வருமா? நாற்பத்தியாறு பேரு. அம்பது லட்சம். வருஷம் 6 கோடி. முப்பது வருஷம் 180 கோடி.

அதை ஒரே தவணையில் வாங்கிக்குங்க. இந்த மஸ்தானை நம்பினவங்க கைவிடப்பட மாட்டீங்க. சரியா?”

வந்தவர்கள் அப்படியே அதிர்ச்சியாகிப் போனார்கள்.

“சமூகம். பேசறதுக்கு மன்னிக்கணும்...!” என்று தயங்கித் தயங்கி குன்னிக்கண்ணன் ஏதோ சொல்ல வாயெடுக்க, இடைமறித்தார் மஸ்தான்.

“முட்டாள். என்ன சொல்லப் போறே. இன்னும் ஒரு மாசம் பொறுத்துக்குங்க. சரி பண்ணிடறேன்னுதானே. என்னத்தை சரிபண்ணுவே. அத்தனை பேரும் படிக்கப் புறப்பட்டுட்டாங்க. பொம்பளைக குண்டாந்தடி எடுத்துட்டாங்க. வீரப்பன் கேங்க் வருது. மாவோயிஸ்ட் போகுது. டெல்லி கவர்ன்மெண்டே பின்னாடி நிற்குது. எத்தனை பேரைத்தான் நான் கொல்றது? இப்போ அவங்களைச் சரிக்கட்டறது அவ்வளவு சுலபமில்லை. காலம் வரும். பார்ப்போம். போய்க்கோ!”

இவர்கள் எழுந்தார்கள். கும்பிட்டார்கள். புறப்பட்டார்கள். செக்யூரிட்டிகள் இவர்களை வழிமறித்துப் பெரிய, பெரிய பெட்டிகளைக் கொடுத்தார்கள். வரும் வழியில் குன்னிக்கண்ணன் சொன்னான்: ‘எல்லோரும் அட்டப்பாடியில் மருதியிலிருந்து வயிறான் வரைக்கும் கொலைபாதகம் செஞ்சது நானுன்னுதானே நினைக்கிறீங்க. அதெல்லாம் இல்லை. எல்லாமே மஸ்தான் சேட்டின் கைங்கர்யம். நமக்குத்தான் ரெண்டு கண்கள். அவருக்கு ஆயிரம் கண்கள்!”

சிலர் பேருந்தில் வரும்போதே கையில் வாங்கின சூட்கேஸ் பெட்டிகளை திறந்து பார்த்தார்கள். வேண்டாம் வேண்டாம் என்கிற அளவு பணம். மாஹியிலிருந்து அவர்கள் புறப்பட்டு வெளியே வந்து கண்ணூர் வந்தார்கள். அங்கே ஒரு பெரும் போலீஸ் படையே காத்திருந்தது. பேருந்தை சுற்றி வளைத்தது துப்பாக்கி முனைகள். அடுத்தநாள் பத்திரிகைகளில்,

‘அட்டப்பாடி கொலைகளுக்கு மூலகர்த்தாவான குன்னிக்கண்ணன் மாஹி எல்லையில் கைது. துணைபோன சஸ்பெண்ட் செய்யப்பட்ட போலீஸார் கைது. நிரந்தரப்

பணி நீக்கம். பெட்டி, பெட்டியாய் மஸ்தான் சேட்டின் இலஞ்சப்பணத்துடன் கைது நடவடிக்கை. ஏடிஜிபி கங்காதரன்பாபு அதிரடி' என்ற செய்திகள் கட்டம் கட்டியிருந்தன.

★

சோமலதை பழுப்பு நிறம் கொண்டது. அதைக் காய்ச்சி வடித்து ரசத்தைப் பாலுடன் கலந்து குடித்தனர். சிந்து சமவெளி முத்திரைகளில் இனம் தெரியாத ஒரு சல்லடை போன்ற வடிகட்டி இருக்கிறது. இதை சோமபான வடிகட்டியாக இருக்கலாம் என்று மெள்ள மெள்ள ஆராய்ச்சியாளர்கள் ஒப்புக்கொள்ளத் துவங்கிவிட்டனர். சோமலதையை கழுகுகள் தூக்கி வந்ததாகவும் அதை முஜாவத் மலையில் இருந்தவர்கள் விரட்டியதாகவும் பல பாடல்களில் ரிஷி முனிவர்கள் குறிப்பிடுகின்றனர்.

21

கூட்டம் என்றால் சாதாரணக் கூட்டம் அல்ல. அட்டப்பாடி வரலாற்றில் இப்படியொரு அணி திரட்சி நடந்திருக்குமா என்று தெரியவில்லை. பரந்து பட்ட பெருவெளியில் மகா கூட்டம் சமுத்திரம் போல் பொங்கியது.

தனித்தனியாக குரும்பர், முதுவர், இருளர், காட்டுநாயக்கர் பிரிந்து அவரவர் கலாச்சார ஆடல், பாடல், கொம்பு, குழலூதும் நிகழ்ச்சிகளை நடத்திக் கொண்டிருந்தனர். வட்டம் கட்டி கும்மி கொட்டி, இடுப்பை வளைத்து வளைத்து ஆடும் பெண்கள். சிறுவர், சிறுமிகள். ஓங்கி முழங்கும் ஜண்ட மேளம். துள்ளி எழும் கதகளி ஆட்டம்,

கால்களை ஓங்கி அடித்து கண் முழித்து பழிப்பு காட்டும் பழிசு மட்டும் களி. சந்திரமதி, அரிச்சந்திரா வேஷம் கட்டின கலைஞர்கள். அவர்களிடம் புறப்படும் வீரவசனங்கள். தத்ரூபமாய் அழும் கண்ணீர்க் காட்சிகள். 'குடிகெடுக்கும் கேடு', 'குடியால் கெட்ட ஊர்' என வெவ்வேறு டைட்டிலில் வேறு வேறு பள்ளி மாணவ-மாணவியர் நடித்தத் தெரு நாடகங்கள், கூத்துப்பாட்டுகள். ஊர்வலமாய் கோஷங்களாய் பதாகைகள், பேனர்கள், வண்ண வண்ணக் கொடிகள் ஏந்தி வரும் மக்கள். மூலைக்கு மூலை மைக் செட்டுகள்.

குருகுலத்தின் காவி ஆடை ஆட்கள். சிலுவைக் கோல் ஏந்தி வந்த வெள்ளுடை பாதிரியின் தலைமையில் ஒரு நூறு கன்னிகாஸ்திரிகள், பச்சை வண்ணக் கொடியில் பிறை வடிவம் தாங்கி வந்த தஸ்தகீர் சாயபுகள். புத்தகக்கட்டுகளும், ஜோல்னா பையுமாய் திரியும் அறிவுஜீவிகள் வெள்ளைச்சீருடை, மஞ்சள் சீருடை, நீலச்சீருடை என ஊருக்கு ஒரு சீருடையை ஆடையாகக் கொண்டு புறப்பட்டு வந்த தாய்க்குலப் பெண்கள். ஜெயிலிலிருந்து மீண்ட சிறைவாசிகள். பட்டாம்பூச்சிகள் சிறகடித்தது போல் குவியல் குவியலாய் வண்ண வண்ண உடையில் பள்ளி மாணவ- மாணவிகள், ஹாஸ்டல் பிள்ளைகள்.

இதையெல்லாம் உலகுக்கே வெளிச்சம் போட்டுக் காட்டத்துடிக்கும் மீடியாக்கள், குடை விரித்து, ஆசனங்களில் நோட் பேடு சகிதம் அமர்ந்து, தலைக்கு மேல் புத்தகத்தை நிழலாகக் கொண்டு கூட்டத்தைக் கவனிக்கும் பத்திரிகையாளர்கள். கண்களில் நிறையும் தாங்கொணா காத்திருப்பு. எத்திக்கிலும் பீறிடும் உற்சாக வெள்ளம். எச்சரிக்கை உணர்வுடன் ஆயிரக்கணக்கில் போலீஸ். நூற்றுக்கணக்கில் மிலிட்டரி, பந்தோபஸ்து.

அந்தக் கூட்டத்தில் பூச்செண்டு, லட்சுமி, வடுகி, நஞ்சி எல்லாம் இருந்தனர். லட்சுமியும், பூச்செண்டுவும் ஒரு செங்கொடி தூக்கி வர அவர்களுக்கு பின்னே சிறைமீண்ட பெண்கள் அணிவகுத்தனர். அதே தோரணையில் இஞ்சிக்காரன் பழனிச்சாமி கையிலும் ஒரு செங்கொடி பறந்தது. அவனுடன்

அவன் பிள்ளைகள் இருவரும், அவன் மனைவி சுலோசனாவும் இருந்தாள். அவள் தன்னருகே இருந்த லட்சுமியின் நெஞ்சில் இருந்த கொடி பேட்ஜை ஒழுங்காக குத்தி விட்டு சிநேகமாக சிரித்தாள். அவளும் பதிலுக்கு புன்னகைத்தாள். இவர்கள் பின்னாலும் நூற்றுக்கும் மேற்பட்ட சிறை மீண்ட சிறைவாசிகளின் அணிவகுப்பு. அவர்களின் குடும்பத்தினர். குழந்தை குட்டிகள். எல்லோர் முகத்திலும் நிறைந்த பூரிப்பு இருந்தது.

எல்லா இடங்களிலும் மரத்தடுப்பு, இரும்புக் குழாய் தடுப்புகள், பல நூறு இடங்களில் நுழைவு வாயில்கள். அங்கெல்லாம் பத்து, இருபது என போலீஸார். பீப், பீப் ஒலியுடன் மெட்டல் டிடெக்டர் சோதனைகள். சந்தேகப்படும் நபர்கள் எல்லாம் தனித்து நிறுத்தப்பட்டனர்.

முக்கியமாக ஜோல்னா பை தொங்கவிட்டு வந்த தாடி ஆசாமிகள் ஒன்றுக்கு பத்து முறை சோதனையிடப்பட்டனர். 'எந்தானு தாடி. இது ஏதானு பையி. இது என்ன புஸ்தகம்..?" ஆயிரம் கேள்விகள். அதில் ஒருவர், 'இது எதற்கு இத்தனை கேள்விகள். ஒரே வார்த்தையில் மாவோயிஸ்ட்டான்னு கேட்டுடுங்களே சாரே?" என்று துடுக்குத்தனமாக கேட்டதும் சிரித்துக் கொண்டே வழி விட்டனர். ஒரு நுழைவுவாயிலில் நின்ற போலீஸார்.

ஆயிரமாயிரம், இல்லையில்லை அந்த ஒரு இலட்சம் ஜனக்கூட்டத் ததும்பலிலிருந்து 100 மீட்டர் தூரத்தில் விடுபட்டு நின்றிருந்தது அந்த நீளமான மேடை. இடைவெளியில் சிகப்பு விளக்கு பொருத்திய கார்கள். போலீஸ் ஆபீசர்களின் அலைமோதல்கள்.

மேடையில் ஒரு நீள வரிசையில் 50 பேர் அமரும் வண்ணம் மர நாற்காலிகள் போடப்பட்டிருந்தன. அந்த வரிசைக்கு முன்வரிசையில் பளிச்சென்று புத்தம் புது வெள்ளை ஆடை போர்த்தப்பட்டு பத்து கண்கவர் நாற்காலிகள். இந்தப் பக்கம் ஐந்து, அந்தப் பக்கம் ஐந்து. அதன் நடுவே. ராஜகம்பீரமாய் ஒரு மகராஜா நாற்காலி. நவரத்தின வேலைப்பாடுகள் ஜொலித்தது.

முன்புறம் அந்த நாற்காலிகளுக்கு இணையாக நீண்ட வார்னஷ் மினுங்கும் மர பெஞ்ச். அதன் மீது பூத்தொட்டிகள். தண்ணீர் பாட்டில்கள்.

மேடைக்கு கீழே முன்புறம், வலது, இடதுபுறங்களில் நீல வண்ணப் பட்டுக்கம்பள விரிப்பு. அதில் அணி, அணியாய் பள்ளிக் குழந்தைகள். ஒன்றாம் வகுப்பு முதல் ஐந்தாம் வகுப்பு வரை ஒரு பக்கம். ஐந்தாம் வகுப்பு முதல் எட்டாம் வகுப்பு வரை ஓர் அணி. ஒன்பதாம் வகுப்பிலிருந்து பனிரெண்டாம் வகுப்பு வரை ஒரு பிரிவு. இதற்கும் அப்பால் கல்லூரி மாணவ-மாணவிகள். அவர்களை வழிநடத்தும் டீச்சர்மார்கள். அவர்கள் கையில் எல்லாம் ஒரு வெள்ளைத்தாள்கள். அட்டப்பாடி பிரகடனம் என அச்சில் எழுதப்பட்ட வாசகங்கள். அவர்களை சுற்றி நிற்கும் காக்கி உடுப்புகள்.

தூரத்தில் பொங்கிய இடி முழக்கம். பட்டாசு சத்தம். வானில் 'உர்ர்' ரென்று இரைச்சல். கூட்டத்தின் ஒட்டுமொத்தப் பார்வையும் வானில் பாய்கிறது. இப்போது கூட்டத்தில் ஆரவாரமும் விசில் சத்தமும் காதடைத்தன. பஞ்சுப் பொதியாய் அலையும் மேகக் கூட்டங்களுக்கு நடுவே புள்ளியாய் வெளிப்பட்டது அந்த ஹெலிகாப்டர். அடுத்து சில நொடிகளில் அடுத்தடுத்து அதைத் தொடரும் இரண்டு ஹெலிகாப்டர்கள். அவை இரண்டும் முதலில் தென்பட்ட ஹெலிகாப்டரை நடுவில் விட்டு இடதும் வலமுமாய் பறந்தன.

இப்போது கூட்டத்தின் இரைச்சல் மும்மடங்கு பொங்கியது. வானில் மிதந்த மூன்று ஹெலிகாப்டர்களும் இந்திய ராணுவத்திற்குச் சொந்தமானது என்பதை அதன் கரும்பச்சை வண்ணமும், அசோக சக்கரம் பொறித்த தேசியக்கொடி முத்திரையும் காட்டிக் கொடுத்தது.

கீழே நின்றிருந்த போலீஸார், மிலிட்டரியினர் அந்த ஹெலிகாப்டரை நோக்கி விறைத்து சல்யூட் அடித்தது அந்தக் கூட்டத்தில் இருந்த பலருக்கு விநோதமாக இருந்தது.

முதலில் வந்த ஹெலிகாப்டர் குறிப்பிட்ட இலக்கு வந்ததும்

வடக்கு நோக்கி மலைமுகடுகளை நோக்கி பயணிக்க, பின்னால் வந்த ஹெலிகாப்டர் தெற்கு நோக்கி பாவ, நடுவில் இருந்த ஹெலிகாப்டர் மட்டும் அதற்கென அமைக்கப்பட்ட விஷேச ஹெலிபேட் தளத்தில் மெல்ல மெல்ல கீழிறங்கியது.

பேரிரைச்சல். புயலாய் அடிக்கும் காற்று. அடர்ந்த காடு. நின்றிருந்த மரங்கள் பேயாட்டம் போட்டன. புழுதியும், சருகும் வான் முட்ட எழுந்தன. ஹெலிகாப்டரின் இரைச்சல் மிக அருகாமையில் கேட்டது. அதன் அகண்ட சிறகுகள் கண்ணுக்குத் தெரியாத வேகத்தில் சுழன்று சுழன்று பதினறாக, பத்தாக, ஏழாக, மூன்றாக தெரிவதற்கு கால் மணிநேரம் பிடித்தது.

அந்த ஹெலிபேட் தளத்திலிருந்து பெருவெளிக்கூட்டம் மூன்று மைல் தூரத்திலிருந்தது. இருந்தாலும் அங்கே அலையடித்த மக்கள் வெள்ளத்தின் ஆரவாரம், ஹெலிகாப்டரின் இரைச்சலை விஞ்சி இங்கே வரை கேட்டது. ஹெலிகாப்டரிலிருந்து முதலில் இறங்கியது கறுப்பு வண்ண சஃபாரி சூட்டும், நெஞ்சு நிறைய பதக்கங்களும் தொங்கின பாதுகாப்பு அதிகாரிகள் இருவர், அடுத்து வெள்ளுடை, தலையில் குஞ்சம் தாங்கிய தொப்பியுடன் இறங்கியது மெய்க்காப்பாளர்கள் இருவர்.

இறங்கின நால்வரும் ஹெலிகாப்டரின் வாயில் நோக்கி அட்டென்ஷன் பொசிஷனில் நிற்க, தூரத்தில் காத்திருந்த அதிகாரிகள் பலர் அந்த இடம் நோக்கி ஓட்டமும் நடையுமாகச் சென்றனர். அவர்கள் பின்னே ஓடிய அதிகாரிகளின் உதவியாளர்களின் கைகளில் செண்டு செண்டாய் மலர்க்கொத்துக்கள், சால்வைகள், புத்தகங்கள். நான்கைந்து பேர் தொந்தி துவழ, புகைப்படக் கேமராக்களை தூக்கிக் கொண்டு ஓடினர், ஒரே ஒரு டீவி கேமரா. தூர்தர்சன். சினிமா படம் எடுப்பது போல் தனி ட்ரேக்கில் பெரியதொரு புரொஜக்டரை வைத்து ஹெலிகாப்டரின் வாயிலை ஜூம் பண்ணிக் கொண்டிருந்தது.

ஹெலிகாப்டரிலிருந்து சஃபாரி சூட்டில் இறங்கின அந்தக் குள்ளமான உருவத்தின் சாம்பல் வண்ண ஆடையில் புதுமெருகு, கம்பீரம். உருவத்திலோ படு எளிமை. பேரன்பை

வெளிக்காட்டும் நிரந்தரப் புன்னகை.

அவர் நாட்டின் ஜனாதிபதி. ஹெலிகாப்டரை ஒட்டியிருந்த படிக்கட்டில் கால் வைக்கும் முன்பே அதன் வாசலில் நின்று தூரத்தே தெரிந்த கூட்டத்தை நோக்கிக் கையசைத்தார். சட் சட்டென்று கேமரா ஃபிளாஸ் மின்னியது.

அவரிடம் முதல் மலர்க்கொத்தை கவர்னர் கொடுத்தார். அடுத்தது முக்கிய மந்திரி. அதற்கடுத்தது சீஃப் செக்கரட்டரி. டிஜிபி, ஏடிஜிபி என மூவர். விறைப்பாகி சல்யூட் செய்தனர்.

அவர்களின் வணக்கத்தை ஏற்றுக்கொண்டு கையசைத்த குடுகுடுவென்று தாவி ஓடினார். எதிர்ப்பட்டவர்கள் பலருக்கும் முறுவலை பரிசளித்தார். தன் எதிரே தென்ட்ட போலீஸ் அதிகாரிகளின் மீது கரிசனமான பார்வையை செலுத்தினார். அவர்களின் நெஞ்சில் ஒழுங்கமைக்கப்பட்ட தங்க, வெள்ளி, வெண்கலப் பதக்கங்கள். அவற்றுக்கு மேலே அவர்களின் பெயர் தாங்கிய கோல்டு பிளேட்.

அவர்களில் நடுவில் நின்றவரை நெருங்கி சட்டென்று நெஞ்சில் விரல் வைத்தார் ஜனாதிபதி. "நீங்க ஏடிஜிபி கங்காதரன். ஆம் ஐ கரெக்ட்!' என்றார்.

விறைத்து நின்ற அந்த அதிகாரியின் உடல் சட்டென்று வியர்த்துப் போனது. அதை சுத்தமாக அவர் எதிர்பார்க்கவில்லை.

நாட்டின் ஜனாதிபதி ஒரு மாநிலத்தின் முக்கிய நிகழ்வில் கலந்து கொள்ள வந்தவர்; ஹெலிபேடு தளத்தில் வந்திறங்கியவுடன் கவர்னர், முக்கிய மந்திரி, முதன்மைச் செயலாளர் போன்றவர்களிடம் பொக்கே மட்டும் வாங்கிக் கொண்டு எடுத்த எடுப்பில் தன்னைப் பெயரைச் சொல்லிக் கேட்கிறாரென்றால் எப்படியிருக்கும்?

கண நேர நடுக்கம் 'யெஸ் சார்!' என்று மீண்டும் சல்யூட் அடித்தார்.

"குட், ஐ பிரவ்டு ஆப் யூ. ஓர் இந்தியன் என்ற முறையிலும், மறத்தமிழன் என்ற உணர்விலும் உங்க செயலில் மகிழ்கிறேன்!"

என்று புன்முறுவல் மாறாது ஆங்கிலத்தில் சொல்லி நகர்ந்தார் ஜனாதிபதி.

ஆனால் அவருக்குப் பின்னால் வந்தவர்கள் கண்களில் மிகுந்த ஆச்சர்யப் பார்வை. அவர்கள் கண்கள் முழுக்க இப்போது அவரை விட்டு ஏடிஜிபி கங்காதரன் மீது விழுந்தது.

புழுதிக்காட்டில் போடப்பட்ட திடீர் தார்ச்சாலையில் கார்கள் பறந்தன. சில நிமிடங்கள்தான். அந்தக் கூட்டத்தின் இரைச்சல் இப்போது பேரோசையாய், பெரும் இரைச்சலாய் பொங்கியது.

முக்கிய மந்திரி, சீஃப் செக்கரட்டரி ஜனாதிபதி மேடைக்கு மேலே செல்ல வழி விட்டு நிற்க, ஜனாதிபதியோ யாரும் எதிர்பாராத வண்ணம் குதி நடைபோட்டு மேடைக்கு கீழே பாய்ந்தார். குழந்தைகளை தழுவினார். 'மாணவச் செல்வங்களே!" என எதிர்பட்ட இரண்டு சிறுமிகளை அரவணைத்தார்.

"இதுல மாதவி, கண்ணகி யாரு?" கீச்சுக்குரலில் அவர் கேட்டது முதலில் யாருக்கும் புரியவில்லை.

இரண்டாம் முறையாக கண்ணகி, மாதவி என்றதும்தான் அத்தனை பேரும், கண்ணகி, மாதவி என்று ஒன்று சொன்ன மாதிரி அழைத்தனர்.

பெரும் மாணவப்பட்டாளத்தின் அலையாட்டம், இப்போது 'கண்ணகி, மாதவி' என்ற வார்த்தை அந்த இடத்தில் அலையோடியது.

இதோ, கண்ணகி, மாதவி அதிகாரிகளால் அவர் முன் கொண்டு வந்து நிறுத்தப்படுகிறார்கள். கறுப்பாய் ஒரு சிறுமி, ரத்தச்சிவப்பாய் இன்னொரு சிறுமி. இரண்டுமே எலும்பும் தோலுமாய் உருவம்.

"சாப்பிட்டீங்களா?" கேட்கிறார் ஜனாதிபதி. அவர்கள் தலையாட்டுகிறார்கள்.

"இன்னைய்க்கு சாயங்காலம் நீங்க எங்கூடத்தான் சாப்பிடணும் சரியா?" என்கிறார்.

"உங்க அம்மையும், பெரியம்மையும் எங்கே? வந்துட்டாங்களா?" கேட்கிறார்.

"நேற்றுதான் வந்தாங்க. இதோ!" தனக்குப் பின்னால் நின்ற பெண்மணிகளைக் கைகாட்டுகிறார்கள். செண்டு, லட்சுமி கண்கள் மிளிர கைகூப்புகிறார்கள். அவர்கள் கையைப் பற்றிக் கொள்கிறார் கலாம்.

"யம்மாடி. நல்லா இருக்கீங்கள்ல, யாருக்கும் தொந்தரவு இல்லீல்ல? இனி எந்தத் தொந்தரவும் இருக்காது. சரியா?" என்கிறார்.

இருவரும் தலையாட்டுகிறார்கள். கூடவே குழந்தைகளும் தலையாட்டுகின்றன. கலாம் பின்னால் நின்ற அதிகாரிகள் என்ன செய்வதென்று புரியாமல் விழிக்கிறார்கள். புரோட்டகாலில் இல்லாத விஷயம். எப்படிச் சமாளிப்பது?

ஜனாதிபதியின் கண்களில் கண்ணீர் துளிர்க்கிறது. அருகில் நின்ற மெய்க்காப்பாளர்களிடம், "இந்த குழந்தைகளை மேடைக்கு அழைத்து வாருங்கள்" என்கிறார். அவர்கள் தடுமாற, தானே அவர்களை அரவணைத்து மேடைக்கு குழந்தைகளோடு, குழந்தைகளாக குதூகலத்துடன் பாய்கிறார். மேடைக்கு கீழே உள்ள மக்கள் அத்தனை பேரின் ஆரவாரம் கட்டுக்கடங்காமல் செல்கிறது!"

'எண்ட மக்கள் ஜனாதிபதி ஐயா!"

"வாழ்க, வாழ்க...!"

'எங்க சுத்தவாதி ராஷ்டிரபதி!'

"வாழ்க, வாழ்க!"

"எங்கள் மனிதருள் மாணிக்கம்!"

"வாழ்க, வாழ்க!"

கோஷம் விண்ணெட்டுகிறது.

இறைவணக்கம். அத்தனை பேரும் அமைதியின் திருவுருவாய்

எழுந்து நிற்கிறார்கள். மாநில பாதுகாப்பு மந்திரி வரவேற்புரை தருகிறார். அடுத்தது முக்கிய மந்திரி உரையாற்றுகிறார். அடுத்தது நேரடியாக ஜனாதிபதியின் பேச்சு.

“எண்ட கேரள மக்களே. அட்டப்பாடி பெருங்குடிகளே. பழங்குடிகளே!” என்றதும் இன்னும் சத்தம் அதிகமாகிறது. சத்தம் ஓயும் வரை சற்று அமைதி காத்து பேச ஆரம்பிக்கிறார்.

“தமிழுக்கும் மலையாளத்துக்கும் வெகுதூரமில்லை. தமிழிலிருந்து உருவானது மலையாளம். எனவே யான் தமிழில் சம்சாரிப்பதில் நீங்கள் புரிந்து கொள்வதில் யாதொரு பிரச்சனையும் இருக்காது இல்லே...?” கூட்டம் ஆமோதிக்கிறது. கூடவே முன்வரிசையில் வேறு சில குரல்கள்.

“ஈ அட்டப்பாடி மக்கள் தமிழும், மலையாளமும் கலந்த மொழிதான் தமிழுக்கே முதலிடம். தமிழிலேயே பேசுங்கள்!”

“ஆம். ரெண்டு மாசம் முன்னே நான் பக்கத்தில் இருக்கிற கோயமுத்தூர் வந்தேன். பதினொரு நிகழ்ச்சிகளில் கலந்து கொண்டேன். அதில் ஒன்பது நிகழ்ச்சிகள் பள்ளிப் பிள்ளைகளோடுதான். அங்கே வந்தப்ப, உங்களைச் சந்திப்பேன் என்றோ, இங்கே இவ்வளவு பெரிய உலகம் இருக்கிறது என்றோ தெரியாது. அதில் இத்தனை கஷ்டம் இருக்கிறது என்பதும் எனக்கு எட்டலை. ஒரு மாத காலத்தில் ஏற்பாடு செய்த புரோக்ராம் இது. இப்படி அவசரமாக இங்கே ஜனாதிபதியே வருவதற்கு காரண காரியமாயிருப்பது ஒரே ஒரு கடிதம். அதுவும் பள்ளிக்குழந்தைகள் எழுதின கடிதம். அதை எழுதின பள்ளிப் பிள்ளைகள் இவர்களே!”

தன் இருக்கைக்கு அருகே அமர வைத்திருக்கும் கண்ணகி, மாதவி இருவரையும் கைநீட்டி அழைக்கிறார். அவர்கள் இருவரையும் தன் முன்னே நிறுத்தி தலையில் கை வைத்து ஆசீர்வதிக்கிறார்.

“இவர்கள் மூலம்தான் நான் உங்கள் துன்பம் கண்டேன். இந்தத் துன்பம் நான் இதுவரை அறியாதது. மதுவிலக்கு ரத்து செய்யப்பட்ட ஒரு மாநில சர்க்கார் ஒரு பிராந்தியத்தில்

மட்டும் மதுவிலக்கு அமல்படுத்துகிறது. அது அங்கே பெரும்பான்மையாய் வசிக்கும் பழங்குடிகளின் வாழ்வாதார முன்னேற்றத்தின் பொருட்டே இருக்கிறது. ஆனால் அங்கே கள்ளச்சாராயம் பெருக்கெடுத்து ஓடுகிறது. அதைத் தட்டி நடவடிக்கை எடுக்க வேண்டியவர்கள் கண்டுகொள்ளாமல் இருக்க பெண்கள் பொங்கி எழுகிறார்கள். தங்களுக்கு தாய்க்குலச் சங்கம் என்று பெயர் சூட்டி சாராயக்காரர்களை அடிக்கிறார்கள். துரத்துகிறார்கள். சாராய மொடக்களை உடைக்கிறார்கள். அப்பவும் அடங்கவில்லை சாராயக்காரர்கள். அந்தப் பெண்களை தாக்குகிறார்கள். மாறி மாறி நடந்த இந்த யுத்தத்தில் எத்தனையெத்தனை சேதங்கள். அது மட்டுமா, கஞ்சா, அபின், போதைப் பொருட்கள், பள்ளிப் பிள்ளைகள் மீது தாக்குதல், சிறுமிகள் மீது பாலியல் பலாத்காரம். இது எல்லாம் இரு சின்னஞ்சிறு சிறுமிகள் மூலமாக எனக்குத் தெரிய வந்திருக்கிறதென்றால் இவர்களை எவ்வளவு பாராட்டினாலும் தகும்...!" என்று நிறைய உணர்ச்சி பொங்குகிறார்.

"இந்தக் குழந்தைகள் எனக்கு எழுதின ஒரு கடிதத்தைப் படிக்கிறேன் கேளுங்கள்...!" என்றபடி தன் பாக்கெட்டில் இருந்து அந்த கடிதத்தை எடுத்து படிக்கிறார்.

அவர் படிக்கப் படிக்க ஒரு கூட்டம் ஆரவாரிக்கிறது. இன்னொரு கூட்டம் கண்ணீர் சிந்துகிறது. மற்றொரு கூட்டம் பரிதாபமாய் முகத்தை வைத்துக்கொண்டு தன்னிரக்கம் கொள்கிறது

"இந்தக் கடிதம் வந்த பின்னாடி விசாரிச்சேன். அப்பா பெயர் தெரியாத குழந்தைகளை வைத்துக் கொண்டு ஆயிரக்கணக்கில் யுவதிகள் இருக்கிறார்கள். கஞ்சா, அபின், கள்ளச்சாராய வழக்கில் ஏதுமறியா அப்பாவிகள் நாலஞ்சு வருஷமா சிறையில் கிடக்கிறார்கள். ஏதுமறியா பிள்ளைகளை வைத்து நீலப்படம் எடுக்கும் கும்பல் சுற்றித் திரிகிறது. இவர்களிடம் எல்லாம் இங்குள்ள பழங்குடி பெண்கள் மல்லுக்கட்டுகிறார்கள். அவர்கள் கொலை செய்யப்படுகிறார்கள். அதுவே தற்கொலையாக மாற்றப்படுகிறது. அப்பப்பா இந்தக் கொடுமைகளை சொல்ல வார்த்தைகளே இல்லை. இந்த இடத்தில் பெண்கள்

ஒருங்கிணைந்து நிற்பதும், அவர்கள் எல்லாம் தாய்க்குலச் சங்கமாக அணிவகுத்ததும், படிப்பேயில்லாத பெண்கள் எல்லாம் சாட்சரதா மூலம் படிப்பு படிக்க ஆரம்பிச்சதும், சாராய மொடக்களை உடைத்து துவம்சம் செய்ததும், ரியலி உங்களை நான் அப்ரிசியேட் செய்யறேன். உங்களை எப்படிப் பாராட்டுவது என்றே தெரியவில்லை. இங்கே படிப்பே இல்லாத பழங்குடி பெண்கள் சுயமா குழு அமைச்சு படிக்கறதும், அந்த படிப்பு கொடுத்த தைரியத்துல, குடிக்கறதை எதிர்க்கறதும் சாதாரணமானதல்ல. பெரியவங்க எல்லோருக்கும் நான் சொல்லிக் கொள்வதெல்லாம் இங்கே தப்பானவங்க யாருமே கிடையாது. எங்கே படிப்பும், படிப்பதற்கான வாய்ப்பும் குறைவாக இருக்கிறதோ அங்கெல்லாம் இப்படி நடக்கத்தான் செய்யும், நம்மளும் போராடத்தான் வேண்டும். அதை ஆட்சியதிகாரத்தில் உள்ள நல்ல உள்ளங்கள் பார்த்துட்டு சும்மா இருக்காது. இப்படியான நடவடிக்கைகள் எடுத்தே தீரும். அந்த அடிப்படையில் உங்க முக்கிய மந்திரிகிட்ட வேண்டுகோள் வச்சிருக்கிறேன். இந்த அட்டப்பாடியில் மது விற்பவர்கள் மீது கடுமையான ஆக்சன் எடுக்கணும். இங்கே அப்பா பேர் தெரியாத குழந்தைகளுக்கு அம்மா வனவாசியான அவளோட சாதிச்சான்றிதழ் கொடுக்கணும். அவங்களுக்குக் கூடுதல் சலுகைகள் கொடுத்துப் படிக்க வைக்கணும். இப்படி ஏமாற்றப்பட்ட பெண்களுகளுக்கு நிதி நிவாரணம் வழங்கணும். வேலையில் முன்னுரிமை கொடுக்கணும். சிறையில் உள்ள அப்பாவிகள் அத்தனை பேரையும் விடுதலை செய்யணும். இது எல்லாம் கேட்டு உடனடியா உங்க முக்கிய மந்திரி நடவடிக்கை எடுத்திருக்கார். அதில் ஒண்ணுதான் நேற்று முன்தினம் 138 சிறைவாசிகளை உடனடியா விடுதலை செய்தது!"

கூட்டத்தின் மத்தியில் பொங்கும் கரகோஷம். ஆரவாரம்.

"இங்குள்ள மக்களுக்கு, குழந்தைகளுக்கு நான் சொல்லுவதெல்லாம் ஒண்ணே ஒண்ணுதான். ஆயிரம் பேர் வருவாங்க. போவாங்க. ஏமாத்துவாங்க. கிரிமினல் தனம் பண்ணுவாங்க. அதையெல்லாம் கடந்து நம்ம நல்லவங்களா வாழணும்ன்னா எப்படி வாழறது?

எத்தனை பேர் ஆசை வார்த்தைகள் காட்டினாலும், எத்தனை விலை உயர்ந்த பொருட்களை அள்ளித் தந்தாலும், அதை அப்படியே நம்பிடக்கூடாது. அதுல உண்மை எதுன்னு யோசிக்கணும். அதைத்தான் வள்ளுவர், 'எப்பொருள் யார் யார் வாய்க்கேட்பினும் அப் பொருள் மெய்ப் பொருள் காண்பதறிவு' என்று சொல்கிறார். அப்படி ஒரு விஷயத்தில் மெய்ப்பொருள் காண வேணும்ன்னா நாம் நல்லா படிக்கணும். நல்லதைப் படிக்கணும். அதைத்தான் வள்ளுவர், 'கற்க கசடற கற்பவை கற்றபின் நிற்க அதற்குத் தக!' என்கிறார். ஆமாம். ஆம்பிள்ளைக கூட கசடற படிக்கணும். இப்படி மது குடிக்கணும்ன்னு அலையக்கூடாது. எப்படியாவது நம்ம குழந்தைகளைப் படிக்க வைக்கணும்ன்னு, 'பிச்சை புகினும் கற்கை நன்றே!'ன்னு அலையணும். அதற்கு நீங்க எல்லாம் ஒருமித்து என் முன்னால ஒரு உறுதிமொழி எடுத்துக்கணும். இதுக்குப் பேர் அட்டப்பாடி பிரகடனம். அது உங்க நெஞ்சுல அடியாழமா பதிஞ்சிருக்கணும்...!" என்றவர் மேடையில் தன் பாதுகாவலரை நோக்க, அவர் தயாராக வைத்திருந்த வெள்ளைத் தாளை நீட்டினார். அதை வாங்கியவர், 'எல்லோரும் கையை நீட்டிக்குங்க. நான் சொல்றதை அப்படியே திருப்பிச் சொல்லுங்க!" என்று ஆரம்பித்தார்.

எல்லோரும் எழுந்து நின்றார்கள். தன் கைகளை நீட்டி சத்தியப்பிரமாணம் எடுப்பது போல் நின்றார்கள்.

"எங்கள் நாட்டினுடைய ஜனாதிபதி முன்னிலையில் நாங்கள் செய்து கொண்ட அட்டப்பாடி பிரகடனம் எனப்படும் சத்திய பிராமண வாக்குமூலம் இது...!" அவர் சொன்னார்.

"எங்கள் நாட்டினுடைய ஜனாதிபதி முன்னிலையில் நாங்கள் செய்து கொண்ட அட்டப்பாடி பிரகடனம் எனப்படும் சத்திய பிராமண வாக்குமூலம் இது...!" அப்படியே திருப்பிச் சொன்னார்கள்.

"மது நாட்டுக்கு, வீட்டுக்கு கேடு. உடலுக்கு, நம் மக்களுக்கு, நம் சந்ததிகளுக்கும் கேடு...!"

“மது நாட்டுக்கு, வீட்டுக்கு கேடு. உடலுக்கு, நம் மக்களுக்கு, நம் சந்ததிகளுக்கும் கேடு...!”

“மதுவை எந்த நேரத்திலும், எந்த சூழ்நிலையிலும், எந்த நோக்கத்திற்காகவும் அருந்த மாட்டோம்...!”

“பெண்கள் நாட்டின் கண்கள். பெண்ணைத் தாயாய், மகளாய் கருதி மதிப்போம்...!”

“பெண்கள் நாட்டின் கண்கள். பெண்ணைத் தாயாய், மகளாய் கருதி மதிப்போம்...!”

“இந்த தேசம் என் தேசம். இந்த தேசம் உயிர்தேசம். இந்த மண் என் மண். இங்கே எந்த தீது நடந்தாலும் எதிர்த்து நிற்போம். தேச ஒற்றுமைக்குப் பாடுபடுவோம்...!”

அட்டப்பாடி பிரகடனம் அந்த மலைக்குன்றுகளில் தீர்க்கமாக எதிரொலித்தது. அதை மேடையில் ஜனாதிபதி அருகில் நின்று சிறுமிகள் கண்ணகியும், மாதவியும், மேடைக்கு முன்னால் ஆயிரமாயிரம் மக்களும் உறுதிமொழி எடுப்பதைப் பார்த்து தன்னை மறந்திருந்தனர் பூச்செண்டுவும், லட்சுமியும். அவர்களை வைத்த கண் வாங்காமல் பார்த்துக் கொண்டிருந்தனர் வடுகி, நஞ்சி, கூடவே இஞ்சிக்காரன் என்கிற பழனிசாமி. இவர்கள் கண்களில் எல்லாம் கண்ணீர் துளிர்த்து நின்றது. ஆனந்தம். பேரானந்தம்.

★

சோமலதை போதைப் பொருள் என்றால், எந்த முட்டாளாவது அதில் முக்கால் வாசியை சோமயாகத் தீயில் கொட்டிவிட்டு மீதியை மட்டும் குடிப்பானா? முழுச் சரக்கையும் உள்ளே இறக்கிக் கூத்தடிக்க மட்டார்களா? சோமலதை போதைப் பொருள் என்றால் அதை விலைக்கு விற்றவர்கள் கொஞ்சமாவது ருசி பார்த்து ஆட்டம் போடிருப்பார்களே. அப்படி வேதத்திலோ பிற்காலத்திலோ ஒரு குறிப்பும் இல்லையே. ரிஷி முனிவர்கள் மட்டும் ஏன் சாப்பிட்டனர்? மலை ஜாதி மக்களிடம் இதை விலைக்கு வாங்கியதையும் அதைப் பாதுகாத்து, பதனப்படுத்தி வைத்ததையும் நிறைய பாடலகளில் காணலாம்.

22

'டெல்லி, மும்பை, பூனே- இண்டிகா ஏர்ஜெட் 712345 விமானம் வருகை நேரம் காலை 10.45 மணி. பயணிகள் வரும் வாயில் கதவு எண் 016' என்ற எலக்ட்ரானிக் எழுத்துக்கள் இண்டிகா ஏர்ஜெட் கவுண்டரில் மினுங்கியது.

தன் பாக்கெட்டில் இருந்த செல்ஃபோனை எடுத்து மணி பார்த்துக் கொண்டான் பழனிசாமி. பிரம்மாண்டமான கண்ணாடி சுவர்களுக்கு பின்னால் நின்று கொண்டிருந்தான்.

சந்தன வண்ண சட்டை, பட்டையான அகலக்கரை போட்ட வேட்டி. நெற்றியில்

திருநீறு போல சந்தனம் இட்டு அசல் மலையாளிபோலவே காட்சியளித்தான்.

அவன் பார்வை கண்ணாடிச் சுவர் வழியே ரோலிங் பேக்குகளை இழுத்துக்கொண்டும், தோள்பைகளை சுமந்துகொண்டும், சூட்கேஸ்களை தூக்கிக்கொண்டும் உள்ளேயிருந்து வந்து கொண்டிருக்கும் விமானப்பயணிகளின் மீதே புதைந்திருந்தது. குறிப்பாக பெண்கள். அதிலும் இளம் யுவதிகள்.

கண்ணகி, மாதவி ரெண்டு பேருமே வளர்ந்திருப்பார்கள். பெரிய பொம்பளை ஆகியிருப்பார்கள். பிஎஸ்ஸி அக்ரி என்டமாலஜி முடித்து விட்டு ஐஐடி படிக்கிறேன் என்று பூனேவுக்கு ப்ளைட் ஏறியவர்கள் திரும்ப வருவதற்கு ஐந்தாண்டு காலம் பிடிக்கும் என்று இவன் மட்டுமல்ல, யாருமே நினைத்துப் பார்க்கவில்லை.

பிஜி முடித்து எம்.பில் 2 வருஷம், பிஎச்டி மூணு வரும் என நகர்ந்து, அங்கேயே பதவியும் பெற்று, கைநிறைய சம்பளம் வாங்கிக் கொண்டு, அவர்களுக்கு இப்போத ஊர் நினைப்பு வந்ததே பெரிய விஷயம். இருவரும் படிப்பில் மட்டுமல்ல, பதவி பெற்றதில் கூட, சம்பளம் வாங்குவதில் கூட ஒன்றுக்கொன்று சளைத்தவர்கள் இல்லாமலே இயங்கினார்கள்.

செண்டுவும், லட்சுமியும் 'என்னடி ஊர் நினைப்பு இருக்குதா, இல்லியா என்று கேட்பதை மறந்து எங்களைப் பார்க்கலாம்ன்னு எண்ணமே இல்லையா?' என்றும் கூட கேட்டுப் பார்த்து விட்டார்கள். "நம்மதான் தினம் தினம் வீடியோ கால்ல பேசிக்கிறோம்ல? அப்புறம் என்ன?"

இந்தக் கேள்வி கேட்பதிலும் கூட அவர்களிடம் துடுக்குத்தனம் இருக்கவே செய்தது. அட்டப்பாடி பிரகடனம் ஏற்றுக்கொண்ட காலத்திலிருந்து அவர்களைப் படிக்க வைக்கும் செலவுகளை ஏற்றுக் கொண்ட பழனிசாமி கூட அவ்வப்போது எவ்வளவோ சொல்லிப் பார்த்து விட்டான்.

அப்போதும் கூட, "என்ன அங்கிள் நீங்க கூட அம்மை மாதிரியே புரியாமப் பேசறீங்க. நாங்க ரெண்டு பேரும் இப்ப ஒரு தீஸிஸ் எடுத்து செஞ்சிட்டிருக்கேன். மாசுக்கேட்டினால்

அழிந்த பூச்சிகளும், பறவைகளும்!" அந்தப் பேப்பர் கனடா எண்டமாலஜி யுனிவர்சிடியில் சப்மிட் செஞ்சிட்டோம்னா உலக விஞ்ஞானிகள் பார்வை நம்ம பக்கம் திரும்பும்!'

அவர்கள் இப்போது பேசுவது எல்லாம் பூச்சிகளைப் பற்றியேதான்.

"உலகத்தில் உள்ள கோடானு கோடி பூச்சிகளை அவர்கள் இருவரும் அத்துபடியாக தெரிந்து வைத்திருக்கிறார்கள். உலகிலேயே அதிக எண்ணிக்கையில் உள்ளது பூச்சியினங்கள்தான். அவை இல்லாவிட்டால் உலகமே இயங்காது தெரியுமா?"

அவர்கள் சொல்வது- தேர்ந்த விஞ்ஞானியான இவனுக்கே எதுவும் விளங்காது. இவர்களை வளர்க்கும் செவிலித்தாய்க்கு, பெற்ற தாய்க்கு எப்படி விளங்கும்?

"படிப்பெல்லாம் ஒரு பக்கம் நடக்கட்டும்டா. கல்யாணம் எப்போ? மாப்பிள்ளை நாங்க பார்கட்டுமா? நீங்களே சொல்றீங்களா?" என்றால் பெரிய சிரிப்பொலியும், பொய்க்கோபமும்தான் அங்கிருந்து புறப்படும்.

"போங்க அங்கிள். அம்மைக்குத்தான் வேற பேச்சே இல்லீன்னா, நீங்களுமா? வெறும் கல்யாணம், பிள்ளைப் பெத்துக்கறதுக்கா நாங்க பொறந்தோம்?" என்ற கேள்வி கண்ணகியிடம் புறப்படும்.

மாதவியோ இதைப் பேசினாலே நாலு நாளைக்கு வாட்ஸ் அப் காலில் கூட வர மாட்டாள். இந்தக் காலத்துப் பெண்களே விநோதமானவர்கள்தான். பெரியவர்கள் விரும்புவதைத் தவிர வேறு எல்லாமே செய்கிறார்கள்.

அதோ கண்ணாடித் சுவற்றுக்கு அப்பால் நீலநிற ஜீன்ஸ், சிகப்பு வண்ண டீசர்ட், கனகாம்பர பூ வண்ணத்தில் சுடிதாரும் அணிந்து வரும் இளமங்கைகள். கண்ணகி, மாதவிதானா? வெளியே வந்ததும் தூரத்திலேயே இவனை அடையாளம் கண்டு கொண்டார்கள்.

"அங்கிள்...!" இருவரும் போட்டி போட்டுக் கொண்டு இவனை அரவணைத்தார்கள். 7-ம் வகுப்பு படிக்கும்போது இவனை

எப்படி அரவணைத்தார்களோ, அதே பாசம். குழந்தைகளுக்கான துள்ளல். அதே வேகத்தோடு சுற்றுமுற்றும் பார்த்தார்கள். “என்ன அங்கிள் நீங்க மட்டும்தான் வந்தீங்களா?” “வேற யார் வருவாங்க?” என்றபடி அவர்கள் சுமந்து வந்த ட்ராவல் பேக்குகளில் ஒன்றை வாங்க முற்பட்டான்.

“ம்கூம், நாங்களே தூக்கிக்குவோம்!” என்று அவர்களே சுமந்து வந்து காரில் ஏறினர். “என்ன அங்கிள் இந்த ஆல்டாவை மாற்றவே இல்லையா?” கேட்டாள் கண்ணகி. “அது அங்கிளுக்கு ராசியான வண்டிடீ!” என்றாள் மாதவி.

சாலையில் கடுமையான போக்குவரத்து நெரிசல். வண்டி மெல்லவே ஊர்ந்தது. ஹோப் காலேஜ், பீளமேடு, உப்பிலிபாளையம் தாண்டி காந்திபார்க் நுழையவே ஒரு மணி நேரம் எடுத்துக் கொண்டது.

“ஊரு ரொம்ப மாறிப் போச்சு. இல்லடி!” என்றாள் மாதவி. கண்ணகியோ இறுக்கமாக இருந்தாள்.

“நேரம் ஆயிடலையே அங்கிள். குறிச்ச நேரத்துக்குப் போயிடலாம்ல?” கேட்டாள் மாதவி.

“நேரம் ஆனாலும் பாதகமில்லை. நமக்காக போராட்டக்காரர்கள் காத்திருக்கும்!” என்றான் பழனிசாமி.

“எப்படி அங்கிள் இன்னமுமே நம்ம ஜனங்களுக்கு விடிவு பொறக்கலையா?” கவலையுடன் ஒலித்தது கண்ணகியின் குரல்.

“போராடறதே விடிவுதானே?” என்றான் பழனிசாமி.

இரண்டு பெண்களும் கூர்மையான புத்தி உள்ளவர்கள். சட்டென்று புரிந்து கொண்டார்கள்.

“ஆமாம்ல!” என்ற வார்த்தையை ஒரே நேரத்தில் உச்சரித்தார்கள்.

தடாகம் சாலை புழுதிச்சாலையாகவே இருந்தது. விர்விர்ரென்று வேகமெடுக்கும் செங்கல் லாரிகள். அது கிளப்பும் செம்மண் புழுதி. வெட்ட வெளிக்காடுகள். அங்கே புகை போக்கிக் கொண்டிருக்கும் செங்கல் சூளைகள். தோட்டங்காடுகளில்

நூறடி, நூற்றம்பது அடி தோண்டிப் போடப்பட்ட பள்ளங்கள்.

“நம்ம ஊர் மண் எவ்வளவு வளம் எப்படி நாசமாகுது பாருங்க. பொன்னு போட்டா பொன்னு விளையும். அதை இப்படி தோண்டி செங்கல்லா சுட்டு நாசம் பண்றாங்களே. இவங்களுக்கு இன்னும் புத்தி வரலையே!” என்று அங்கலாய்த்தாள் மாதவி. இவன் சிரித்துக் கொண்டான். 25 ஆண்டுகளுக்கு முன்பு இவன் அட்டப்பாடி வந்த நாள் முதலே இந்தக் கேள்வி இருந்து கொண்டுதான் இருக்கிறது. பதில்தான் இல்லை. சிரித்துக் கொண்டான்.

“அப்புறம் அங்கிள் நான் கேட்கணும்ன்னுதான் நினைக்கிறது? நம்ம ஊர் ஹாஸ்டல்ல நாங்க படிக்கும்போது பேய் உலாவிட்டிருந்ததே. அந்தப் பேய் யாருன்னு கண்டுபிடிச்சுட்டாங்களா? எண்ட அம்மை மருதியை கொன்னவங்க. செண்டு அக்காவோட புருஷன் வயிறானைக் கொன்னவங்களை எல்லாம் புடிச்சு ஜெயில்ல போட்டாங்களா?” கண்ணகியின் கேள்விகளைக் கேட்டும் சிரிப்புதான் வந்தது. இது என்ன சினிமாவா? நேர்மையான போலீஸ் புறப்பட்டு வர. குற்றாவாளிகளைப் பிடித்து ஜெயிலில் போட.

“இதுக்கும் சிரிப்புதானா? நீங்க ரெண்டு பேரும் இதெல்லாம் கேட்காதீங்க. பாடம் படிக்கறதை மட்டும் கவனிங்கன்னு சொன்னதாலதான் அதை நாங்க கேட்கிறதேயில்லை. இப்பவாவது கேட்கலாந்தானே?” என்றாள் மாதவி.

“இதுல கேட்கறதுக்கு என்ன இருக்கு மாதவிக்குட்டி. நம்ம பழங்குடி ஜனங்க யாரும் படிக்கக்கூடாது. அவங்களுக்கு கல்வி அறிவு வந்துடக்கூடாது. அது அவங்களுக்கு வந்துட்டா அவங்களை ஏமாத்த முடியாது. கஞ்சா கல்டிவேஷன் பண்ண முடியாது. சாராயத்தால சம்பாதிக்க முடியாது. அதுக்காக குன்னிக்கண்ணனும், அந்த மஸ்தான்மாரும் ஏவி விட்ட கூலிப்படைதானே அது. போலீஸே உடந்தையா இருக்கும்போது நம்ம என்ன செய்ய முடியும். தாய்க்குலச் சங்கமும், சாட்சரதா வகுப்புகளும் மட்டும் இல்லாமல் போயிருந்தா ஆதிகுடி ஜனங்க நிலைமை இன்னமும் அப்படியேதான் இருந்திருக்கும்!” என்றான்.

“இதுக்கெல்லாம் காரணம் அந்த சாராயம்தான்?” என்ற மாதவி, “அதை ஒழிக்கவே முடியாதா?” என்றும் கேட்டாள்.

இவன் பதில் பேசவில்லை. இதற்கு என்ன பதில், எப்படி சொல்லுவது?

கள்ளச்சாராயம் போயாச்சு. நல்ல சாராயம் வந்தாச்சு. இந்த நல்ல சாராயம் கள்ளச்சாராயத்தை விடவும் மோசம் என்றா? அதைத்தானே இப்ப இவங்க பார்க்கப் போறாங்க?

வண்டி மாங்கரை தாண்டி மலையேற ஆரம்பித்திருந்தது.

“என்ன அங்கிள் பேசாம ஆயிட்டீங்க?”

“என்ன பேசறது? இன்னைய்க்கு பதிமூணு வருஷம் முன்னால ஜனாதிபதியே நம்ம ஊருக்கு வந்தார். சாராயத்தை ஒழிக்க ஒரு பிரகடனமே வாசித்தார். ‘எல்லோரும் படிக்கணும். படிக்கணும். யாரும் குடிக்கணும்; குடிக்கணும்ன்னு அலையக்கூடாது!’ ன்னு சத்திய வாக்குமூலமே எடுக்க வைத்தார். என்ன பிரயோஜனம். குன்னிக்கண்ணன் போனான். மஸ்தானைக்கூட ஒழிச்சுட்டோம். ஆனா அந்தக் குன்னிக்கண்ணனாவே, மஸ்தானாவே ஒரு கவர்மெண்ட் உருவெடுத்தா என்னதான் செய்ய முடியும்?”

இப்போது இவர்கள் பேசாமடந்தைகள் ஆகி விட்டார்கள்.

“ஆம் எல்லாமே போராட்டம்தான். போராடுவதுதான் வாழ்க்கை. போராட்டமே இல்லைன்னு வச்சுக்குங்க. மனுசன் செத்ததுக்கு சமம்!” பழனிசாமியின் குரல் பேசப் பேச உடைந்தது.

வண்டி ஆலமரமேடு, ஐம்புகண்டி, ஆனைகட்டி தாண்டி கேரள எல்லைக் கோடான கொடுங்கரைப் பள்ளத்தின் பாலத்தின் மீது ஊர்ந்தது.

கரட்டியின் பாடல் எங்கே வழக்கம் போல் சன்னமாய்க் கேட்கிறது.

“சாலாங்கி வராயோ மகனே...

நான் யாரை அழைக்குமோ..

என்னென்னு பாடுமோ..?

மகனே ஆளாக்கி வளர்த்தமோ., சாமி சூளைக்கு உழைச்சமோ...!"

சந்திரமதி பாம்பு கடித்து இறந்த மகனைத் தேடி தலைவிரிக் கோலமாக ஓடுவது போலவே காட்சி பிம்பம் தெரிந்தது. கொஞ்ச நேரம் கண்ணகி, மாதவியும் மௌனமானார்கள். பழனிசாமி அவர்களைப் பார்த்தான்.

"கரட்டி இன்னும் அதே போட்டு பாடிட்டு இருக்கார். இல்லே அங்கிள்?"

"ஆமாம். இந்த லோகத்தில் பெண்கள் துயரம் இருக்கிற வரைக்கும் அவன் பாட்டு நிற்காது போலிருக்கு!' பழனிசாமி தத்துவ ஞானி போல் பேசிக்கொண்டே ஸ்டீயரிங்கை ஒடித்தான்.

அங்கே போலீஸ், வனத்துறை சோதனைச் சாவடிகளைத் தாண்டி பெரும் கூட்டம். சாமியானா பந்தல். தென்னை ஓலைப் பந்தல். அதன் கீழே நூறு ஆயிரமாய் பெண்கள். சிறுவர், சிறுமியர். பேனர்கள். பதாகைகள். போராட்டக் கோரிக்கை அட்டைகள்.

"தமிழக சர்க்காரே... தமிழக சர்க்காரே... எங்கள் அட்டப்பாடி மக்களை கொன்று குவிக்கும் டாஸ்மாக் மதுக்கடையை உடனே சாத்து...!"

'கேரள சர்க்காரே... கேரள சர்க்காரே... அட்டப்பாடியில் மதுவிலக்கு தந்த கேரள சர்க்காரே... தமிழ்நாட்டு எல்லையில் இந்த மதுக்கடை சாத்த நடவடிக்கை எடு!"

"போராடுவோம்... போராடுவோம்... இந்த மதுக்கடை எடுக்கும் வரை போராடுவோம்...!"

"மதுக்கடைக்கு கோடி, கோடியாய் வாழ்வு. எங்களுக்கு மட்டும் லட்சம், லட்சமாய் சாவா?"

"போராட்டம் போராட்டம்... சாகும் வரை போராட்டம்!"

இவர்கள் கார் போய் நின்றதும் கூட்டத்தில் ஒரே ஆரவாரம். கரகோஷம்.

“எம் போராட்டத்தை வாழ்த்தி, தலைமையேற்று ஆரம்பித்துக் கொடுக்க இதற்காகவே பூனேவிலிருந்து வந்திருக்கும் எங்கள் ஆதிக்குடிகளின் அன்புக்கரசிகள் சயின்டிஸ்ட்டுகள் கண்ணகி, மாதவியை வருக, வருக என்று வரவேற்கிறோம்!” மைக் செட் குரல் ஒலிக்கிறது.

காரிலிருந்து இறங்கிய கண்ணகி, மாதவிக்கு தடபுடல் வரவேற்புக் கிடக்கிறது. இடுங்கிய கண்களுடன் தள்ளாடிய நடையுடன் போராட்டக்கூட்டத்திலிருந்து வெளி வந்து மாதவியை ஆரத் தழுவுகிறாள் ஒரு தாய். நரைத்த முடி. ஒடுங்கிய கன்னங்கள். ஒல்லியான தேகம். உற்றுப் பார்த்தால்தான் தெரிகிறது. அவள் லட்சுமி. ‘அம்மே!’ என்று கட்டிக் கொண்டு கேவுகிறாள் மாதவி. இருவரின் கண்களிலும் கண்ணீர் வெள்ளம்.

அதோ அங்கே நிற்பது, கட்டியணைப்பதும் அதேபோல ஒரு தாய். செண்டு, ‘மோளே!’ என்று கண்ணகியை அரவணைக்கிறாள். இங்கேயும் இருவரின் கண்களிலும் கண்ணீர். அவர்களுக்குப் பின்னே உறுதுணையாய் நிற்பது சாட்சாத் சுலோசனாவேதான். பழனிச்சாமியின் மனைவி.

மைக் செட்டில் அறிவிப்பாளர் பேசுகிறார்:

“ஈ அட்டப்பாடி பிரதேசத்திலே வசிக்கும் ஆதிகுடிகள், குடியால் நாசமாவதைக் கண்டு ஜில்லா கலெக்டரே 1996-ல் சாராயம் கள்ளை தடை செய்து அறிவித்தது. அதை நமக்கு போராடிப் பெற்றுத்தந்தது மானி என்ற பாதிரியார் ஆகும். அதுக்குப் பின்னாடியும் காப்பான் விட்டாலும் கள்ளன் விடவில்லை. குன்னிக்கண்ணன், மஸ்தான் சேட்டு ஆகிய கள்ளன்மாருக மூலம் கள்ளச்சாராயம் பெருக்கெடுத்தது. மக்களை படுகுழியில் தள்ளியது. அதில் ஊரே பொங்கியது. அதற்காக 2007-ல் ஜனாதிபதியே வந்தார். குடிக்கணும் குடிக்கணும் என்றிருந்த மக்களை எல்லாம் படிக்கணும்; படிக்கணும் என்று சொல்ல வைத்து சத்தியபிரமாணமும் எடுக்க வைத்தார்.

ஆச்சு ஈரேழு வருஷம். இப்பவாவது நிம்மதி கிடைத்ததா? குடிகேடு ஒழிந்ததா? இல்லை. இல்லவே இல்லை. இங்கே

ஈ குடிகேடு சாபம் அன்றோ? கேரள அட்டப்பாடியில் சாராயத்தடை அமலில் இருக்க தமிழக எல்லையில் டாஸ்மாக் மதுபான சரக்கு விற்பனை செய்யுதே சர்க்கார். இது நியாயந்தானா? இங்கே அட்டப்பாடியில் நூற்று எண்பத்திமூணு ஆதிவாசி ஊர்கள் என்றால் தமிழ்நாட்டிலே அம்பத்தாறு ஆதிவாசி ஊர்கள் உண்டே. அது எல்லாம் குடிகெடறது மட்டுமல்லாமல், கேரள அட்டப்பாடியையும் நாசமாக்குதே. இதை கேட்பார் கேள்வி இல்லையா?

இப்ப எல்லாம் ரெண்டு நாட்டு அட்டப்பாடி பிரதேச மக்கள் மது குடித்து உருள ஒரே போக்கிடமாக உள்ளது ஈ ஆனைகட்டி டாஸ்மாக் கடைதான். தமிழக எல்லையில் டாஸ்மாக் கடை வந்தப்பறம் மன்னார்காடு போயி குடிச்சிட்டு வந்தவங்க இங்கே வர ஆரம்பிச்சுட்டாங்க. ஆனைகட்டி சரக்கை ரூ 180 வாங்கி அகழியில் ரூ 250க்கு விற்கிறாங்க. மன்னார்காடு சரக்கு ரூ180க்கு வாங்கி அகழியில் ரூ 350க்கு விற்கிறார்கள். இதுல மன்னார்காடு சரக்கை ஒரு லிட்டர் குடிச்சா தெம்பா நடந்து வரும் ஆளுக, ஆனைகட்டி சரக்கை நூற்று எண்பது மில்லி குடிச்சுட்டுச் சுருண்டு விழுந்துடறாங்க.

அதுல அப்படி என்னதான் மிக்ஸ் செய்யறாங்களோ, அதை குடிச்சவங்க சீக்கிரமே நோய் வந்து நரம்பு தளர்ந்து, வயிறு எரிந்து, கல்லீரல் கருகிச் செத்து செத்து விழுகறாங்க. இங்கே மட்டும் நாள் ஒன்றுக்கு அஞ்சு லட்சம் ரூபாய்க்கு சாராயம் விற்கிறது அந்த டாஸ்மாக் கடை.

அதோட வாடிக்கைமார்கள் 60 சதமான பேர் கேரளா அட்டப்பாடி மக்கள்தான். மீதி முப்பது சதமும் தமிழ்நாட்டினுடைய ஆதிவாசிகள் மக்களானு. இங்கே புரள்றது அத்தனையும் ஆதிவாசி மக்களோட பணம். அவங்களோட உழைப்பு. அவங்களோட வியர்வை, ரத்தம். அவங்களோட குடிகெடுத்து வாங்கும் சாபம். அதை உடைப்பிக்கிறதுக்கு வேண்டித்தான் இந்த சமரனுக்கு தலைமையேற்றி நாம் நடப்பித்துக் கொண்டிருக்கிறோம். நம்ம பெண்குட்டிக் மாதவி, கண்ணகி சாதாரண ஆள்களில்லை. நம்ம குலம் காத்த

தெய்வங்கள். இவிட இந்த சமரனை தொடங்கி வைப்பதற்காக பூனேயிலிருந்து வந்திருக்கு. ஈ குட்டிகள் அட்டப்பாடியில் அல்லோரும் அறியும். அச்சன், அம்மையில்லை. குடிகேடு, குடிகேடு செய்த மாஃபியாக்கள் செஞ்ச கேட்டில் நம்ம ராஷ்டிரபதிக்கே லெட்டர் எழுதி இங்கே வரவச்சது வல்லிய சரித்திரமாநு. இவங்களாலதான் இந்த அட்டப்பாடிக்கு குடிகேடுல இருந்து விமோசனம் கிட்டியது. அதே விமோசனம் இப்போ தமிழ்நாட்டு மதுக்கேடுவுல இருந்தும் விமோசனம் கிட்ட வைக்கும். வைக்கணும். ஏதுமற்ற அனாதைகளாக நின்ன நம்ம கண்ணகி, மாதவி பெண் குட்டிகளை படிப்பிக்க செய்து, பூனே அனுப்பி டாக்டரேட் வாங்க வச்ச பெருமை நம்ப இஞ்சிக்காரர் பழனிசாமியையே சேரும். அவருக்கு நம்ம ராயல் சல்யூட்!”

பேச்சு, பேச்சாக போய்க் கொண்டிருக்கிறது. அந்த நேரத்தில் மாதவி கவனிக்கிறாள்.

பெரியம்மை லட்சுமி யாருடனோ பேசிக் கொண்டிருக்கிறாள். வயசான ஆ ஆளு. எங்கேயே பார்த்த மாதிரி இருக்கே. கிட்டப் போகிறாள்.

“அம்மே இது யாரானு?” அந்த ஆள் இவளைப் பார்க்கிறார்.

“இது யாரு? மருதியோட மகளா?” ஆமாம் என்பது போல தலையாட்டுகிறாள் லட்சுமி.

இவள் புரியாமல் பார்க்கிறாள்.

“என்ன படிக்கிறே மோளே?’ என்கிறார் அவர்.

இவள் சொல்கிறாள். தலையைத் தொட்டு அவர் ஆசீர்வதிக்கிறார்.

“அய்யா நீங்கள்!” அவரிடமே கேட்கிறாள்.

அவரிடம் விரக்தியான சிரிப்பு மட்டும் உதிர்கிறது.

“உனக்கும், உன் அம்மைக்கும், ஏன் உன் பெரியம்மைக்கும் கெட்டதே செஞ்சவன். பாவி. அந்தப் பாவம்தான் என்னை இந்த நிலைக்கு ஆளாக்கியிருக்கு. என் பேரு பல்பனா!’

என்று வேதனை ததும்ப நகர்கிறார்.

இவளுக்கு ஏதோ புரிந்தது போல, புரியாதது போலவே இருந்தது. லட்சுமி அவளை இழுத்துக்கொண்டு கூட்டப் பந்தலில் தனியே அமர்கிறாள்.

"அம்மே அது, ஆ இன்ஸ்பெக்டர்தானே?"

'ஆமாம்' என்பது போல தலையாட்டுகிறாள்.

"எதுக்கு அந்த ஆளுகிட்ட பேசீட்டிருந்தே? என்ன பேசீட்டிருந்தே!"

"ஆ ஆளு கெட்ட ஆளுதான். இப்ப கெட்டுப் போச்சு. அவருக்கு ஒரே புள்ளை. குடிகேடுல இருபத்தி ஏழு வயசில மரிச்சுப் போச்சு. அந்த ஆளும் இப்ப இந்த குடிகேட்டுக்கு எதிரா போராட்டத்துல கலந்துக்க வந்திருக்கு...!"

இவள் மௌனமானாள். சற்று நேரம் கழித்து மறுபடியும் அவளிடமிருந்து புறப்பட்டது. "அப்படி ஆ ஆளுகிட்ட என்ன கேட்டுட்டு இருந்தே?"

இவள் பேசவில்லை. கொஞ்ச நேரம்தான்...

"உங்க அம்மை. எண்ட மருதியைக் கொன்னது யாரு? அவளை எப்படிக் கொன்னாங்கன்னு கேட்டேன். கேட்டுட்டே இருக்கேன். பதில்தான் இதுவரைக்கும் ஆ ஆளிடம் கிடைச்சிட்டில்லா!"

இப்போது இருவரும் மௌனமாகிறார்கள்.

"அது மட்டுமா தெரியலை? மருதி போல அத்தனை பெண்குட்டிகள் செத்தது எப்படி? அந்த வயிறான் செத்தது எப்படி? அவரைப் போல ஆண் மக்கள் அத்தினி பேரு கொலை செய்யப்பட்டது எப்படி? அந்த ஆபாசப்படம் எடுத்த ஆள்காரங்க யாரெல்லாம். பெண்குட்டிகள் ஹாஸ்டல்ல நுழைஞ்சு அத்தனை பேரை கர்ப்பவதி ஆக்கின பாவிகள் யாரு? அட்டப்பாடியில அத்தனை பெண்களுக்கு அப்பன் பேரு தெரியாத குட்டிகளைக் குடுத்தது யாரு. எல்லாமேதானே தெரியலை...?" அவளுக்குள் ஆயிரம் கேள்விகள் புறப்பட்டது.

விடைதான் கிடைக்கவில்லை. எப்போதாவது நிச்சயம் கிடைக்கும் என்ற நம்பிக்கை லட்சுமிக்குள் இருந்துகொண்டுதான் இருக்கிறது. அதனால்தான் அந்தக் கேள்விகளைத் தொடர்ந்து யாரிடமாவது கேட்பவளாகவே வாழ்ந்து கொண்டிருக்கிறாள்.

முற்றும்

கா.சு.வேலாயுதன்

1980-களிலிருந்து வானொலி, தொலைக்காட்சி தொடங்கி, கல்கி, விகடன், குமுதம், தாய், செம்மலர், சுபமங்களா என தமிழின் வெகுஜன, இலக்கிய பத்திரிகைகளில் நூற்றுக்கணக்கான சிறுகதைகள் வெளியாகியுள்ளன. கல்கி, வாசுகி, தமிழ் அரசி போன்ற இதழ்களில் சிறுகதைகள் பரிசும் பெற்றுள்ளன. சன்டீவி வழங்கிய பாலுமகேந்திரா கதை நேரத்தில் முரடன் மகன் என்ற கதை இடம் பெற்றது. 1997-ல் தொடங்கி கல்கி, குமுதம், தி இந்து தமிழ் இதழ்களில் நிருபர் பணியாற்றியுள்ளார். அதன் மூலம் பல்லாயிரக்கணக்கான செய்திக் கட்டுரைகள் அச்சிலேறி உள்ளன. நொய்யல் இன்று, யானைகளின் வருகை கட்டுரைத் தொடர்கள் தி இந்துவில் வெளியாகி, நூலாகி ஏகோபித்த வாசகர்களின் வரவேற்பைப் பெற்றது. 1994-ல் தூர்தர்சன் எதிரொலி விருது, 2000-ல் திருப்பூர் தமிழ்சங்கம் சிறந்த நாவல் விருது, 2010 சிறந்த புலனாய்வு நிருபருக்கான லாட்லி மீடியா விருது, 2019-ல் கோவை சங்கமம் விருது, 2020-ல் சிறுவாணி வாசகர் வட்டம் எழுத்தாளர் நாஞ்சில் நாடன் விருது, 2022 விஜயா வாசகர் வட்டம் புதுமைப்பித்தன் விருது ஆகியவை தேடி வந்த சிறப்புகள். இதுவரை கட்டுரை நூல்கள் 5, சிறுகதைத் தொகுதிகள் 4 நாவல் 1 என மொத்தம் 10 நூல்கள் வெளியாகி உள்ளன. அப்பாவின் மொய் நோட்டு நாவல் உட்பட 10க்கும் அதிகமான நூல்கள் அச்சுக்குத் தயாராகிக் கொண்டிருக்கின்றன. மனைவி சாவித்திரி, மகன் மோகன்ராஜ், மகள் ரோகிணி, மருமகன் ஆனந்த், மருமகள் சத்தியா, மகள் வழிப் பேரன் ஆத்விக் ஆகியோருடன் கோவையில் வசித்து வருகிறார்.

www.ingramcontent.com/pod-product-compliance
Lightning Source LLC
LaVergne TN
LVHW101418051026
849519LV00005BC/1799
* 9 7 8 9 3 9 5 5 1 1 2 6 1 *